ஸ்ரீமான் அனந்தாழ்வான்
(1053 – 1138)

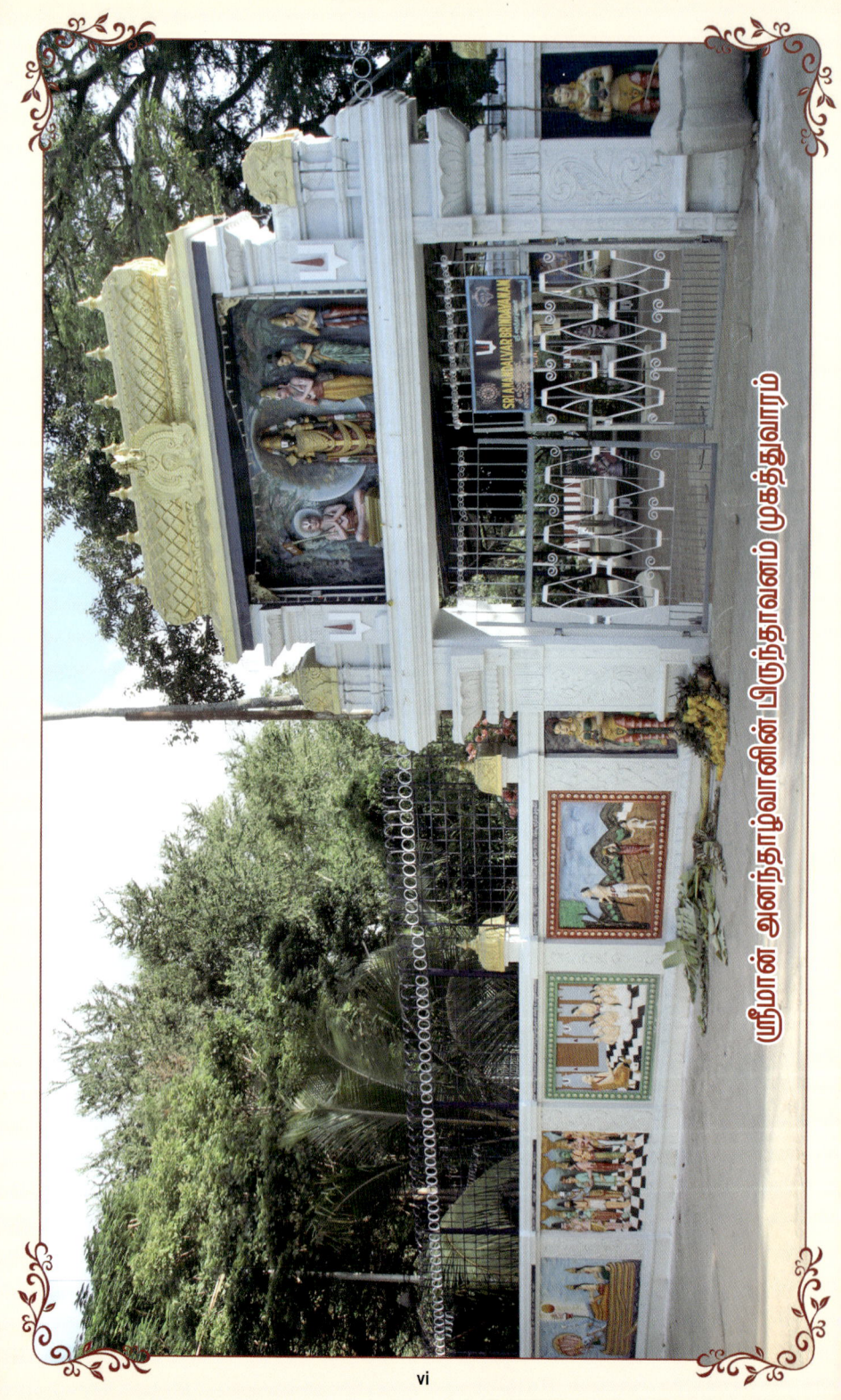

ஸ்ரீமான் அனந்தாழ்வானின் பிருந்தாவனம் முகத்துவாரம்

ஸ்ரீ அனந்தாழ்வான் புராதன திருமாளிகை
(வசித்த இல்லம்) *1850-1935*

ஸ்ரீ அனந்தாழ்வான் திருமாளிகை
(வசிப்பிடம்)

ஸ்ரீ அனந்தாழ்வான் பிருந்தாவனம்

மகாதுவாரத்தில் உள்ள ஸ்ரீமான் அனந்தாழ்வான் கடப்பாரை

ஸ்ரீமான் **டி.ஏ.பி. ரங்காச்சாரி** அவர்கள்
தற்போது திருமலையில் வசித்து ஸ்ரீ வேங்கடேஸ்வரனுக்கு துளசி, மலர்களால்
நித்திய கைங்கர்யம் செய்து வரும் அனந்தாழ்வானின் 26 வது தலைமுறை.

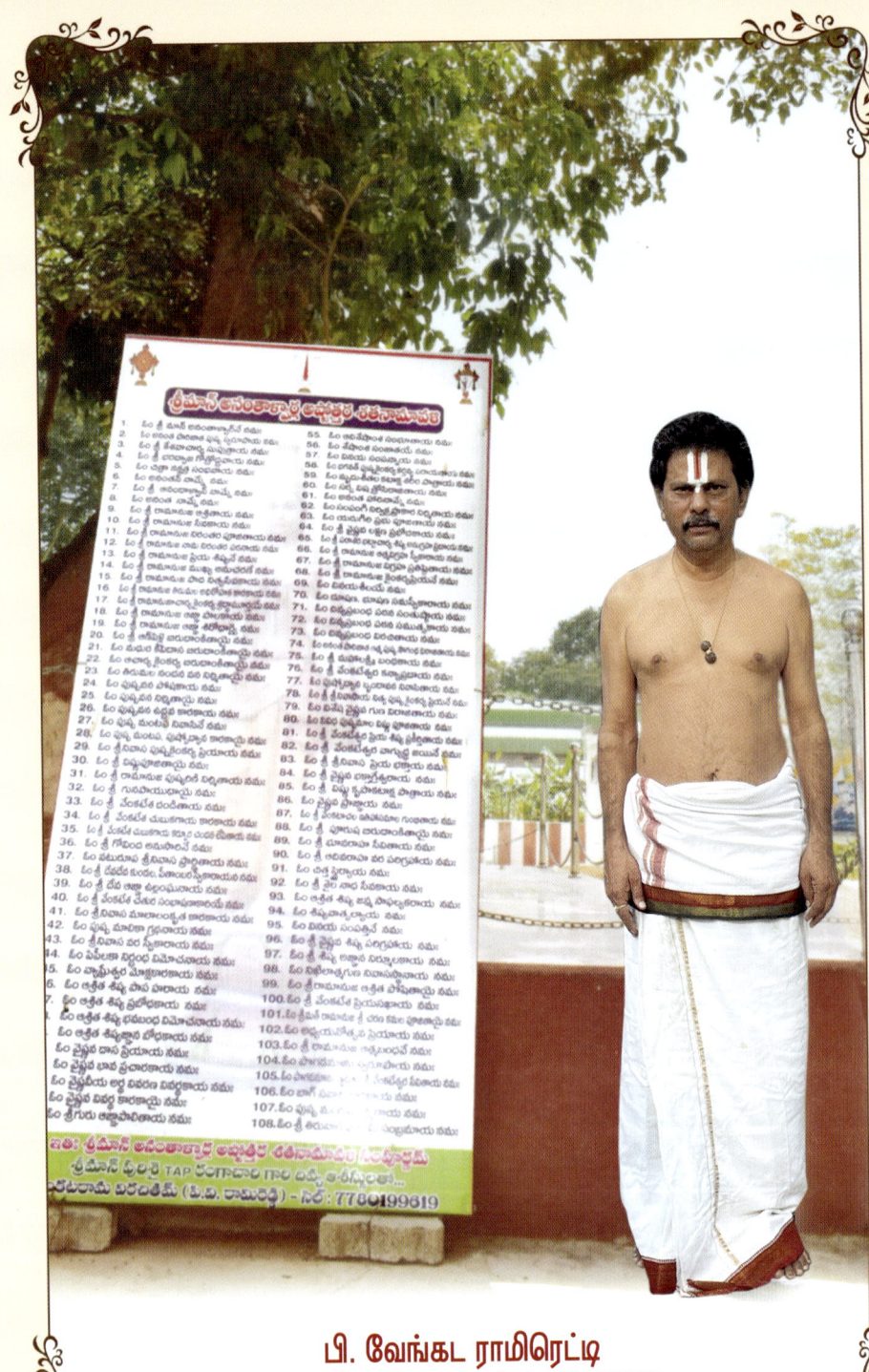

பி. வேங்கட ராமிரெட்டி
நூலாசிரியர், விஜயவாடா, செல் -7780199619

ஸ்ரீமான் அனந்தாழ்வான்
திவ்ய சரிதம்

குரு, சீடர், தெய்வம் தொடர்பான உறவில்
மறைந்துள்ள ரகசிய உபதேசம்

© THG Publishing Private Limited, September 2023

All rights reserved. No part of this publication may be reproduced, stored in a retrieval system or transmitted in any form or by any means, electronic, mechanical, photocopying, recording or otherwise, without the prior permission of THG Publishing Private Limited.

Published by THG Publishing Private Limited, Chennai 600 002 and Printed by B Ashok Kumar, Rathna Offset Printers, No-40, Peters Road, Royapettah, Chennai - 600 014, on behalf of THG Publishing Private Limited, Chennai 600 002.

ISBN: 978-93-93875-35-8
Price : ₹ 399 /-

பொருளடக்கம்

வேண்டுகோள்	18
முன்னுரை	21
அறிமுகம்	22
ஆசிரியரின் சங்கல்பம்	24
மொழிபெயர்ப்பாளர் அறிமுகம்	27

அத்தியாயம் 1
அவதாரத்தின் தேவையும் சிறப்பும் 30

அத்தியாயம் 2
அவதாரம் – குழந்தைப் பருவம் -
ஆச்சாரியரிடம் சேருவது 35

அத்தியாயம் 3
பகவத் ராமானுஜரின் சந்நிதியை அடைந்ததும்
திருமலைக்குப் புறப்பட்டதும் 39

அத்தியாயம் 4
திருமலையை வந்தடைவது, பூந்தோட்டம்
அமைக்கத் தீர்மானிப்பது, எதிர்மறை
சூழ்நிலைகளைச் சமாளித்து நிற்பது 44

அத்தியாயம் 5
வேங்கடேஸ்வரனை காயப்படுத்துவது,
தாடையில் சந்தன பச்சை கற்பூரம் பூசுவது 47

அத்தியாயம் 6
சுவாமியின் உத்தரவும்,
அனந்தாழ்வானின் மறுப்பும் 57

அத்தியாயம் 7
பாம்பு கடித்ததும் ஜுரம் வந்ததும் 64

பொருளடக்கம்

அத்தியாயம் 8

திருவேங்கடவனை பெரிய
வலைஞனோடு ஒப்பிடுவது 68

அத்தியாயம் 9

அனந்தாழ்வான் மற்றும் அவருடைய
சீடர்களின் பசியை ஸ்ரீனிவாசன் தீர்ப்பது 70

அத்தியாயம் 10

பகவத் ராமானுஜரை திருமலைக்கு
வரவழைத்தது 79

அத்தியாயம் 11

ஸ்ரீ ராமானுஜர் தன் விக்ரஹத்தை
அனந்தாழ்வானுக்கு அளித்தல் 84

அத்தியாயம் 12

சம்பங்கி பிராகார நிர்மாணமும்
ஸ்ரீராமானுஜரின் விக்ரஹ பிரதிஷ்டையும் 88

அத்தியாயம் 13

ஜீயர் அமைப்பை ஏற்படுத்துவது,
அத்யயன உற்சவம் தொடங்குவது,
ஸ்ரீராமனுஜரின் திருமேனித் தியாகம்,
அனந்தாழ்வானுக்கு ஆனந்த நிலையன்
ஆறுதல் கூறுவது 94

அத்தியாயம் 14

மோட்சத்தை அளிக்கச் செய்தலும்
மோட்சத்தை அளித்தலும் 108

அத்தியாயம் 15

ஸ்ரீ மகாலட்சுமியை சிறைபிடிப்பதும்,
திருவேங்கடநாதனுக்குத் திருமணம்
செய்விப்பதும் 114

பொருளடக்கம்

அத்தியாயம் 16

வைஷ்ணவ தத்துவ போதனைகள் 121

அத்தியாயம் 17

அனந்தாழ்வான் இயற்றிய நூல்கள்,
பாடசாலை, போதனைகள், பரமபதமடைதல்,
மகிழ மரத்தின் வடிவில் இருத்தல் 129

அத்தியாயம் 18

அனந்தாழ்வான் தோட்டத்தில்
நடக்கும் உற்சவங்கள் 136

ஸ்ரீ ராமானுஜ சதுஸ்லோகி 149

ஸ்ரீ கோதா சதுஸ்லோகி 150

ஸ்ரீமான் திருமலை அனந்தான்பிள்ளை
புரிசை ஸ்ரீரங்காசார்ய சுவாமி 151

ஸ்ரீ லக்ஷ்மி கத்யம் 152

ஸ்ரீனிவாச கத்யம் 157

ஸ்ரீமான் அனந்தாழ்வான் அஷ்டோத்தர
சதநாமாவளி 160

ஸ்ரீ பத்மாவதி தேவி அஷ்டோத்தர
சதநாமாவளி 164

வேண்டுகோள்

கலௌ பக்தி: கலௌ பக்தி:
பக்த்யா க்ருஷ்ண: புர:ஸ்தித:

கலியுகத்தில் பக்திக்கு உள்ள முக்கியத்துவம் வேறு எதற்கும் இல்லை. பக்தியுள்ளவனின் எதிரில் ஸ்ரீ கிருஷ்ண பரமாத்மா தானாகவே பிரத்தியக்ஷமாகத் தோன்றுவார். வேதங்கள், தவம், தானம், யக்ஞம் போன்றவற்றால் பகவானின் தரிசனம் பெறுவது எளிதல்ல. தூய பக்தியால் மட்டுமே பகவானின் தரிசனம் சாத்தியமாகும் என்று கீதாசாரியான் கூறுகிறான்.

சனாதன தர்ம சம்பிரதாயத்தில் குருமார்களுக்கு மிக உயர்ந்த இடம் உள்ளது. பெற்றோருக்கு அடுத்து குருவே வணங்கத் தக்கவர் என்று 'ஆசார்யதேவோ பவ' என்ற வேத வாக்கியம் வழிகாட்டுகிறது.

குஸப்தஸ்த்வந்தகாரக: ஸ்யாத்ருசப்தஸ்தன்னிரோதக:
அந்தகார நிரோதித்வாத்குருரித்ய பிதீயதே

கு என்றால் அஞ்ஞானம் என்னும் இருள். அதனை விலக்கி ஞான ஒளியை நிரப்புபவரே குரு. ஆத்ம தத்துவத்தை உபதேசம் செய்து சீடனை சம்சாரக் கடலிலிருந்து கரை சேர்ப்பவரே மிக உயர்ந்த குரு. குரு சாட்சாத் மும்மூர்த்தி வடிவானவர். அப்படிப்பட்ட குருமார்களில் ஸ்ரீபகவத் ராமானுஜர் முதன்மையானவர். அந்த மகநீயருக்கு சீடர்கள் பலர். அவர்களில் முதன்மையானவர் ஸ்ரீமான் அனந்தாழ்வான். இந்த குருவும் சீடரும் வைஷ்ணவ தர்மத்தைப் பாதுகாப்பதில் உலகளாவிய வெற்றியை சாதித்தனர்.

கலியுக பிரத்தியக்ஷ தெய்வமாக ஒளிவீசும் ஏழுமலையானுக்கு நித்தியம் புஷ்ப கைங்கர்யம் செய்வதற்கு, பிற சீடர்கள் தயங்கியபோது அசையாத குருபக்தி கொண்டவராக குருவின் ஆணையை உடனடியாக ஏற்றுக் கடைபிடித்தவர் ஸ்ரீமான் அனந்தாழ்வான்.

'அலங்கார ப்ரியோ விஷ்ணு:' என்று கூறுவது போல் மகாவிஷ்ணு அலங்காரத்தில் விருப்பமுள்ளவன். சிறப்பாக மலர் அலங்காரப் பிரியன்.

திருமலையில் அன்றைய சூழ்நிலை தங்குவதற்கு ஏற்புடையதாக இல்லாவிடினும், குருவின் ஆணையை சிரமேற்கொண்டு புஷ்ப கைங்கர்யம் செய்வதற்காக வந்து திருமலையை அழகிய பூந்தோட்டமாக மாற்றியமைத்தார் ஸ்ரீமான் அனந்தாழ்வான். அவரைப் புகழ்வதற்கு சொற்கள் போதாது. இறைவனின் திவ்ய பாத சந்நிதியில் சீடனைச் சேர்ப்பவரே உண்மையான சத்குரு. அதனால் ஸ்ரீமான் அனந்தாழ்வான் தெய்வத்தை விட குருவே முக்கியம் என்று எண்ணி அதற்கு ஏற்ப நடந்து கொண்ட சந்தர்பங்கள் அநேகம்.

ப்ரதமம் குரு கார்யம் ச
தைவ கார்யம் த்விதீயகம்

என்று ஸ்ரீமலையாள சத்குரு ஸ்வாமி கூறியது போல் குருவின் உத்தரவுக்கு முதலிடம் அளித்த மகநீயர் ஸ்ரீ அனந்தாழ்வான்.

எறும்புகளின் கூட்டத்தை திருமலையிலிருந்து நீக்குவது சரியில்லை என்று கருதிய இந்த மகாத்மாவுக்கு திருமலை மீதிருந்த நம்பிக்கையையும், எறும்புகளிடம் இருந்த கருணையையும் எப்படிப் புகழ்வது?

அத்தகைய உன்னதமான வரலாறு கொண்டவர் என்பதால்தான் ஸ்ரீ அனந்தாழ்வான் சாட்சாத் ஸ்ரீ மஹாலக்ஷ்மியை புதல்வியாகவும் ஸ்ரீ மகாவிஷ்ணுவை மாப்பிள்ளையாகவும் பெற முடிந்தது. சாமானியர்களுக்கு அத்தகைய நிலை சாத்தியமில்லை. அப்படிப்பட்ட திவ்யமான வரலாற்றை எழுதும் பெரும்பாக்கியம் திரு. பாலகொலனு வேங்கட ராமிரெட்டி அவர்களுக்குக் கிடைத்தது. இதனை எழுதியது ரெட்டி அவர்கள் என்றாலும் இதனை எழுதுவதற்குத் தேவையான அகத் தூண்டலை ஏற்படுத்திய ஸ்ரீமான் அனந்தாழ்வானின் இருபத்தாறாவது தலைமுறையைச் சேர்ந்த ஸ்ரீமான் டி.ஏ.பி. ரங்காச்சாரி அவர்களும் இந்த கைங்கர்யத்தில் பங்குதாரராக நம் நன்றிக்குரியவர் ஆகிறார்.

கர்த்தா காரயிதா சைவ ப்ரேரகஸ்சானு மோதக:

என்று கூறியுள்ளபடி, இந்த நூலை இயற்றுவதற்கு ஆசிரியரைத் தூண்டியவர், ஊக்கமூட்டியவர், ஆமோதித்தவர் அனைவருக்கும் இந்த புண்ணிய காரியத்தில் பங்கு உண்டு.

ஸ்ரீஅனந்தாழ்வானுக்கு எவ்விதம் பிரத்யக்ஷமாக பகவானின் அனுபவம் ஏற்பட்டதோ, அதே விதமாக இந்த நூலாசிரியருக்கும் நேர்ந்ததாக அவரே தன் சங்கல்ப வாக்கியத்தில் வெளிப்படுத்தியுள்ளார். இது ஒரு அற்புதமான நிகழ்வு. முன்னர், கவி போத்தனா போன்றோருக்கும் இதேபோல் பகவானின் தரிசன அனுபவம் கிடைத்ததாக அவர்களுடைய நூல்களின் மூலம் அறிகிறோம்.

ஸ்ரீ அனந்தழ்வானின் நற்குணங்கள் மட்டுமின்றி, அவர் போதித்த முறையையும் ஆசிரியர் இந்த நூலில் விவரித்துள்ளார். கொக்கு, கோழி, உப்பு இவற்றின் மூலம் அவர் நடத்திய உபதேசம், மகிழ மரத்தின் மீது அவருக்கு இருந்த நம்பிக்கை, பக்தனிடம் இருக்கும் வைஷ்ணவ குணங்களைப் பரிசோதிப்பது, அவருடைய படைப்புகள் போன்ற அனைத்து அம்சங்களையும் பக்தியோடும் சிரத்தையோடும் சரளமான வர்ணனைகளோடும் எழுதியுள்ள திரு. வேங்கட ராமிரெட்டி அவர்கள் பெரும் பாக்கியவான். அதேபோல் அனந்தாழ்வானின் வம்சத்தவரான ஸ்ரீமான் ரங்காச்சாரி அவர்களின் வாக்கியங்களில் குறிப்பிட்டது போல் ஸ்ரீனிவாசனின் கிருபைக்கும் கடாக்ஷத்திற்கும் பாத்திரமானதால்தான் அவரால் இத்தகைய பெரும் செயலைச் செய்ய முடிந்தது.

இதற்கு முன் வெளிவந்த ஸ்ரீ அனந்தாழ்வானின் ஒன்றிரண்டு சரித்திரங்களில், இத்தனை ரமணீயமான முறையில் வெளிவந்த நூல் வேறொன்று இல்லை என்றே கூறலாம்.

இந்த நூல் மட்டுமின்றி ஸ்ரீனிவாசனின் அருளுக்குப் பாத்திரமான திரு. வேங்கட ராமிரெட்டி அவர்கள் வேங்கடநாதனின் மேல் இதுவரை எழுதிய 3500 கீர்த்தனைகளும் குறிப்பிடத்தக்கவை. அவையும் விரைவில் நூல் வடிவில் வெளிவந்து விரிவாக உலக அளவில் பரவ வேண்டும் என்று விரும்புகிறேன். அவ்விதமாக ஸ்ரீனிவாசன் அருள் புரிவாராக!

திருப்பதி,
தேதி 4–2–2021

முன்னுரை

அனந்த்தனான ஸ்ரீநிவாசனுக்கு, அனந்த்தமாக புஷ்ப கைங்கர்யம் செய்து, இன்றளவும் மகிழ மரத்தின் வடிவில் பிருந்தாவனத்தில் வாழ்ந்து, தன் வாழ்க்கையை உய்வித்துக் கொண்ட மகா மகிமை பொருந்தியவர் ஸ்ரீமான் அனந்தாழ்வான். அவருடைய திவ்ய சரிதத்தை அழகிய நடையில் ஆசிரியர் எழுதியுள்ள முறையும் அதில் வர்ணிக்கப்பட்டுள்ள காட்சிகளும் மிக அற்புதமாக உள்ளது. அமோகமாக உள்ளது.

ஆசிரியர், தன் சொந்த கருத்துகளை இதில் நெய்யாமல், உண்மையான நிகழ்வுகளைச் சேகரித்து, அனுக்ஷணம் என்னோடு கலந்து பேசி, உள்ளது உள்ளபடி விவரித்து, சாமானிய மக்களுக்கும் புரியும்படியாக, கண்ணெதிரில் காணும் விதமாக வர்ணித்து, முதல் பக்கத்திலிருந்து இறுதி பக்கம் வரை நம் மனதை வேறெங்கும் செல்ல விடாமல் கட்டிப்போட்ட விதம் உயர்வாகவும் பயனுள்ளதாகவும் உள்ளது.

பதினெட்டு அத்தியாயங்களையும் பதினெட்டு நாட்களில் பூர்த்தி செய்து அதில் முழுமையான குரு, சீடன், தெய்வம் தொடர்பான உறவில் மறைந்துள்ள ரகசிய உபதேசங்களை அழகுற விளக்கியுள்ளார். இவையனைத்தும் சாட்சாத் ஸ்ரீ ஸ்ரீநிவாசனின் அருட்பார்வையாலும், ஸ்ரீமான் அனந்தாழ்வானின் திவ்ய ஆசிகளாலும் வெற்றிகரமாக நடந்ததென்று நிச்சயமாகக் கூறலாம். இல்லாவிடில் இத்தனை அழகாக இன்றுவரை நாம் படித்தறியாத அனந்தாழ்வான் வரலாறு இன்று நம் கைகளில் கிடைத்திருக்காது அல்லவா?

இத்தகைய மதிப்புமிகு அனந்தாழ்வானின் வரலாற்றை எழுதிய ஆசிரியருக்கும், படிக்க முன்வரும் வாசகப் பெருமக்களுக்கும் திவ்ய ஆசிகளைத் தெரிவிக்கிறேன்.

உங்கள்,

டி.ஏ.பி. ரங்காச்சாரி,
அனந்தாழ்வானின் 26 வது தலைமுறை வம்சத்தவர்,
அனந்தாழ்வான் திருமாளிகை,
அனந்தாழ்வான் தோட்டம், திருமலை.

அறிமுகம்

திருமலை க்ஷேத்திரத்தின் புனிதம், மகிமை பற்றி நாம் புதிதாக தெரிந்துகொள்ள வேண்டியதில்லை. ஆனால் திருமலைக்கு அப்படிப்பட்ட வைபவத்தை ஏற்படுத்திக் கொடுத்து பல சீரமைப்புகளையும் கைங்கர்யங்களையும் செய்து திருமலை க்ஷேத்திரத்தின் பெயரை உலகெங்கும் பரவச் செய்ததில் ஸ்ரீதிருமலை நம்பி, ஸ்ரீ ராமானுஜர், ஸ்ரீ அனந்தாழ்வான் என்ற மூவரும் முக்கியமானவர்கள் என்று கூறலாம். இவர்கள் ஒவ்வொருவரும் திருவேங்கடவனின் திருத்தலத்திற்குச் செய்த திருப்பணிகளும் கைங்கர்யங்களும் பிரத்தியேகமாக நிலைத்து நின்று திருமலையின் ஒவ்வொரு இடத்திலும் நிறைந்து செறிவூட்டி, இன்றும் நம் கண்களால் பார்க்கும்படியாக நம்மை உற்சாகமூட்டி, சிலிர்க்க வைக்கிறது.

இந்த மூவரில் அனந்தாழ்வானுக்கு திருமலையின் வளர்ச்சியில் பிரத்தியேகமான இடம் உள்ளது என்று கூறலாம். ஏனென்றால், தன் வாழ்க்கையின் இறுதிவரை ஒவ்வொரு கணமும் ஸ்ரீ வேங்கடநாதனோடு சொல் யுத்தம் நடத்தி, கஷ்ட, சுகங்களைப் பகிர்ந்து கொண்டு, எதிரெதிராக அமர்ந்து ஒருவரோடொருவர் உரையாடி வந்த முறை நம்மை வியக்க வைக்கிறது. அதோடு நம் வாழ்க்கையை நாம் எவ்வாறு உய்வித்துக் கொள்ள வேண்டும்? குரு, சீடர் உறவு எவ்வாறு இருக்கவேண்டும்? சாட்சாத் இறைவனை எவ்வாறு வசப்படுத்திக் கொள்வது? போன்றவற்றையும் நாம் அறிய முடிகிறது.

குருவும் சீடரும் எவ்விதம் நடந்து கொள்வர்? ஒருவருக்கொருவர் எவ்விதம் விட்டுப் பிரிந்திருக்கமுடியாமல் போயினர்? குருவின் மீது சீடனுக்கு எத்தகைய கௌரவம் இருந்தது? சீடனை உய்வடையச் செய்யும் குரு, சீடனை எவ்விதம் அன்போடும் அபிமானத்தோடும் வழிநடத்துவார்? குருவின் ஆணையை சீடன் எவ்விதம் தப்பாமல், தவறாமல் கடைப்பிடிக்க வேண்டும்? போன்றவற்றைத் தெரிவிப்பதற்கு குருவும் சீடருமான ஸ்ரீ ராமானுஜர் மற்றும் ஸ்ரீ அனந்தாழ்வானின் பெயர்களை மேற்கோள் காட்டாமல் இருக்க முடியாது. குருவுக்கு அளித்த வாக்குறுதிக்காக சுமார் 950 ஆண்டுகளுக்கு முன், நிறைமாத கர்ப்பிணியான தன் மனைவியோடு திருமலையை வந்தடைந்து பலவித பிரதிகூல சூழ்நிலைகளை எதிர்கொண்டு நின்று திருமலையை பூந்தோட்டமாக மாற்றி, திருமலைக்கு இருந்த புஷ்பமண்டபம் என்ற பெயருக்கு அர்த்தம் ஏற்படுத்தி, அங்கிருக்கும்

தேவாதிதேவனான ஸ்ரீ ஸ்ரீனிவாசன் புஷ்பாலங்காரப் பிரியன் என்பதை உலகெலாம் அறியும்படிச் செய்து தன் வாழ்க்கையை உய்வித்துக் கொண்ட மகநீயர் ஸ்ரீ அனந்தாழ்வான். இத்தகு மகநீயரின் திவ்ய சரிதம், திருமலையின் வரலாற்றுப் பக்கங்களில் வெளிப்பட்டுத் தீரவேண்டிய ஒன்று. அதனால்தான் போலும், ஏதுமறியாத, சாஸ்திர நூல்களில் புலமை இல்லாத, இந்த நூலின் ஆசிரியரைக் கொண்டு இத்தனை உயர்ந்த அனந்தாழ்வானின் திவ்ய சரிதத்தை எழுதும் கனமான காரியத்தைச் செய்ய வைத்தார் 'கனபாடி' ஸ்ரீ ஸ்ரீனிவாச விபு.

அனந்தாழ்வான் சரிதம் மறைந்துவிடுமோ என்றும், தனக்கு கன்யாதானம் செய்த தன் மாமாவான அனந்தாழ்வானின் கதைகள், செய்த சிறப்பான சேவைகள், காலக் கிரமத்தில் காணாமல் போய்விடுமோ என்றும் ஸ்ரீ வேங்கடநாதன் கருதி, இந்த நூலாசிரியர் அதற்குத் தகுந்தவர் இல்லாவிட்டாலும், அவரைத் திருத்தி, அனந்தாழ்வான் சரித்திரத்தை எழுதச் செய்ததோடு ஆசிரியரின் வாழ்க்கைக்கும் ஒரு அர்த்தத்தை ஏற்படுத்திக் கொடுத்தான் கமலாக்ஷனான திருவேங்கடநாதன். அசாத்தியமான இந்தச் செயலை மிக சாமானிய செயலாகச் செயவித்தான் 'சேதன, அசேதன' ஸ்வரூபனான ஸ்ரீவேங்கடநாதன். அனந்தாழ்வானின் வரலாற்றைத் திறந்து பார்த்தாலும், படித்து உய்வடைய நினைத்தாலும் பலப்பல ஜீவித சத்தியங்கள் நமக்குப் புலப்படும். பதினெட்டு அத்தியாயங்கள் கொண்டது இந்நூல். ஒவ்வொரு அத்தியாயமும் ஒரு நல்முத்து. இதில் உள்ள குரு, சீடன், தெய்வம் இம்மூவர் தொடர்பான உறவின் ரகசியத்தைப் பற்றிய உபதேசங்கள் நாம் அப்படியே கடைப்பிடிக்கத் தக்கவை. இதைப் படித்து, குருவின் மூலம் தெய்வத்தை எவ்வாறு வெல்ல முடியும் என்பதையும் பரமாத்மாவின் சந்நிதிக்கு எவ்வாறு சேரமுடியும் என்பதையும் எளிதாகத் தெரிந்து கொள்ளாலாம்.

வாசகர்களே! தாமதம் செய்யாமல் ஸ்ரீமான் அனந்தாழ்வானுடைய திவ்ய சரிதத்தைப் படித்து, திருமலையில் உள்ள அனந்தாழ்வான் தோட்டத்தை தரிசித்து, உலகெங்கும் அனந்தாழ்வானின் புகழைப் பரவச் செய்து உய்வடைவோம், வாருங்கள்!

ஸ்ரீமதே ராமானுஜாயை நம:
ஸ்ரீமான் அனந்தார்யை நம:
ஓம் நமோ வேங்கடேசாய.

ஆசிரியரின் சங்கல்பம்

அக்டோபர் 22ம் தேதி 1967ம் ஆண்டு ஸ்ரீயதி ராமஸ்வாமி ரெட்டி, சத்தியவதி தம்பதிகளின் மூத்த புதல்வனாக ரோகிணி நட்சத்திரத்தில் பிரகாசம் மாவட்டம், கத்திலூரு என்ற கிராமத்தில் பிறந்தேன். என் பெயர் பாலகொலனு வேங்கட ராமிரெட்டி. கர்நாடகா ஹர்பனஹல்லியில் பி. ஃபார்மசி படிப்பை முடித்து, ஃபார்மா மார்கெட்டிங்கில் சுமார் பதினைந்து ஆண்டுகள் பணிபுரிந்த பின்னர், சொந்தமாக ஒரு ஃபார்மா (மார்கெட்டிங்) கம்பெனியைத் துவங்கி, அனேக கஷ்ட நஷ்டங்களுக்கு ஆளாகி, எனக்கு திக்கு, துணை யாருமில்லை என்று உணர்ந்த போது 2014 ம் வருடம் விஜயதசமியன்று ஸ்ரீ வேங்கடேஸ்வரன் எனக்கு எதிரில் பிரத்யக்ஷமாகத் தோன்றினான். உடலும் உள்ளமும் சிலிர்க்க, என்னையறியாமல் ஸ்ரீ வேங்கடநாதன் மேல் கீர்த்தனை ஒன்றை பாடினேன், ஸ்ரீனிவாசன் புன்னகை புரிந்து மாயமானான். அன்று முதல் இன்று வரை ஒவ்வொரு கணமும் ஸ்ரீ வேங்கடநாதன் என் கண்களுக்குத் தென்பட்டு, 3500 கீர்த்தனைகளை மிகச் சரளமாக தானும் உச்சரித்து, இந்த ஜீவாத்மாவையும் கூறச் செய்வதோடு எழுதவும் வைக்கிறான். என் வாழ்க்கையின் அனைத்து பிரச்னைகளையும் தீர்த்து விட்டான் ஸ்ரீ ஸ்ரீனிவாசன்.

எப்படிப்பட்ட சாஸ்திரப் பாண்டித்தியமோ, நூற் புலமையோ, அறியாத என்னைக் கொண்டு ஸ்ரீவேங்கடேஸ்வரன் இவ்விதம் பாடச் செய்து எழுதவும் வைக்கிறான் என்பதை நம்பமுடியாமல் போனாலும் நம்பித் தீரவேண்டும். இப்படிப்பட்ட லீலைகள், லீலா மானுட வேடதாரியான திருவேங்கடமுடையானுக்கே சாத்தியம்.

சுமார் 800 கீர்த்தனைகள் எழுத வைத்த பின்னர் இருந்தாற்போலிருந்து அனந்தாழ்வானுக்கும் தனக்கும் உள்ள உறவைப் பற்றிய கீர்த்தனைகளை ஸ்ரீ ஸ்ரீனிவாசன் எழுதச் செய்யத் தொடங்கினான். இப்படிப்பட்ட சம்பவங்கள் உண்மையில் நடந்தனவா இல்லையா என்ற சந்தேகத்தோடு திருமலையில் உள்ள ஸ்ரீமான் அனந்தாழ்வான் தோட்டத்தை என் மனைவியோடு சேர்ந்து தரிசித்தேன். அங்கேயே வசித்து நிரந்தர புஷ்ப கைங்கர்யம் செய்து வரும் அனந்தாழ்வானின் இருபத்தாறாவது தலைமுறையைச் சேர்ந்த ஸ்ரீமான் டி.ஏ.பி. ரங்காச்சாரி அவர்களை தரிசித்து அவரிடம் நடந்தவற்றைக் கூறி கீர்த்தனைகளைக் காண்பித்தேன். அவர் ஸ்ரீ ஸ்ரீனிவாசன் எழுதச் செய்த அனைத்து சம்பவங்களும் யதார்த்தமாக நடந்தவை

என்று கூறினார். நான் வியப்புக்கு உள்ளானேன். அவருடைய உத்தரவுப்படி 16, ஜனவரி 2016 ம் ஆண்டிலிருந்து அனந்தாழ்வான் தோட்டத்திற்கு ஒவ்வொரு மாதமும் வந்து தோட்டத்தில் துளசி, கனகாம்பரம், ரோஜா, சம்பங்கி போன்ற செடிகளை அதிகம் நட்டு வருகிறேன். தினமும் அனந்தாழ்வான் தோட்டத்திலிருந்து துளசியும் மலர்களும் ஸ்ரீ டி.ஏ.பி. ரங்காச்சாரி அவர்கள் ஸ்ரீ வேங்கடேஸ்வரனுக்கு சமர்ப்பித்து அர்ச்சனை செய்து எங்களை தன்யராக்குகிறார்.

இந்த அனந்தாழ்வான் தோட்ட கைங்கர்யத்தில் என்னோடு கூட திரு. அக்கி சஞ்ஜீவரெட்டி, திவி சிவநாராயணா போன்ற நண்பர்களும், இன்னும் சில நெருங்கியவர்களும் பங்கெடுத்துக் கொள்கின்றனர். சிறிது காலத்திற்குப் பிறகு குருநாதர், ஸ்ரீ பத்மாவதி தேவியின் அஷ்டோத்தர சதநாமாவளியை எழுதச் சொல்லி உத்தரவிட்டார். நான் அதற்குத் தகுந்தவன் இல்லை என்று ஐயப்பட்டேன். இது பகவத் சங்கல்பம் என்று அவர் கூறவே சரி என்றேன். எழுதத் தொடங்கிய அரை மணி நேரத்திலேயே எழுதி முடிக்க முடிந்ததைக் கண்டு வியப்படைந்தேன்.

மீண்டும் குருநாதர் அனந்தாழ்வான் அஷ்டோத்தர சதநாமாவளியை எழுதும்படி கட்டளையிட்டார். அதையும் அதேபோல் எழுதி முடித்தேன். திடீரென்று ஒரு நாள் குருநாதர் ஸ்ரீமான் ஸ்ரீ டி.ஏ.பி. ரங்காச்சாரி அவர்கள் அனந்தாழ்வான் திவ்ய சரிதத்தை சுத்தமான தெலுங்கில் நான் ஏன் எழுதக் கூடாது என்று வினவினார். அத்தகைய சாகசச் செயலை என்னால் செய்ய இயலாது என்றேன். அனந்தாழ்வானை சரணடைந்து எழுத்துப் பணியைத் தொடங்கும்படி ஆசீர்வதித்தார்.

விஜயதசமி 2019 அன்று ஸ்ரீமான் அனந்தாழ்வான் திவ்ய சரிதத்தை எழுதத் தொடங்கிய என் கண் முன்னால் ஸ்ரீமான் அனந்தாழ்வானும் ஸ்ரீ வேங்கடநாதனும் திவ்ய தரிசனம் அளித்து நடந்த சம்பவங்களை கண்ணால் காணும்படி காட்டியருளியதோடு, அவர்களிடையில் நடந்த உரையாடல்களை செவிகளால் கேட்கச் செய்து பதினெட்டு நாட்களில் பதினெட்டு அத்தியாயங்களாக அனந்தாழ்வான் திவ்ய சரித்திரத்தை அவர்களாகவே எழுதிக் கொண்டனர். இவ்விதமாக ஏதுமறியாதவனான என்னைக் கொண்டு அனைத்தும் தாமாக நின்று இத்தகு பெருமை வாய்ந்த நூலை முழுமையடையச் செய்து என்னை தன்யன் ஆக்கினர்.

அனந்தாழ்வான் இயற்றிய ஸ்ரீ வேங்கடாசல இதிகாச மாலை, ஆங்கிலத்தில் மொழிபெயர்க்கப்பட்ட திரு. டிஸி.ஏ. ராமானுஜன் அவர்களின் திருமலை அனந்தாழ்வான் எ பயோக்ரபி மற்றும் ஸ்ரீ சைலநாத பூருஷ திவ்ய வைபவம் என்ற பெயரில் சம்ஸ்கிருதத்தில் இருந்து தெலுங்கில் மொழியாக்கம் செய்த திரு. எஸ். ஸி.வி. நரசிம்ஹாசார்யா ஆகியோரின் நூல்களையும் ஆதாரமாகக் கொண்டு இந்த நூல் எழுதப்பட்டது.

இந்த திவ்ய நூலை அச்சிடுவதற்கு எனக்கு மிகவும் நெருங்கிய சிலர் உதவி புரிந்தனர். அவர்கள் அனைவருக்கும் நன்றிகளை தெரிவித்துக் கொள்கிறேன்.

இதில் ஏதாவது தவறிருந்தால் வாசகர்கள் பெரிய மனதோடு என்னை மன்னித்து, தங்களின் அறிவுரைகளையும் குறிப்புகளையும் அளித்து மூன்றாவது பதிப்பில் சரிசெய்து கொள்வதற்கு உதவுமாறு விண்ணப்பித்துக் கொள்கிறேன். ஸ்ரீனிவாசனின் பாதக் கமலங்களில் சிரசை வைத்து நமஸ்காரம் செய்து இந்த தெய்வீக நூலை ஸ்ரீமான் அனந்தாழ்வான் மற்றும் ஸ்ரீ வேங்கடேஸ்வரின் திவ்ய சரணங்களில் சமர்பிக்கிறேன்.

கவனிக்க: நூலில் திருத்தம் செய்யவோ, பிற மொழிகளில் மொழிபெயர்க்கவோ பதிப்பிக்கவோ ஆசிரியருக்கு மட்டுமே அனைத்து உரிமைகளும் உள்ளது.

உங்கள்,
பி. வேங்கட ராமிரெட்டி,
நூலாசிரியர்,
விஜயவாடா, மொபைல் – 7780199619

மொழிபெயர்ப்பாளர் அறிமுகம்

எழுத்தாளர் திருமதி ராஜி ரகுநாதனின் தாய்மொழி தமிழ். தந்தையார் சேஷாத்ரி சாஸ்த்ரிகள். தாயார் லக்ஷ்மி அம்மாள். பிறந்த ஊர் நாகப்பட்டினம் மாவட்டம் கீழ்வேளூர். புகுந்த ஊர் சீர்காழி. கணவருக்கு ஹைதராபாத்தில் வேலை ஆதலால் நாற்பது வருடங்களுக்கு மேலாக ஹைதராபாத் வாசம். பி.ஏ. தமிழ் பட்டதாரியான ராஜி ரகுநாதன், விடாமுயற்சியுடன் தானாகவே தெலுங்கு மொழியை எழுதவும் படிக்கவும் கற்றார். சமஸ்கிருதத்தில் சர்டிபிகேட் கோர்ஸ் படித்தார். இவர் தமிழ், தெலுங்கு இரு மொழிகளிலும் எழுதி வருவதோடு இரு மொழிகளுக்கிடையே மொழிபெயர்ப்பும் செய்து வருகிறார். முப்பத்திரண்டுக்கும் மேற்பட்ட தமிழ்ச் சிறுகதைகள் முன்னணி பத்திரிகைகளில் வெளிவந்துள்ளன. மங்கையர்மலர் சிறுகதைப் போட்டியில் பரிசு வென்றுள்ளார். இதுவரை இரு மொழிகளிலும் பத்து நூல்கள் வெளிவந்துள்ளன.

இவர் தெலுங்கில் எழுதிய திருவெம்பாவை, திருப்பள்ளியெழுச்சி விரிவுரை நூல் ருஷிபீடம் வெளியீடாக 2013ல் வெளிவந்து சிறந்த ஆதரவைப் பெற்று வருகிறது. பிரம்மஸ்ரீ சாமவேதம் சண்முக சர்மா அவர்கள் தெலுங்கில் எழுதிய 'ஏஷ தர்ம: சனாதன:' என்ற நூலை 'இது நம் சனாதன தர்மம்' என்ற பெயரில் மொழி பெயர்த்தார். அறுநூறு பக்கங்களுக்கு மேலுள்ள அந்த நூல் ருஷிபீடம் பதிப்பாக 2018ல் வெளிவந்தது. மேடம் கதைகள் என்ற சிறுகதைத் தொகுப்பின் தமிழ் மொழிபெயர்ப்பினை 2018 ல் குவிகம் பதிப்பகம் வெளியிட்டது. மதுரமுரளி தெலுங்கு மாத இதழுக்காக பத்தாண்டுகளுக்கும் மேலாக ஸ்ரீமுரளீதர சுவாமிகளின் தமிழ் உரைகளை தெலுங்கில் மொழிபெயர்த்து அளித்தார்.

பால்டம்ளர் என்ற தற்கால தெலுங்கு பெண் எழுத்தாளர்களின் இருபத்தொரு சிறுகதைகளைக் கொண்ட சிறுகதைத் தொகுப்பின் தமிழ் மொழிபெயர்ப்பு கனவு பதிப்பகம் மூலம் 2020 ல் வெளிவந்தது. (வேத நூல்கள் கூறும்) வெற்றிக்கான வழிகள் என்ற தமிழ் மொழிபெயர்ப்பு நூல் அக்ஷ்க்னா பதிப்பகம் மூலம் 2022 ல் வெளிவந்தது. 108 ஞான முத்துக்கள் என்ற சுபாஷித விளக்க நூலின் தமிழ் மொழிபெயர்ப்பு அக்ஷங்னா பதிப்பகம் மூலம் மே 2023. ல் வெளிவந்தது. அத்வைதமும் ஆடிசமும் என்ற தமிழ் நூலின் தெலுங்கு மொழிபெயர்ப்பு ஆகஸ்ட் 2023 ல் வெளிவந்தது. ருஷி வாக்கியம் என்ற தலைப்பில் டாக்டர் சாமவேதம் சண்முக சர்மாவின் தெலுங்கு உரைகளின் தமிழாக்கம் 108 கட்டுரைகளாக

தினசரி டாட்காமில் தொடராக வெளிவந்தது. மேலும், தினசரி ஒரு வேத வாக்கியம் என்ற தலைப்பில் 108 கட்டுரைகளின் தமிழ் மொழிபெயர்ப்பை தினசரி டாட்காம் தொடராக வெளியிட்டது.

வந்தேறிகளின் வம்பு பிரச்சாரம், விளைவுகள், உண்மைகள் (A– Z) என்ற தொடர் கட்டுரைகள் தமிழாக்கம் தினசரி டாட்காமில் வெளிவந்தன. இதே இணைய தளத்தில் ஆந்திரா, தெலங்காணா மாநிலங்களின் சுவையான அரசியல் செய்திகளின் ஆயிரம் பதிவுகளை அப்போதைக்கப்போது பதிவிட்டதோடு, பல இலக்கிய கட்டுரைகளையும் எழுதி வருகிறார். சமஸ்கிருத நியாயமும் விளக்கமும், ருஷிபீடம் தலையங்கங்கள் போன்ற மொழிபெயர்ப்புகளை தினசரிடாட்காம் இணைய தளத்தில் தொடர்ந்து எழுதி வருகிறார். மாமுனிவர்களின் வழித்தடத்தில். என்ற தொடர் ஞானஒளி இதழில் வெளிவருகிறது. தெலுங்கு புதினப் பெண்கள் என்ற ஆய்வுத் தொடரின் தமிழாக்கம் சொல்வனம் இணைய இதழில் தொடராக வெளிவந்து கொண்டிருக்கிறது. பல்வேறு தெலுங்குச் சிறுகதைகள் இவருடைய தமிழ் மொழிபெயர்ப்பில் முன்னணி இதழ்களில் வெளிவந்து கொண்டிருக்கின்றன. இவர் தெலுங்கில் எழுதிய ஆன்மீக மற்றும் சமுதாயக் கட்டுரைகள் ஐம்பதுக்கு மேல் ருஷிபீடம், ஸ்ரீபீடம் போன்ற தெலுங்கு இதழ்களில் வெளிவந்துள்ளன.

சுமார் இருநூறுக்கும் மேற்பட்ட கட்டுரைகள் ஸ்ரீராமகிருஷ்ண விஜயம், தீபம், ஆலயம், சினேகிதி, அமுதசுரபி, கணையாழி, திசைஎட்டும், தினசரி டாட்காம், சொல்வனம் இணைய இதழ், மங்கையர்மலர், கல்கி, லேடீஸ் ஸ்பெஷல் போன்ற இதழ்களில் வெளிவந்தன. மேலும் தொடர்கின்றன. இவர் எழுதிய கருடபுராணம் (2022), சுந்தர காண்டம் (2023) நூல்கள் சுவாசம் பதிப்பகத்திலிருந்து வெளிவந்துள்ளன. சிவஞானம் என்ற தெலுங்கு நூலில் தமிழ் மொழிபெயர்ப்பும், திருப்புகழ் அறுபது பாடல்களின் தெலுங்கு விரிவுரையும் விரைவில் வெளிவர உள்ளன. சினிவாலி என்ற துப்பறியும் நூலின் தமிழ் மொழிபெயர்ப்பு வெளிவரும் தருவாயில் உள்ளது. ஆல்இந்தியா ரேடியோ ஹைதராபாதில் பல தலைப்புகளில் தெலுங்கில் உரையாற்றி வருகிறார். பக்தி டிவி போன்ற தெலுங்கு சேனல்களில் ஆன்மீக கலந்துரையாடல் நிகழ்ச்சிகளில் பங்கேற்று வருகிறார்.

2018ல் சிறந்த மொழிபெயர்ப்புக்கான திருப்பூர் சக்தி விருதும், 2021 ஜனவரியில் தினசரிடாட்காம் தளம் பாராட்டி அளித்த தெய்வத் தமிழர் விருதும் 2023 மார்ச் மாதம் லேடீஸ் ஸ்பெஷல் இதழ் கௌரவித்து அளித்த ஸ்ரீசக்தி விருதும் இவரை அடைந்து மகிழ்ந்தன.

உங்கள்,

திருமதி. ராஜி. ரகுநாதன்

அனந்தாழ்வான் தோட்டம் (புரிசைவாரி தோட்டம்) - சாலை வரைபடம் (Route Map)
அனந்தாழ்வான் தோட்டம்
ANANTALWAN THOTA
லக்ஷ்மீ வராக சுவாமி கோவில்
அர்ச்சக நிலையம்
ராதா கிருஷ்ணர் ஆலயம்
ஹயக்ரீவர் ஆலயம்
வடக்கு மாட வீதி (North Mada Street)
வராஹ சுவாமி ஆலயம்
புஷ்கரிணி
பிரசாத கௌண்டர்
சபேரா
ஸ்ரீ ராமானுஜர் சந்நிதி
யமுநோத்தரை
அன்னமய்யா பாண்டாகாரம்
உண்டியல்
யோக நரசிம்மர் சந்நிதி
அனந்தாழ்வான் கடப்பாரை
(East Mada street)
கிழக்கு மாட வீதி
பங்காரு வாசல்
விஜயா
ஆனந்த நிலையம்
ஸ்ரீவேங்கடேஸ்வர சுவாமி
குலசேகரப் படி, ராமரின் மேடை, 5 வது துவாரம்
கருடாழ்வார்
சம்பங்கி பிராகாரம் (வெள்ளி வாசல்)
துவஜ ஸ்தம்பம்
மகா துவாரம்
ஜெயா
பங்காரு வாசல்
வெளியில் செல்ல வழி
பங்காரு கிணறு
வராஹ சுவாமி
பரகாமணி
கோவிந்த நிலையம்
W4 Gate
சின்ன ஜீயர் மடம்
W3 Gate
மேற்கு மாட வீதி (West Mada street)
வசந்தோத்சவ மண்டபம்
W2 Gate
W1 Gate
தெற்கு மாட வீதி (South Mada street)

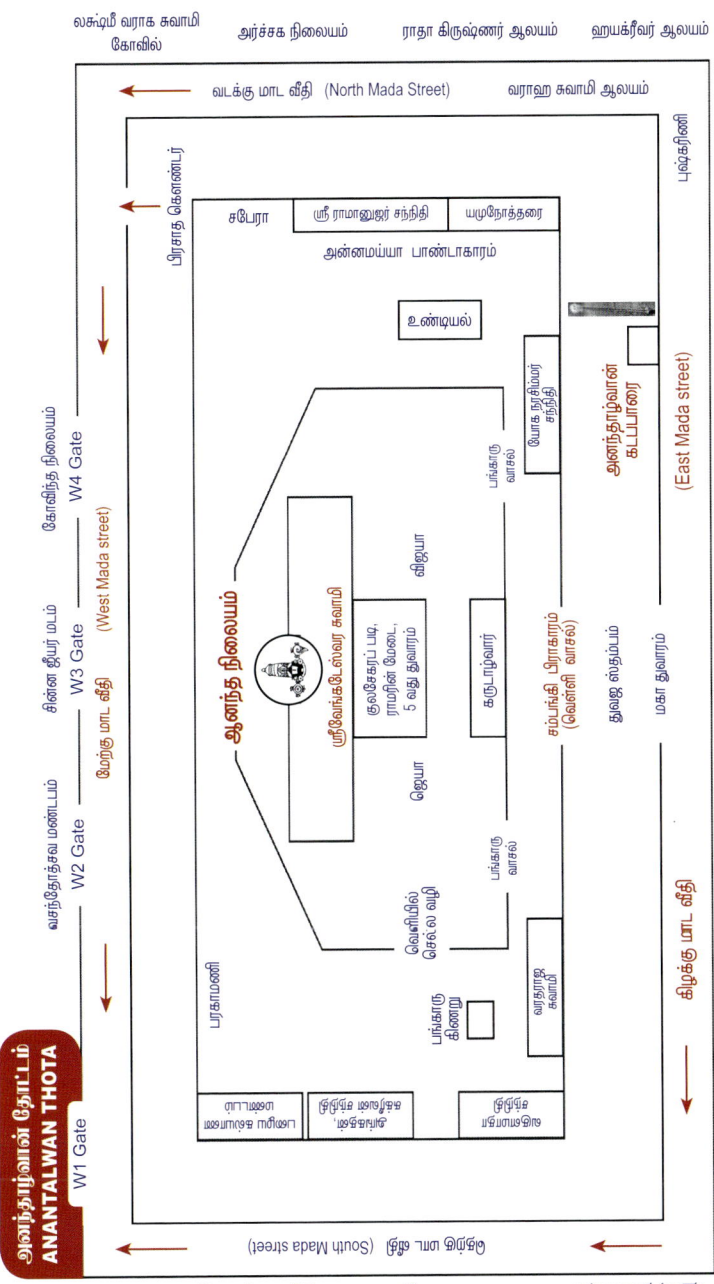

முதல் அத்தியாயம்

அவதாரத்தின் தேவையும் சிறப்பும்

ஸ்ரீகிருஷ்ண பரமாத்மாவின் வழிகாட்டலில் பதினெட்டு நாட்கள் அலுப்போ சலிப்போ இல்லாமல் மகாபாரத யுத்தத்தை நடத்திய பாண்டவர்களுக்கு வெற்றி கிடைத்தது. பாண்டவர்களில் மூத்தவனான தர்மபுத்திரன் முடிசூடினான். துவாபர யுகத்தின் முடிவுக் காலம் நெருங்கியது. காந்தாரியின் சாபம் பலித்தது.

ஸ்ரீகிருஷ்ணாவதாரம் முடிவடையும் காலம் நெருங்கி விட்டது என்று உணர்ந்த பரமாத்மா துவாரகை நகரத்தின் வெளியில் ஒரு மரத்தின் கீழ் கால் மேல் கால் போட்டு அமர்ந்து ஓய்வெடுத்துக் கொண்டிருந்தார். யாதவர்களிடையே பகையை எடுத்து வந்த காரணியான இரும்பு உலக்கையைத் தம்மால் முடிந்த வரை அரைத்து அரைத்துச் சிறிய முனையாக்கி அது தம்மை ஒன்றும் செய்யாதென்று எண்ணி யாதவர்கள் அதனை நதியில் வீசி எறிந்தார்கள். அதனைக் கண்டெடுத்த ஒரு வேடுவன் (முற்பிறவியில் வாலி) தன் அம்பின் நுனியில் அதனைப் பொருத்தி வேட்டையாடி வருகையில் சிவந்த செம்பருத்தி பூ வண்ணத்தில் இருந்த ஸ்ரீகிருஷ்ணரின் உள்ளங்கால்களைப் பார்த்து மான் என்று தவறாக நினைத்து அம்பைச் செலுத்தினான். அது நேராக ஸ்ரீ கிருஷ்ணரின் பாதத்தைத் துளைத்தது. ஸ்ரீ கிருஷ்ண பரமாத்மா திருமேனியைத் துறந்து வைகுண்டத்திற்கு ஏகினார்.

ஸ்ரீ கிருஷ்ண பரமாத்மா பூமி மீது இருந்தவரை அடி எடுத்து வைக்க அஞ்சி நடுங்கிய கலி, ஸ்ரீ கிருஷ்ணர் தேகத்தைத் துறந்த அடுத்த கணமே தன் பாதத்தை பூமியின் மேல் வைத்தான். துவாபர யுகம் முடிந்து கலியுகம் தொடங்கியது. ஸ்ரீ கிருஷ்ணர் உடலைத் துறந்த ஏழாவது நாள், கலியின் தாக்கத்தால் துவாரகை நகரம் சமுத்திரத்தில் மூழ்கியது.

யுக தர்மத்தின்படி கலி, தன் விகாரமான சேட்டைகளை ஆரம்பித்தான். அதன் பாதிப்பால் மக்கள் தர்மத்தைக் கைவிட்டனர். பண்டிதர்கள், வேத விற்பன்னர்கள், யோகிகள், அந்தணர்கள் அனைவரும் யக்யம், யாகம், பூஜை, சந்தியாவந்தனம்

போன்றவற்றைக் கடைப்பிடிப்பதை நிறுத்தினர். உண்மையான குருமார்களின் எண்ணிக்கை குறைந்து, போலி குருமார்களின் எண்ணிக்கை அதிகமானது. அஞ்ஞானிகள் அரசாளத் தொடங்கினர். காமம், குரோதம், லோபம், மோகம், மதம், மாச்சர்யம் என்ற ஆறு உட்பகைகளும் தலைவிரித்தாடி அனைத்து மக்களும் செய்யக்கூடாதவை பலவற்றைச் செய்து, பிறப்பு இறப்பு என்னும் சக்கரத்தில் சிக்கி உழலத் தொடங்கினர். காப்பாற்ற வேண்டிய அரசர்களே அபகரிப்பவர்களாக மாறினர். இத்தனை ஏன்? அநியாயத்திற்கும் அதர்மத்திற்கும் மறுபெயரே கலியுக தர்மம் என்று கூறிவிடலாம்.

ஆனால், இத்தனை தூரம் கலிப் பிரபாவத்தின் வெப்பம் தாக்கினாலும், கலியால் பார்க்க முடியாத பகடை ஒன்றை தன் ஆயுதமாகத் தயார் செய்து, தர்மத்தைச் சற்றேனும் நிலைநிறுத்தியே தீர வேண்டும் என்று தர்மப் பிரபுவான ஸ்ரீமன் நாராயணன் கலியின் மீது பிரயோகிப்பதற்கு முன்வந்து, கலியை அழைத்து இவ்வாறு கூறினார்.

கலி! உன் யுக தர்மத்திற்கு நான் குறுக்கே வரமாட்டேன். ஆனால் தர்மத்தைச் சற்றேனும் நான் முன்வந்து பாதுகாக்காவிடில் பிரபஞ்சம் உடனடியாக அழிந்துவிடும். அதனால், நான் கூறுவதை நீ கவனமாகக் கேட்டு கடைபிடித்துத் தீரவேண்டும். முக்கியமாக, யார் ஒருவர் ஒன்பது வித பக்தி மார்க்கங்களில் ஏதாவது ஒன்றைப் பின்பற்றி என்னையே சரணடைந்து என் சந்நிதியைச் சேர விரும்புவாரோ, யார் உண்மையான குருவை தன் முற்பிறவி நல்வினையால் சந்தித்து முழுமையாக சேவித்து குருவே உண்மையான தெய்வம் என்று வாழ்க்கைப் பயணத்தை நடத்துவரோ, பண்டிதனானாலும் பாமரனானாலும் யார் என் நாம ஸ்மரணம், சங்கீர்த்தனம், பஜனை போன்றவற்றைச் செய்வாரோ அப்படிப்பட்டவர்களிடம் நீ செல்லாதே. ஏனென்றால், அவர்கள் தர்மத்தைக் கடைப்பிடிப்பவர்களாக, உன் ஆறுவித உட்பகைவர்களின் விகார சேட்டைகளிடம் சிக்காமல், உன் ஆட்சியின் கீழ் வர விரும்பாமல், என்னையே அடைவார்கள். அப்படிப்பட்டவர்களுக்கு என் இந்த பாத கமலங்களே நிலையான நிவாசம் என்று எடுத்துரைத்தார்.

ஒருவேளை அப்படிப்பட்டவர்களை நீ அடைய விரும்பி தீங்கு செய்தால் நீயே சாம்பலாகி இறுதியில் உன் இருப்பே கேள்விக்குறியாகிவிடும். அதனால் ஜாக்கிரதையாக விழிப்போடு இருந்து உன் யுக தர்மத்தை நடத்து. அதேபோல் நான் கலியுகத்தில் தர்மத்தை நிலைநாட்டுவதற்காக சாட்சிபூதமாக வேங்கடாசலத்தின் மீது நிலையான நிவாசம் அமைத்துக் கொண்டு வேங்கடேஸ்வரன் என்ற பெயரோடு தோன்றுவேன் என்று கூறினார். அதற்கு கலி, சரி என்று கூறி, தன் யுக தர்மத்தை நடத்தத் தொடங்கினான். கலியின் தாக்கத்தால் மக்கள் இரண்டாகப் பிரிந்தனர். ஒரு புறத்தார் கடவுள் உள்ளார் என்றும், இன்னொரு புறத்தார் கடவுள் இல்லை என்றும் கூறினர். மேலும் கடவுள் உள்ளார் என்பவரில் ஒரு பிரிவினர் பரமசிவனே

வழிபடத் தக்கவர், உலகை பாலிப்பவர், படைத்தல் காத்தல் அழித்தல் மூன்றையும் செய்பவர் என்றும், மற்றொரு பிரிவினர் மகாவிஷ்ணுவே தெய்வம், ஆதியில் தோன்றியவர் என்றும் கூறி சைவர், வைணவர் என்று இரண்டாகப் பிரிந்தனர். காலக்கிரமத்தில் சைவர்கள் வைணவத்தை வெறுப்பவர்களாகவும், வைணவர்கள் சைவத்தை வெறுப்பவர்களாகவும் ஆனார்கள். சிறிது காலத்தில் சைவர்களின் அடிப்படை வாதம் அளவுக்கு அதிகமாகி, கண்ணில் தென்பட்ட வைணவ ஆலயங்களையும் விஷ்ணு சிலைகளையும் சிதைத்து நாசமாக்கத் தொடங்கினர். இயல்பாக வைணவர்கள் அமைதியானவர்கள். ஆதலால் சைவர்களின் ஆதிக்கம் வளரத் தொடங்கியது.

கலியுகத்தின் தொடக்கத்திலேயே ஸ்ரீமகாவிஷ்ணு வைகுண்டத்தை விட்டு நீங்கி, ஸ்ரீமகாலட்சுமி தேவியைத் தேடிக்கொண்டு திருச்சானூர் வந்து தன்னுடைய குந்தலாயுதத்தால் பத்ம சரோவரம் என்ற குளத்தைத் தோண்டி, பன்னிரண்டு ஆண்டுகள் தவம் செய்து, ஸ்ரீசூரிய நாராயணனை பிரதிஷ்டை செய்தார். தாமரைக் குளத்தில் பத்மத்தில் தோன்றி, ஆகாசராஜாவின் வீட்டை அடைந்து அங்கு வளர்ந்த ஸ்ரீ பத்மாவதிதேவியை மணம் புரிந்து, அதன் பின்னர் ஆதி வராஹ க்ஷேத்திரமான திருமலையை அடைந்து, அங்கே ஆனந்த நிலையத்தில் அர்ச்சாவதார மூர்த்தியாகி ஸ்ரீ ஸ்ரீனிவாசன், ஸ்ரீவேங்கடேஸ்வரன் என்ற நாமத்தால் பூஜிக்கப்பட்டு கலியுக பிரத்தியக்ஷ தெய்வமாக பிரகாசிக்கிறார்.

ஸ்ரீவேங்கடேஸ்வரனை வைணவர்கள் தம் வைஷ்ணவ சம்பிரதாயப்படி வழிபடுகையில் சைவர்கள் சைவ சம்பிரதாயப்படி வழிபடத் தொடங்கினர். சைவர்களின் தொல்லை அளவுக்கதிகமாயின. ராமானுஜரின் காலத்தில் அரசாண்ட குலோத்துங்கச் சோழன் ஒரு முட்டாள் சைவ அரசன். பேராசை பிடித்த அயோக்கியன். ராவணன், ஹிரண்யகசிபு, கம்சன் போன்ற அசுரர்களை மிஞ்சிய ராக்ஷச குணம் கொண்ட உன்மத்தனாக ஆறு உட்பகைகளும் தூண்டப்பட்டவனாக கண்ணில்பட்ட மற்றும் கண்ணில் படாத வைணவ ஆலயங்களையும் ஸ்ரீ விஷ்ணு அவதார ரூபங்களையும் நாசம் செய்து, அசுரனைப் போல் மகிழ்ச்சியடையத் தொடங்கினான். அவனுடைய ஆதரவைப் பார்த்து சைவர்களும் அவனைப் போலவே சஞ்சரித்து உற்சாகமடைந்தனர். இத்தகைய அக்கிரமங்களைச் செய்த குலோத்துங்க சோழன் இறுதியில் செய்த பாவங்களுக்கு ஏற்ப தொண்டைப் புற்று நோய் வந்து, அன்று மருந்துகள் இல்லாத காரணத்தால் உதவியற்ற நிலையில் மரணமடைந்தான்.

சிறிது காலத்தில் சைவர்களின் தாக்குதலால் வைணவர்களுக்கும் வைஷ்ணவ ஆலயங்களுக்கும் வைஷ்ணவ தத்துவ சிந்தனைக்கும் கடினமான காலம் ஏற்பட்டது. வைணவர்கள் அனைவரும் தமக்கு யார் துணை? தம்மைக் காப்பாற்றி, வைணவத்தை வாழ்விக்கக் கூடியவர் யார்? என்று ஹாஹா என்று கதறி, ஸ்ரீமகாவிஷ்ணு! ஸ்ரீமன் நாராயணா! நீயே எமக்கு கதி என்றும் உன்னை நீயே

பாதுகாத்துக் கொள்ள வேண்டும் என்றும் திக்குகள் எதிரொலிக்கும் வண்ணம் அழத் தொடங்கினர். ஸ்ரீ வேங்கடேஸ்வரனை பிரார்த்திக்கத் தொடங்கினர். தங்கள் இறைவனான ஸ்ரீ மகாவிஷ்ணுவை வழிபடும் வைணவ பக்தர்களின் நிலையைக் கண்டு ஸ்ரீமன்நாராயணனின் படுக்கையான ஆதி சேஷனின் மனம் கரைந்து, தன்னில் தான் இவ்வாறு யோசிக்கத் தொடங்கினான். ஆஹா! என் சுவாமி திரேதா யுகத்தில் ஸ்ரீராமாவதாரம் எடுத்த போது நான் லட்சுமணனாகவும், துவாபர யுகத்தில் ஸ்ரீகிருஷ்ணனின் அண்ணன் பலராமனாகவும், ஒரு கணமும் விடாமல் ஆடிப்பாடி ஒவ்வொரு அடியெடுத்து வைக்கும்போதும் பாதுகாத்து வந்தேனே. இப்போது இந்த கலியுகத்தின் என் பிரபு ஸ்ரீ வேங்கடநாதனை நான் எவ்விதம் பாதுகாப்பேன்? ஸ்ரீ மகாவிஷ்ணுவை நம்பிய வைணவர்களுக்கு நான் எவ்விதம் உதவி புரிந்து வைணவ மதம் வளர உதவுவேன்? என்று சிந்தித்து, ஸ்ரீ மகாவிஷ்ணுவுக்கு வைகுண்டத்தில் நடப்பது போல் பூமியில் தோன்றிய ஸ்ரீரங்கநாதனுக்கும், மேல்கோட்டையில் தோன்றிய செலுவ நாராயணனுக்கும், காஞ்சியில் தோன்றிய ஸ்ரீ வரதராஜ பெருமாளுக்கும், திருமலையில் தோன்றி ஒளிவீசுகின்ற ஸ்ரீ வேங்கடேஸ்வரனுக்கும் நித்திய பூஜைகள், கைங்கர்யங்கள், அர்ச்சனைகள், வைகானச ஆகமத்தின்படி சேவைகளும் பூஜைகளும் நிரந்தரம் நடக்கவேண்டுமென்று, சேவித்து, உய்வடையும்படி பார்க்கவும் காட்டவும் ஆதிசேஷன் தனக்குத் தானாக இரண்டு அவதாரங்கள் எடுக்க எண்ணி ஸ்ரீமகா விஷ்ணுவின் உத்தரவைப் பெற்று பூமியில் அவதரித்தான். அவையே...

1. ஸ்ரீ ராமானுஜர்

ஆதிசேஷனே ஸ்ரீ ராமானுஜரின் வடிவில் அவதரித்து முக்கியமாக வைணவ தத்துவ பிரச்சாரம், வைணவ தேவாலயங்களின் புனரமைப்பு, ஆகம சாஸ்திரத்தின்படி பூஜைகள், நிவேதனங்கள், வேத அத்யயனங்கள், வேத கோஷ்டி, வைணவ சீடர்களைத் தோற்றுவிப்பது முதலானவற்றைச் செய்து, ஸ்ரீ ரங்கத்தில் ஸ்ரீ ரங்கநாதனுக்கு சேவைகள் புரிந்து பரமபதத்தை அடைந்தார். சுமார் நூற்றிருபது ஆண்டுகள் வாழ்ந்து அதன் பின் தானே மீண்டும் மணவாள மாமுனிகள் என்ற பெயரில் மூன்றாவது முறையும் அவதரித்து வைணவத்தை தழைக்கச் செய்தார்.

2. திருமலை அனந்தாழ்வான்

ஆதிசேஷனே திருமலை அனந்தாழ்வான் வடிவில் அவதரித்து பகவத் ராமானுஜரை குருவாக ஏற்று, நிரந்தரம் குரு நாமத்தை உச்சரித்து, ஆத்மானுபவத்தில் திளைத்து, ஏகஸந்தாக்ரஹியாக, குருவின் ஆணையை மீறாமல் கடைப்பிடித்து, திருமலையை அடைந்து, ஸ்ரீ வேங்கடேஸ்வரனுக்கு புஷ்ப கைங்கர்யம் செய்து, திருமலையை புஷ்ப மண்டபம் என்ற பெயருக்கு ஏற்ப அமைத்துக் காட்டி, அநேக சீர்திருத்தங்களால் பகவத் ராமானுஜரின் ஆணையோடு வலுவாக ஆலய நிர்வாக அமைப்பை ஏற்படுத்தி, ஒவ்வொரு கணமும் சாக்ஷாத் ஸ்ரீமன் நாராயணனான ஸ்ரீ வேங்கடேஸ்வரனோடு உரையாடிக் கொண்டும் வாக்குறுதிகள் அளித்தும் புஷ்பமாலை தொடுத்து அலங்காரம் செய்தும் உய்வடைந்து புகழ்பெற்றார்.

ஸ்ரீ வேங்கடேஸ்வரனுக்குத் தன் வீட்டில் சிறைபிடித்த ஸ்ரீ மகாலக்ஷ்மியையே கொடுத்து கன்யாதானம் செய்து உய்வடைந்து, தானும், ஸ்ரீமன் நாராயணனுக்கு கன்யாதானம் செய்த சமுத்திரனோடும், திரேதாயுகத்தில் ஸ்ரீ ராமசந்திரனுக்கு கன்யாதானம் செய்த ஜனகரோடும், துவாபரத்தில் ருக்மிணீ தேவியைக் கொடுத்து கன்யாதானம் செய்த பீஷ்மிகனோடும், சத்யபாமாவை அளித்து கன்யாதானம் செய்த சத்ராஜித்தோடும், ஜாம்பவதியை அளித்து கன்யாதானம் செய்த ஜாம்பவந்தனோடும் சரிக்குச் சரியாக அரியணையில் இடம் பிடித்து எக்காலத்திற்கும் அனந்தாழ்வான் புகழோடு நிறைபெற்றுவிட்டார்.

அப்படிப்பட்ட திவ்ய புருஷரின் சரிதத்தைப் படித்து அறிந்து கொண்டு பலருக்கும் விவரித்துக் கூறி நாமும் உய்வடைவோம்.

இவ்விதம் ஸ்ரீமான் அனந்தாழ்வான் திவ்ய சரிதத்தில்
அவதாரத்தின் தேவையும் சிறப்பும் என்ற
முதல் அத்தியாயம் நிறைவடைந்தது.

இரண்டாவது அத்தியாயம்

அவதாரம் – குழந்தைப் பருவம் – ஆச்சாரியரிடம் சேருவது

முதல் அத்தியாயத்தில் ஸ்ரீமத் பகவத் ராமானுஜர் மற்றும் ஸ்ரீமான் அனந்தாழ்வானுடைய அவதாரச் சிறப்பு குறித்து நன்கு அறிந்து கொண்டோம். இனி இந்த அத்தியாயத்தில் ஸ்ரீமான் அனந்தாழ்வானுடைய அவதார விவரங்களையும், அது தொடர்பான நிரூபணங்களையும், குழந்தைப்பருவம் குறித்தும் அறிந்து கொள்வோம்.

அனந்தாழ்வான் சாட்சாத் ஆதிசேஷனுடைய அம்சத்தோடு அவதரித்தவர். நன்கு ஆராய்ந்து பார்த்தால் பகவத் ராமானுஜர் மற்றும் ஸ்ரீமான் அனந்தாழ்வான் இருவரும் ஆதிசேஷனுடைய அம்சத்தோடு அவதரித்தவர்கள் என்றும் நிரந்தரம் குருவும் சீடரும் ஒருவருக்கொருவர் ஆத்மத் தொடர்போடு இருந்தனர் என்றும் செய்யவேண்டிய செயல்களை வேறுவேறு உடல்களோடு இருந்தாலும், ஒரே நோக்கத்தோடு தம் ஸ்வாமியான ஸ்ரீமன்நாராயணனுக்கு பூலோக வைகுண்டத்தில் படுக்கையாகவும் இருக்கையாகவும் குடையாகவும் காவலராகவும் யுக யுகங்களாக அனுசரிக்கும் ஆதிசேஷன் தானே இங்கு இருவராகத் தோன்றினர் என்றும் அறியலாம். ஸ்ரீ ஹரியின் தத்துவத்தை பிரசாரம் செய்து அர்ப்பணிப்போடு ஸ்ரீவைஷ்ணவத்தை நான்கு திசைகளிலும் வியாபிக்கச் செய்தனர். மேலும், ஸ்ரீ வேங்கடேஸ்வரனுக்கு ஆகம சாஸ்திரப்படி கைங்கர்யம், சேவை, ஹிந்துமத நம்பிக்கைகளை நிலைநாட்டுவது, ஜனனம், மரணம் என்ற சுழற்சியை நீக்கி ஸ்ரீ மகாவிஷ்ணுவின் பாத பத்மங்களிடம் நம்மைச் சேர்ப்பது என்ற செயல்களைச் செய்வதற்கு பகவத் ராமானுஜராகவும் அனந்தாழ்வானாகவும் பூமிக்கு வந்தனர்.

ஜனனம்

1053 ல் விஜய நாம வருடம், மேஷ ராசி, சித்திரை நட்சத்திரத்தில் வைணவ குல சிகாமணி, வேத வேதாங்க பாரங்கதர் ஸ்ரீ கேசவாச்சாரி, ஸ்ரீமதி யதுகிரி தம்பதிகளுக்கு காவேரி நதி தீரத்தில் மைசூர் அருகில் உள்ள ஸ்ரீ

ரங்கப்பட்டணத்திலிருந்து சுமார் மூன்று கி.மீ. தூரத்தில் உள்ள சிறுபுத்தூர் (தற்போது கிரங்கனூர்) என்ற கிராமத்தில் ஸ்ரீமான் அனந்தாழ்வான் அவதரித்தார்.

(இன்று அனந்தாழ்வான் அவதரித்த இடத்திற்கு அடையாளமாக அங்கு ஒரு கோவிலை கீரங்கனூரில் தரிசிக்கலாம்)

கீர்த்தனை

1. அனந்த்தமான பாரிஜாத மலர்களால் அனந்த பத்மநாபன், ஸ்ரீ வேங்கடேஸ்வரனுக்கு அனந்த்த புஷ்ப பூஜைகள் செய்வதற்கு ஆதிசேஷன் தானாகவே அவதரித்தான் அனந்தாழ்வான் என்ற நாமதேயனாக (அனந்த்தமான)

2. அனந்த்தனை, ஆதி அந்தம் இல்லாதவனை, திருமலை ஸ்ரீ வேங்கடராயனின் புஷ்ப மண்டப நாமத்தை சார்தகம் செய்வதற்கு ஆதிசேஷன் தானாகவே அவதரித்தான் அனந்தாழ்வான் என்ற நாமதேயனாக (அனந்த்தமான)

3. அனந்த்த லோக ரக்ஷகனை சேஷசாயியை சேஷாத்ரிவாசனை ஸ்ரீகளின் தாய் ஸ்ரீதேவியின் பிரபுவை சிறுமல்லி புஷ்பங்களால் பூஜிப்பதற்கு பல புஷ்ப மாலைகள் தொடுத்து அலங்காரம் செய்வதற்கு ஆதிசேஷன் தானாகவே அவதரித்தான் அனந்தாழ்வான் என்ற நாமதேயனாக (அனந்தமான)

4. அனந்த்த லீலைகள் நடத்துபவனை ஸ்ரீ கோவிந்தனை அனந்த்த குருபக்தி திறமையோடு, லோகங்களை ஆளும் லோகேஸ்வரனுக்கு ஸ்ரீ வேங்கடேசனுக்கு கலியுகத்தில் கன்யாதானம் செய்ய வந்தான் ஆதிசேஷன் தனக்குத் தானாக அனந்தாழ்வான் என்ற நாமதேயனாக (அனந்தமான)

அனந்த்த பாரிஜாத மலர்களின் மணத்தைப் பரப்பும் அந்த பாலகனுக்கு அனந்த்தன் என்று பெயரிட்டனர். அனந்த்தன் என்றால் முடிவில்லாதவன் என்றும் ஆதிசேஷன் என்றும் பொருள். அந்த பாலகனின் முக மலரிலிருந்து வீசும் பிரகாசமான ஜோதியைப் பார்ப்பதற்கு சுற்றுப்புற மக்களும் உறவினர்களும் சின்னக் கிருஷ்ணனை தொட்டிலில் படுத்துறங்கும் போது மீண்டும் மீண்டும் கோகுலத்தவர்கள் பார்த்ததுபோல் பார்த்தார்களாம். நாளொருமேனியும்

பொழுதொரு வண்ணமுமாக சுக்லபட்ச சந்திரனைப்போல அந்த பாலகன் வளரத் தொடங்கினான். சிறுவயதிலேயே தந்தையின் மடியில் அமர்ந்து அவர் படிக்கும் சாஸ்திரங்களையும் நூல்களையும் கேட்டு பால ப்ரஹல்லாதனைப் போல கண்களை மூடி தன்னை மறந்து சின்மய ஆனந்தத்தில் குறும்புப் புன்னகையோடு ஆத்மானந்த ஊஞ்சலில் ஆடினான். அவனுடைய முகத்தில் வீசிய ஞான தேஜஸைப் பார்த்து அனைவரும் பரவசம் அடைந்தனர்.

காலம் நகர்ந்தது. அனந்தன் வளர்ந்து பெரியவனானான். வளர்ந்த போதும் அவனுடைய வழிமுறையில் மாற்றம் வரவில்லை. எப்போதும் பகவத், பாகவத, ஆச்சாரிய பிரபத்தியோடு தன்னில் தானே ஸ்ரீ மகாவிஷ்ணுவின் லீலைகளை எண்ணிப் பார்த்து தன்மயமாகி ஆனந்தமடைந்த அந்த சிறுவனின் நடவடிக்கைகளைப் பார்த்து அவனை ‘அனந்தாழ்வான்’ என்று அழைக்கத் தொடங்கினர். அனந்தாழ்வான் என்றால் எல்லா நேரத்திலும் ஆத்மானந்தத்தில் மூழ்கி மிதப்பவன் என்று பொருள். அன்போடு அனந்தனை அனந்தாழ்வான் என்று அழைத்து மகிழ்ந்தனர்.

வளரும் போது ஆதிசேஷனின் மற்றொரு அம்சமாகத் தன் கண் முன்பே தோன்றி, வைணவத்தை உத்தாரணம் செய்த தன் குருவான வைணவ தத்வ பிரசார சாதகரான யதி ஸ்ரீராமானுஜரோடு விரைவில் சேரப் போகிறோம் என்ற எண்ணம், அவர் மனதில் தோன்றியவுடனே அவருடைய ஆனந்தம் இரு மடங்காகி பார்ப்பவர்களுக்கு முகத்தில் தெளிவாகத் தென்பட்டதால், அவருக்குத் தாம் அளித்த அனந்தாழ்வான் என்ற விருது சரியானதே என்று மக்கள் நினைத்தனர்.

பகவத் ராமானுஜரும் அனந்தாழ்வானின் வருகைக்காக எதிர்பார்த்திருந்தார். சரியான நேரத்தில் அவரும் வந்து சேர்ந்தார். பலர் வாயிலாக ஸ்ரீமத்பகவத் ராமானுஜாசாரியாரின் புகழைப் பற்றி கேள்விப்பட்டு, தானும் ஆசாரியன் ஸ்ரீ ராமானுஜரையே சரணடைந்து, அவருடைய சந்நிதியைச் சேர வேண்டும் என்ற மனதில் நிச்சயித்த அனந்தாழ்வான், தன் மனைவியோடும், யக்ஞேசர் என்பவரோடும் சேர்ந்து, குடும்ப சகிதமாக திருவரங்கத்தில் ஸ்ரீ ரங்கநாதனினின் அருகில் இருக்கும் பகவத் ராமானுஜரிடம் தன் சொந்த கிராமத்தைவிட்டு நீங்கி திருவரங்கத்தை வந்தடைந்தார். தன்னைச் சரணடைய வந்த அனந்தாழ்வானை ராமானுஜர் அழைத்து, தம்முடன் இருந்த அருளாளப் பெருமாள் எம்பெருமானாரிடம் இவ்வாறு கூறினார். ஒ அருளாளப் பெருமாள் எம்பெருமானார்! இனி அனந்தாழ்வான் உன்னைச் சரணடைவான். நீ அவனுக்கு ஞான போதனை செய்யவேண்டும் என்று கூறினார்.

அந்த சொற்களைக் கேட்ட அருளாளப் பெருமாள் எம்பெருமானார் ஒருமுறை தலையோடு கால் அனந்தாழ்வானைப் பார்த்து திடுக்கிட்டார். இத்தனை பிரகாசமாக ஒளிவீசும், ஞானப் பிழம்பாக கண்ணைப் பறிக்கும் இந்த அனந்தாழ்வானை நான்

சீடனாக ஏற்பதா? ஞான போதனை செய்வதா? நான் இவருக்கு ஆசாரியன் ஆக முடியுமா? என்று பல விதமாக யோசித்தார், அனந்தாழ்வானிடம், ஐயா! அனந்தாழ்வான்! நம் குருவான பகவத் ராமானுஜர் எனக்கு ஏற்றதல்லாத, என்னால் சாகசம் செய்ய இயலாத செயலை ஒப்படைத்தார். குருவி தலையில் பனங்காய் வைத்ததைப் போல இந்த ஆசாரியர் என்ற பதவியைக் கொடுத்துள்ளார். இத்தகைய பாரத்தை நான் சுமக்க இயலாது. ஆனாலும் ஸ்ரீ குருவான ராமானுஜாசாரியாரின் ஆணையை மீற முடியாது. நான் தவறாமல் கடைப்பிடிக்க வேண்டியதே. அதனால் என்னால் முடிந்தவரை அவருடைய ஆணையை ஏற்க வேண்டியுள்ளது. நான் தவறாமல் கடைபிடிப்பேன் என்பதால் எனக்குத் தெரிந்தவரையில், முடிந்தவரையில் ஏதோ கொஞ்சம் ஆச்சார்ய கைங்கர்ய விதி விதானங்களையும் சாஸ்திர ஞானங்களையும் போதனை செய்து உங்களை மீண்டும் பெரிய சத்குருவான ஸ்ரீ ராமானுஜரின் பாத பத்மங்களிடம் சேர்ப்பேன் என்று கூறி தனக்குத் தெரிந்ததும் முடிந்ததுமான ஞான போதனைகளைச் செய்தார். அனந்தாழ்வானை மீண்டும் அழைத்து வந்து ஸ்ரீ ராமானுஜரின் சந்நிதியை அடைந்து, பிரபு! ஆச்சார்ய தேவா! இத்தகைய சகல சாஸ்திர பண்டிதரை, ஞானஒளி வீசுபவரை உங்களிடம் திரும்ப ஒப்படைக்கிறேன். இவருடைய ஞான சக்தி, ஆச்சார்ய கைங்கர்ய நிஷ்டையின் சாமர்த்தியம் போன்றவற்றை ஏற்பது தங்களால் மட்டுமே முடியும் என்று கூறி அனந்தாழ்வானிடம், நீ இன்று முதல் பகவத் ராமானுஜரையே சரணடை. அவரே உனக்கு உண்மையான குரு என்று போதித்தார்.

அதைக் கேட்ட பகவத் ராமானுஜர் மகிழ்ந்து திருப்தியோடு அனந்தாழ்வானைத் தன் சீடனாக ஏற்றார். அனந்தாழ்வானின் ஆனந்தத்திற்கு அளவில்லாமல் போனது. எப்படியானால் என்ன? திருவரங்கத்திற்கு வந்து, சாக்ஷாத் ஸ்ரீமத்பகவத் ராமனுஜரை சேவித்ததில், தன் புண்ணியம் பலனடைந்தது என்றும் பிறவிப்பயனை அடைந்தேன் என்றும் அனந்தாழ்வான் ஆனந்த உற்சாகமடைந்தார்.

இவ்விதம் ஸ்ரீமான் அனந்தாழ்வான் திவ்ய சரிதத்தில்
அவதாரம் – குழந்தைப் பருவம் - ஆச்சாரியரிடம் சேருவது என்ற
இரண்டாம் அத்தியாயம் நிறைவடைந்தது.

மூன்றாம் அத்தியாயம்

பகவத் ராமானுஜரின் சந்நிதியை அடைந்ததும் திருமலைக்குப் புறப்பட்டதும்

ஒருவழியாக அனந்தாழ்வான் தன் குருவான பகவத் ராமானுஜரின் சந்நிதியைச் சென்றடைந்தார். தன் குருவின் திருநாமமான ஓம் ஸ்ரீமதே ராமானுஜாய நம: என்ற நாமத்தை ஒரு கண நேரமும் மறவாமல் அனுக்ஷணம் மனதில் உச்சரித்து, அந்தரங்கத்தில் குருவின் ரூபத்தை நிறைத்துக் கொண்டு அலுப்பில்லாமல் அனுஷ்டானம் செய்து தன் ஸ்ரீகுருவின் பாத சேவையை நிறுத்தாமல் செய்யத் தொடங்கினார்.

இந்த குரு – சீடரின் உறவைப் பார்த்து மக்கள் ஆச்சரியமடைந்தார்கள். அந்த தொடர்பு எப்படி இருந்ததென்றால் குரு தன் சீடரிடமிருந்து பணமோ வேறெதுவுமோ விரும்பாமல் சீடரின் சித்தத்தையும் சித்த விருத்தியையும் மட்டுமே விரும்பினார். சீடன் தான் ஒன்றும் குறைந்தவர் அல்ல என்பது போல் குருவின் மனதை அறிந்து நடந்து கொண்டு பணிவோடு தன் கடமைகளை நிறைவேற்றி வந்தார். சீடரின் வழிமுறையைப் பார்த்து குரு மனதிற்குள் மகிழ்ச்சி அடைந்தாலும் வெளியில் புகழாமல், சீடரின் புகழை வெளிப்படுத்த எண்ணம் கொண்டு

சீடருக்கு அவருடைய அவதாரக் கடமையை போதிக்கத் தீர்மானித்தார் ஸ்ரீ ராமானுஜர்.

ஒரு நாள் ஸ்ரீ ராமானுஜரின் மதியில் நம்மாழ்வார் திருவாய்மொழியின் மூன்றாவது பத்து, மூன்றாவது சுலோகம் திடீரென்று மின்னல் போல் நினைவுக்கு வந்தது. அதனை மனதில் மீண்டும் ஒருமுறை அசைபோட்டு ஆச்சரியப்பட்டர். ஏனென்றால் நம்மாழ்வார் அந்த சுலோகத்தைக் கூறிய காலத்தில், திருமலையில் தோன்றிய ஸ்ரீனிவாசனைப் பற்றி யாருக்கும் தெரியாது. அப்படியிருக்கையில், அத்தகைய பரமஞானியாகவும் பரமாத்ம சொருபமாகவும் நம்மாழ்வார் இருந்ததால்தான் அவருக்கு தெரிந்தது என்று நினைத்து, ஸ்ரீ நம்மாழ்வாரின் கோரிக்கையை எப்படியாவது நிறைவேற்ற வேண்டும் என்று திட சங்கல்பம் செய்து மறுநாள் தம்மை வந்து சந்திக்குமாறு சீடர்களுக்கு உத்தரவிட்டார்.

சாக்ஷாத் ஸ்ரீ ராமானுஜரின் மதியில் தோன்றிய ஸ்ரீ நம்மாழ்வாரின் சுலோக விவரங்கள் கீழே தரப்படுகிறது.

திருவாய்மொழி 3வது பத்து, 3வது பாசுரம்

ஒழிவு இல் காலமெல்லாம் உடனாய் மன்னி
வழு இலா அடிமை செய்யவேண்டும் நாம்
தெழி குரல் அருவித் திருவேங்கடத்து
எழில்கொள் சோதி எந்தை தந்தை தந்தைக்கே.

பொருள்

ஒலியெழுப்பும் அருவிகளைக் கொண்ட திருவேங்கட மலையில் எழுந்தருளியிருக்கும் எம்பிரான், அழகு நிறைந்த ஜோதி வடிவான இறைவன். நம் தந்தையின் தந்தைக்கும் தந்தையானவன். அத்தகைய பெருமானுக்கு இனிவரும் காலமெல்லாம் நாம் ஓய்வின்றி சேவை செய்ய வேண்டும். அவனுடனே இருந்து குற்றமில்லாத சேவைகளை நிறைவேற்றி பலவகைகளிலும் பணிவிடை செய்ய வேண்டும்.

மறுநாள் பகவத் ராமானுஜர் தன் சந்நிதிக்கு வந்த தன் சீடர்களிடம் இவ்வாறு கூறினார்.

பிள்ளைகளே! நேற்றைய தினம் என் அந்தரங்கத்தில் ஒலித்த நம்மாழ்வாரின் திருவாய் மொழி 3 ம் பத்து மூன்றாம் சுலோகம் என்னை மிகவும் பாதித்தது. நாம் தினமும் வணங்கும் ஸ்ரீமன் நாராயணன், வைகுண்டவாசன், நான்கு வேதங்களையும் படைத்தவனுக்கு நான்கு தோள்களும் நான்கு கரங்களும்

இருப்பது போலவே பூமியில் நான்கு பிரியமான நிவாசங்கள் எனப்படும் மண்டபங்கள் உள்ளன. அவை எவை என்றால்...

1. போக மண்டபம்

ஏழு பிராகாரங்களின் மத்தியில் காவேரி, கொள்ளிடம் நதிகளின் இடையில் திவ்யமான திருவரங்கத்தில் கொலுவீற்றிருக்கும் ஸ்ரீ ரங்கநாதனுக்கு அனுதினமும் போகங்களே. ஆண்டிற்கு நான்கு பிரம்மோற்சவங்கள், மூன்று தேரோட்டங்கள், அத்தியயன உற்சவங்கள், தினப்படி, பக்ஷம், மாதம், ருது, ஆண்டுகளில் நடக்கும் கணக்கற்றவையாக உள்ள பலவித உற்சவங்கள் அவருடைய போகங்கள்.

2. தியாக மண்டபம்

காஞ்சிபுரத்தில் கொலுவீற்றிருக்கும் ஸ்ரீ வரதராஜ பெருமாளின் கருட சேவை உற்சவம் பற்றி வைணவர்களுக்கு பிரத்தியேகமாக கூறத் தேவையில்லை. அந்த கருடோற்சவத்தில் வருகை தரும் பெரிய கருட வாகனத்தை தரிசித்தாலே பக்தர்களுக்கு வைகுண்டப் பிராப்தி கிட்டி விடும். ஸ்ரீ வரதராஜ பெருமாள் என்னைத் தன் சந்நிதியில் இருந்து தியாகம் செய்து திருவரங்கத்திற்கு ஸ்ரீ ரங்கநாதனின் சேவைக்காக அனுப்பினார்.

3. ஞான மண்டபம்

மேல் கோட்டையில் கொலுவீற்றிருக்கும் செலுவ நாராயணனின் சந்நிதியில் பிறந்து, அங்கு வசிக்கும் ஒவ்வொருவரும் ஞானியே. ஞானிகள் மட்டுமே வசிக்கும் இடம் ஞான மண்டபம். அங்கு ஆண்டுக்கு மூன்று பிரம்மோற்சவங்கள் நடக்கின்றன. அவை வைரம், கிருஷ்ணம், ராஜம் என்பவை.

4. புஷ்ப மண்டபம்

ஸ்ரீஹரியும் முரஹரியுமாகி, கலியில் தானே ஸ்ரீ வேங்கட ஹரியாகி, வேங்கடாத்ரி நிவாசியாக, திருமலையில் திருயலைராயனாக, ஸ்ரீ வேங்கடேஸ்வரனாக நின்று, பிரகாசித்து கொலுவீற்றுள்ளார். அந்த சுவாமி புஷ்ப அலங்காரப் பிரியன். கலி காலத்தில் இகம், பரம் இரண்டையும் அளிக்கும் இந்திராரமணன், இனகுலாத்ரி சோமன், ஸ்ரீ கோவிந்தன் தோன்றிய திருமலைக்கு புஷ்ப மண்டபம் என்று பெயர்.

அதனால், புஷ்ப மண்டபம் என்ற பெயர் கொண்ட திருமலை க்ஷேத்திரத்தில் தினமும் புஷ்ப கைங்கர்யம் செய்வதற்கும், திருமலைக்கு உள்ள புஷ்ப மண்டபம் என்ற பெயரை சார்த்தகம் செய்வதற்கும் உங்களில் யார் முன்வந்து திருமலைக்குச் சென்று அங்கு பூந்தோட்டம் வளர்த்து தினமும் ஸ்ரீ ஸ்ரீனிவாசனுக்கு புஷ்ப கைங்கர்யம் செய்யக் கூடியவர்கள் என்று வினா எழுப்பினார். அதைக் கேட்ட சீடர்களின் முகங்கள் பயத்தால் கருத்தன. ஏனென்றால் இன்றைய திருமலையின் நிலைமை வேறு. சௌகர்யங்கள் வேறு. அன்றைய திருமலையின் நிலை வேறு.

அங்கு மனித நடமாட்டமே கிடையாது. புலி, சிங்கம், யானை போன்ற கொடிய விலங்குகள் எங்கு பார்த்தாலும் சஞ்சரித்து மக்களை அச்சத்திற்குள்ளாக்கின. தாங்க முடியாத குளிர். விஷக் கிருமிகள், பூச்சிகள், விஷப் பாம்புகள் நிறைந்தது. வேனிற்காலத்தில் வெப்பம் தாங்கமுடியாது. காக்கை கூட நுழைய முடியாத அடர்ந்த காடு. இருட்டில் யாரும் அந்தப்பக்கம் வரமாட்டார்கள். பேச்சுத் துணைக்கு ஆளிருக்காது. பசித்தால் கிழங்குகளைத் தோண்டித் தின்னவேண்டும். தாகம் தீர்த்துக் கொள்வதற்கு சுத்தமான குடிநீர் கிடையாது. அப்படிப்பட்ட காட்டிற்கு குருவின் ஆணையை நிறைவேற்றுவதற்காகச் சென்றால் திரும்பி வருவது என்பதற்கு வழியே இல்லை. அதுமட்டுமல்ல. பகவத் ராமானுஜரிடம் தாம் கற்று, பயிற்சி செய்ய வேண்டிய ஞான சாதனைகள், செய்ய வேண்டிய சேவைகள் தடைப்பட்டுப் போகும் என்று சிந்தனையில் ஆழ்ந்து திருமலைக்குச் செல்வதற்கு யாருமே முன்வரவில்லை. தாம் அத்தகைய சாகசம் செய்ய இயலாது என்று சீடர்கள் அனைவரும் ஒரே குரலில் ஸ்ரீகுருவிடம் கூறிய போது ஒரே ஒரு கம்பீரமான குரல் மட்டும் இவ்விதம் கூறியது. குருதேவா! குருவின் ஆணையை நிறைவேற்றாவிட்டால் குருவை அடைந்து சேவைகள் எத்தனை செய்தாலும் என்ன பயன்? சர்வ வேளையிலும் குருவின் நாமமே எனக்குத் துணையும் பாதுகாப்புமாக இருக்கையில் காட்டில் கொடிய விலங்குகள் என்ன செய்யும்? சதா உங்கள் நாமத்தை உச்சரிக்கும் சேவையைச் செய்யும் எனக்கு பசி தாகம் எது? உங்கள் மன விருப்பத்தை நான் தீர்ப்பேன். உங்கள் ஆணையே எனக்குத் தலையாயது. உங்கள் ஆசிகளே எனக்குப் பாதுகாப்பு. நீங்கள் அனுமதியளித்தால் இன்றே மனைவியோடு சேர்ந்து திருமலைக்குப் பயணமாகிச் செல்வேன்.

பூந்தோட்டத்தை அமைத்து பூச்செடிகளை வளர்த்து விடியற்காலையே, புஷ்பங்கள் மலர்ந்து அவற்றின் மணம் காற்றில் கலப்பதற்கு முன்பே, வண்டுகளும் தேனீக்களும் அவற்றில் மொய்த்து தேனருந்தும் முன்பே, பல்வேறு அழகான மலர்களைப் பறித்து, தொடுத்து ஸ்ரீ வேங்கடேஸ்வரனை மாலைகளால் அலங்காரம் செய்வேன். இவ்விதம் உங்கள் மனோபீஷ்டத்தை நிறைவேற்றி உங்களுக்கு மனத்திருப்தி ஏற்படுத்துவேன்.

உங்களை திருமலைக்கு வரவழைத்து நான் செய்த செயல்கள் அனைத்தையும் காட்டுவேன் என்று கூறவே பகவத் ராமானுஜர் ஆனந்தத்தால் கண்களை விரித்து, அர்த்தம் கொண்ட பார்வையால் அனந்தாழ்வானைப் பார்த்தார். “நீதான் ஆண்பிள்ளை” என்று புகழ்ந்தார். அதாவது நீதான் சரியான ஆண் என்று பொருள். அன்று முதல் அனந்தாழ்வானுக்கு ஆண் பிள்ளை என்ற விருது கிடைத்தது. பின்னர் தன் வீட்டிற்குச் சென்று கர்ப்பவதியான மனைவியிடம், இன்று குருவின் ஆசியோடும் ஆணையோடும் திருமலைக்குக் கிளம்ப வேண்டும் என்று கூறினார். அவள் சரி என்று கூறவே, இருவரும் ஸ்ரீ ராமானுஜ யதீந்திரரிடம் சென்று ஆசிகளைப் பெற்று திருமலைக்குப் புறப்பட்டனர்.

இங்கு கவனிக்க வேண்டிய முக்கியமான விஷயம் என்னவென்றால், நாம் உண்மையாக குருவை சரணடைந்து சேவித்தால், கொடிய காடானாலும், வெயில் எரிக்கும் பாலைவனமானாலும், உணவும் நீரும் கிடைக்காவிட்டாலும், அடர்ந்த இருட்டானாலும் ஸ்ரீகுரு ஏற்றிய ஆத்மஞான தீபத்தின் ஒளி வழி காட்டும். பாதையில் கிடக்கும் கல்லும் முள்ளும் நம்மை பாதிக்காமல் ஸ்ரீ குரு தன் உள்ளங்கையில் நம் பாதங்களை வைத்துத் தாங்கி, வலிகளை அவர் ஏற்று பொறுத்துக் கொண்டு, நம்மில் இருக்கும் தாமச குணங்களை நீக்கி, ஸ்ரீ ஹரியின் பரமபாவனமான பாதங்களிடம் நிச்சயம் கொண்டு சேர்ப்பார். இது உண்மையான வார்த்தை. இதுவே நிஜமான குரு சிஷ்ய உறவு தொடர்பான தத்துவம். இந்த தத்துவத்தை நம் ஆதிசேஷ அம்சமான அனந்தாழ்வான் கண்டறிந்து தன் கரங்களால் நமக்குக் காட்டி, கற்றுக் கொடுக்கிறார்.

இவ்விதமாக நாம் கற்றுக் கொண்ட அன்று, இனி துயரங்களுக்கு வழியில்லை. இதுவே குரு - சீடன் உறவு தொடர்பான சூக்தம். சூத்திரம்.

இவ்விதம் ஸ்ரீமான் அனந்தாழ்வான் திவ்ய சரிதத்தில்
பகவத் ராமானுஜரின் சந்நிதியை அடைந்ததும்
திருமலைக்குப் புறப்பட்டதும்
மூன்றாவது அத்தியாயம் நிறைவடைந்தது.

நான்காம் அத்தியாயம்

திருமலையை வந்தடைவது, பூந்தோட்டம் அமைக்கத் தீர்மானிப்பது, எதிர்மறை சூழ்நிலைகளைச் சமாளித்து நிற்பது

பகவத் ராமானுஜரின் அனுமதியோடு அனந்தாழ்வான் தன் மனைவியோடு சேர்ந்து திருப்பதியை அடைந்து, திருமலை சிகரத்தின் அடியருகில் நின்று, தன் குருவின் நாமத்தை ஸ்மரணம் செய்து, நிலத்தில் விழுந்து வணங்கி, ஸ்ரீ வேங்கட நாராயணனுக்கு நமஸ்காரம் செய்து திருமலை உச்சியை அடைந்தார். ஒவ்வொரு மனிதனுடைய வெற்றியின் பின்னாலும் ஒரு பெண் இருப்பாள் என்பது பழமொழி. உண்மையாக இந்த தம்பதிகளின் விஷயத்தில் அது நிரூபணமானது. அன்றைய கால வழக்கப்படி, சிறு வயதிலேயே அனந்தாழ்வானுக்குத் திருமணம் நடந்தது. விரைவிலேயே மனைவி கருவுற்றாள். அந்த சிறந்த இல்லத்தரசி, கணவரின் சொல்லைத் தட்டாமல் கணவனே கண் கண்ட தெய்வம் என்றும் துணை என்றும் பாதுகாப்பவர் என்றும் நம்பி அனந்தாழ்வானோடு திருமலைக்கு வந்த முறையைப் பார்த்தால், ஸ்ரீராமன் வனவாசத்திற்குப் புறப்பட்ட போது, அரச சுகங்கள் தனக்கு வேண்டாம் என்றும் தன் கணவனோடு இருப்பதே பரம சௌக்கியம் என்றும் நினைத்து அவன் பின்னால் நடந்த நம் தாயார் சீதாதேவியின் நினைவு வருகிறது அல்லவா?

கர்ப்பிணியாக இருந்தாலும் மெதுவாக, அதிக கஷ்டத்தோடு, பாதை சரியில்லாத திருமலையின் உச்சியை கணவனோடு சேர்ந்து ஏறினாள். இருவரும் வேங்கடாசலத்தை அடைந்தனர். பின்னர், சுவாமி புஷ்கரிணியில் ஸ்நானம் செய்து அர்க்ய, பாத்யங்களை நிறைவேற்றி, ஸ்ரீஆதி வராஹ சுவாமியை வணங்கி, தன் குருவான பகவத் ராமானுஜரின் சங்கல்பத்தையும் ஆணையையும் சுவாமியிடம் விண்ணப்பித்து, ஸ்ரீ குருவின் கோரிக்கையைத் தீர்ப்பதில் தனக்கு உதவும்படியாகவும் வெற்றியோடு பூர்த்தி செய்யும்படியாகவும் ஆசி வழங்கும்படி

வேண்டிக் கொண்டு, அருளைப் பெற்று பகவத் ராமானுஜரின் தாய்மாமனான திருமலை நம்பியை தரிசித்தார். ஸ்ரீ ஸ்ரீனிவாசன் நாம் கேள்விப்பட்ட விதமாக பக்த சுலபனே. ஆனால் அவன் பக்தர்களை சோதித்துப் பார்த்து திருப்தி அடையாவிடில், அத்தனை எளிதாக அருள் புரிபவன் அல்ல என்பது உலகின் கூற்று அல்லவா? அதேபோல், ஸ்ரீ ஸ்ரீனிவாசன் நம் அனந்தாழ்வானின் ஆச்சார்ய கைங்கர்ய நிஷ்டையையும், கடமையுணர்வையும் சோதிக்க எண்ணி ஒவ்வொரு அடி எடுத்து வைக்கும் போதும் எதிர்மறை சூழல்களை ஏற்படுத்தத் தொடங்கினான்.

ஸ்ரீ வேங்கடநாதன், அனந்தாழ்வான் பூந்தோட்டம் அமைக்கும் பணியைத் தொடங்கிய உடனே ஏதோ ஒரு வழியில் பிரதிகூல நிலைமையை ஏற்படுத்தி அனந்தாழ்வான் அன்று செய்து முடிக்க நினைத்த பணிகள் அனைத்தையும் செய்ய விடாமல் தடுத்தான். திருமலை பர்வதத்தில் அடர்ந்த காடுகள் இருந்த காரணத்தால், குளிர் அதிகம் இருக்கும். ஸ்ரீ வேங்கடநாதன் குளிரின் தீவிரத்தை மிக அதிகமாக்கினான். அதிலும் பனிப்புகையை அலை போல் சூழச் செய்தான். இருந்தாற்போலிருந்து இடியும் மின்னலும் பெருமழையுமாக நிற்காமல் பெய்யச் செய்தான். கொடிய விலங்குகள் மற்றும் விஷ சர்ப்பங்களின் சஞ்சாரத்தை அனந்தாழ்வானின் இருப்பிடத்தைச் சுற்றி அதிகம் ஏற்படுத்தினான். பல வித தொல்லைகளை விளைவித்து அனந்தாழ்வானின் பணிக்கு இடைஞ்சல் ஏற்படும்படி செய்தான் திருவேங்கடாதீசன். இத்தனை பிரதிக்கூலச் சூழ்நிலைகளின் இடையிலும் அனந்தாழ்வான் தன்னால் இயன்றவரை பணியை நிறுத்தாமல் செய்து வந்தார். குருவின் மனதில் உதித்த கோரிக்கையைத் தீர்ப்பதற்காக வந்தேன் அல்லவா? என்று நினைத்து கடமையை நிறைவேற்றி வந்தார்.

ஆனால் ஒவ்வொரு நாளும் ஸ்ரீ வேங்கடாதீசன் ஏற்படுத்திய எதிர்மறை சூழ்நிலைகளால் சலிப்படைந்து, ஒரு நாள் மாலை கர்ப்பவதியான தன் மனைவியிடம், என்னோடு சேர்ந்து நீயும் பணி செய்து வந்தாய். அந்த உதவி எனக்கு மகிழ்ச்சியை அளித்தது. ஆனால் நம் குருவின் ஆணையைத் தாங்கி என்னோடு கூட கர்ப்பிணியான நீயும் படும் சிரமங்களைப் பார்த்து எனக்கு மன வேதனை ஏற்படுகிறது. நாம் இருவரும் எத்தனை முயற்சி செய்தாலும் இங்குள்ள பாதகமான நிலையின் பாதிப்பால் பணி தடைப்படுகிறது. நாட்கள் கழிந்தாலும் பலன் இல்லாமல் போகிறது. அதனால் நீ எல்லாம் அடுக்கி வைத்துக் கொண்டு தயாராக இரு. நாளையே நாம் நம் ஊருக்குத் திரும்பிச் செல்லலாம் என்று கூறினார். அவளும் மகிழ்ச்சியோடு சரி என்று கூறி, வஸ்திரங்களையும் பொருட்களையும் மூட்டை கட்டிவைத்து மறுநாள் காலை தம் ஊருக்குச் செல்வதற்குத் தயாராகி, அன்று இரவு சந்தோஷமாக உறங்கினாள். மனைவியிடம் கூறிவிட்டாரே தவிர அனந்தாழ்வானின் மனதில் பல வித ஆலோசனைகள் வந்து போயின. நான் குருநாதரின் சபையில் அவருடைய விருப்பத்தை நிறைவேற்றுவேன் என்று வீரமாகக் கூறிவிட்டு வந்தேன். நான் ஏதோ சாதிக்கப் போகிறேன் என்று என் குரு எனக்கு 'ஆண்பிள்ளை' என்று ஒரு விருதும் கொடுத்தார். குருவின் ஆணையை

நிறைவேற்றி குருவை மகிழ்விக்கச் செய்வதல்லவா சீடனின் கடமை. ஒருவேளை நான் இங்கிருந்து யாருக்கும் சொல்லாமல் எங்காவது போனால் என் குருவுக்கு எத்தகைய அவமானம்? சக சீடர்கள், உறவினர், தெரிந்தவர்களின் நடுவில் எனக்கு எத்தனை அவமானம்? எனக்கு கௌரவம் எதுவும் மீதியிருக்காது என்று பலவிதத்திலும் சிந்தனை செய்து இறுதியில், எது எப்படியானாலும் நான் குருவின் உத்தரவை நிறைவேற்றியே தீருவேன். என் மரியாதையையும் குருவின் கௌரவத்தையும் நிலைநிறுத்தித் தீருவேன். திருமலையிலேயே இருந்து என் கடமையை நான் நிறைவேற்றுவேன். இதில் என் உயிரே போனாலும் பரவாயில்லை என்று மனதை நிச்சயப்படுத்திக் கொண்டார்.

மறுநாள் ஊருக்குச் செல்லப் போகிறோம் என்று மகிழ்வோடு துயிலெழுந்த தன் மனைவியிடம் தன் மன நிச்சயத்தைத் தெரிவித்து, மீண்டும் பூந்தோட்டம் அமைக்கும் பணியில் இறங்கினார். தன் கணவரின் மன விருப்பத்தை நிறைவேற்றுவதே தன் கடமை என்றும் தன் கணவரின் கௌரவ மரியாதையைக் காப்பாற்றுவதே மனைவியாகத் தன் பொறுப்பு என்றும் எண்ணி, அந்தச் சிறந்த இல்லாள், தன் மனதை சமாதானப்படுத்திக் கொண்டு மீண்டும் வீட்டை சரிசெய்துவிட்டு கணவரின் பணியில் உதவத் தொடங்கினாள். இந்த கணவன் மனைவியின் அன்னியோன்னியத்தைப் பார்த்து வேங்கடாசலபதிக்கு மிகவும் மகிழ்ச்சி ஏற்பட்டது. அவரருகில் இருந்த அன்பு மனைவி அலமேலு மங்கம்மா, சுவாமி! இனி உங்கள் விளையாட்டை நிறுத்தி ஆதி தம்பதிகளைப் போன்ற இந்த தம்பதிகளுக்கு உதவி புரியுங்கள் என்று கூறினாள். சரி என்று ஸ்ரீ வெங்கடேஸ்வரன் அதற்கு முன் தான் ஏற்படுத்திய பாதகமான சூழ்நிலைகளை அன்றிலிருந்து நிறுத்தி விடுவதாகத் தன் பிரியமான சதி பத்மாவதி தேவிக்கு வாக்களித்தார், அன்றிலிருந்து எப்போதும் அனந்தாழ்வானின் பணிகளுக்கு தடை ஏற்படுத்தாமல் தன் சொல்லை நிறைவேற்றினார் ஸ்ரீ ஸ்ரீனிவாசன், ஸ்ரீ ரமா மாதவன். பின்னர் புஷ்பவன சாகுபடி பணிகளை மேற்கொண்டார் நம் அனந்தாழ்வான்.

இவ்விதம் ஸ்ரீமான் அனந்தாழ்வான் திவ்ய சரிதத்தில் திருமலையை வந்தடைவது, பூந்தோட்டம் அமைக்கத் தீர்மானிப்பது, எதிர்மறை சூழ்நிலைகளைச் சமாளித்து நிற்பது என்ற நான்காம் அத்தியாயம் நிறைவடைந்தது.

ஐந்தாம் அத்தியாயம்

வேங்கடேஸ்வரனை காயப்படுத்துவது, தாடையில் சந்தன பச்சைகற்பூரம் பூசுவது

விடியற்காலையே அனந்தாழ்வான் தன் சந்தியாவந்தனம், அர்க்யம், அர்ச்சனை போன்ற கிரியைகளை முடித்துக் கொள்ளும் முன்பே, அவருடைய மனைவி சமையல் வேலைகளை முடித்துக் கொண்டு, தம் குடிசையின் அருகில் நீர் நிலைகள் எங்கே உள்ளன, மலர்ச் செடிகளை வளர்ப்பதற்கு ஏதுவான இடம் எங்குள்ளது என்று தேடிக் கண்டுபிடிக்கத் தொடங்கினாள். சில நாட்களுக்குப் பிறகு அனந்தாழ்வான் ஒரு முடிவுக்கு வந்து முதலில் நீர் வசதிக்காக ஒரு குளத்தை அல்லது புஷ்கரிணியைத் தோண்டி பின்னர் பாறை நிலத்தை உடைத்து பண்படுத்தி மட்டப்படுத்தி பூச்செடிகளை நட வேண்டும் என்றும் அந்த புஷ்கரிணி நீரை மொண்டு நித்தியம் செடிகளுக்கு நிரம்ப ஊற்றவேண்டும் என்றும் எண்ணினார்.

ஸ்ரீ அனந்தாழ்வான் ஒரு கடப்பாறையைத் தன் ஆயுதமாகக் கொண்டு பணியை மேற்கொண்டார். அந்த கடப்பாரை அனந்தாழ்வானின் கரத்தில் எப்படி இருந்ததென்றால், லட்சுமணனின் கையில் இருந்த வில்லைப் போலவும், பலராமனின் கையில் இருந்த கலப்பையைப் போலவும் தென்பட்டது.

உதயகாலத்திலேயே ஸ்ரீ அனந்தாழ்வான் கடப்பாரையும் மண்வெட்டியும் கையில் பிடித்து முன்னால் நடக்கையில், அவர் பின்னாலேயே கர்ப்பிணியான அவர் மனைவி கூடைகள் இரண்டைக் கையில் பிடித்து அவரை அனுசரித்து நடந்தாள். கடப்பாரையால் மலைப் பாறையை உடைத்துத் தூளாக்கித் தோண்டிய மண்ணை மண்வெட்டியால் அள்ளி கூடையில் நிறைத்து, மனைவியின் தலையில் வைத்து, சற்று தூரத்தில் கொட்டிவிட்டு வரும்படிக் கூறினார். அவளும் நிறைமாத கர்ப்பமாக இருந்தாலும் கணவரின் சொல்லத் தட்டாமல் அவ்வாறே செய்து வந்தாள்.

மண் கூடையைத் தூக்கி மெதுவாக தலையில் வைத்துக் கொண்டு அதிக சிரமத்தோடு அவள் நடக்கையில், தலையில் இருந்து வழிந்த வியர்வை கன்னங்களின் மீதாக அவள் உடலை நனைத்தது. ஆயாசத்தோடு முனகியபடி மண்ணைத் தொலைவாக தூக்கிச் சென்றாள். அவள் படும் சிரமத்தைப் பார்த்த ஸ்ரீ வெங்கடேஸ்வரனின் மனம் கருணையால் நனைந்தது.

இந்த கணவனும் மனைவியும் தமக்கு மலர் மாலை தொடுப்பதற்கும் திருமலைக்கு இருக்கும் புஷ்ப மண்டபம் என்ற பெயரை அர்த்தமுள்ளதாகச் செய்வதற்கும் குருபக்தியோடு கொடுத்த வாக்கை நிறைவேற்றுவதற்கும் படும் சிரமத்தை அனுதினமும் தன் தாமரைக் கண்களை விரித்துப் பார்த்தபடி இருந்தான் திருவேங்கடநாதன். இந்தப் பணியை இவர்கள் எப்போது முடித்து பூச்செடிகள் நட்டு வளர்த்து அவற்றில் பூத்த மலர்களைச் சேகரித்து எனக்கு மாலை கட்டி அலங்கரிப்பர்களோ? நான் எப்போது அவற்றை அணிவேனோ? என்ற ஆனந்த ஆர்வம் ஒரு புறம் இருந்தாலும் இன்னொரு புறம் அவர்களின் கஷ்டத்தைப் பார்த்து பொறுக்க முடியாமல் போனான். அதில் என்னால் பங்கு பெற முடியவில்லையே என்று வருந்தி தலையைச் சாய்த்து ஆலோசித்தான். இறுதியில், கருணாந்தரங்கன், பக்த ஜன பாந்தவன் ஆன ஸ்ரீ வெங்கடேஸ்வரன், அவர்களுக்கு உதவி செய்யவேண்டும் என்று ஒரு நிச்சயத்திற்கு வந்து ஆனந்த நிலையத்தை விட்டு ஒரு மாடுமேய்க்கும் சிறுவனின் வேடத்தில் அனந்தாழ்வானை நெருங்கி அவரோடு பேச்சுக் கொடுத்தான்.

அந்த சமயத்தில் அந்தச் சிறுவன் பட்டு பீதாம்பரம், குண்டலம், மோதிரம் அணிந்து திருநாமம் தரித்து, சுருள் முடியோடு, பூணூல், சிவந்த சின்ன உதடுகளில் புன்னகை, வெண் முத்து போன்ற பல்வரிசை, கருத்த கமலம் போன்ற கண்கள் அங்கும் இங்கும் சுழல, அனந்தாழ்வானிடம் நெருங்கி, ஐயா! நீங்கள் கணவன் மனைவி இருவரும் இத்தனை சிரமப்படுகிறீர்களே. அதைப் பார்த்து எனக்கு வருத்தமாக உள்ளது. மேலும் கர்ப்பிணியான இந்த அம்மாள், தலையில் மண் கூடைகளை இங்கிருந்து அத்தனை தூரம் சுமந்து செல்லும் போது படும் சிரமம் வர்ணிக்க இயலாதது. நான் உங்களுக்கு உதவுகிறேன். நீங்கள் தோண்டி நிரப்பிய மண் கூடைகளை நான் அங்கே அத்தனை தொலைவில் கொட்டி விட்டு வருகிறேன். நீங்கள் நினைத்த காரியத்தை விரைவில் பூர்த்தி செய்யலாம் என்றான். அந்த சொற்களைக் கேட்ட அனந்தாழ்வான், ஆதிசேஷனின் அம்சமானதால் முன்கோபம் அதிகம் கொண்டு, முகம் சிவந்து, நல்லபாம்பு போல் எம்பி, இந்த கார்யத்தை என் குருவான ஸ்ரீராமாநுஜாசாரியார் என்னிடம் ஒப்படைத்தார். இதனை நான்தான் பூர்த்தி செய்ய வேண்டும். இதில் யார் உதவியும் எனக்கு வேண்டாம். எனக்கு உதவுவதற்கு நீ என்ன எனக்கு உறவா? நட்பா? அல்லது ராமானுஜரின் சீடர் குழுவில் பெரிய சிஷ்ய சிகாமணியா? உன் வேலையைப் பார்த்துக் கொண்டு செல். எங்கள் வேலையில் தொந்தரவு செய்யவேண்டாம் என்று கடினமாக உரைத்து, போ! போய்விடு! என்று துரத்தினர்.

அனந்தாழ்வானின் கோபத்தைப் பார்த்து அந்த சிறுவன் சற்று பின்னால் நகர்ந்து தொலைவில் நின்று இவ்விதம் யோசித்தான். இந்த அனந்தாழ்வான் முன்கோபி. இவனைக் கெஞ்சி சம்மதிக்கச் செய்வதை விட இந்த அம்மாளிடம் கெஞ்சுவதே மேல். இவளை சம்மதிக்கச் செய்வது எனக்கு எளிதான செயலே என்று எண்ணி மெதுவாக அந்த சிறுவன் அனந்தாழ்வானுக்குத் தெரியாமல் அவளை நெருங்கி, அம்மா! உனக்கு ஏன் இத்தனை கஷ்டம்? கர்ப்பிணியான நீ தலை மேல் பாரம் சுமப்பதைப் பார்த்து என் இதயம் கரைகிறது. இதே பார், அம்மா! என் பேச்சைக் கேள். உன் கணவர் நிரப்பிய மண் கூடைகளை இந்த தூரம் வரை நீ எடுத்து வா. இங்கிருந்து அவருக்குத் தெரியாமல் நான் சுமந்து சென்று தொலைவாக கொட்டி விட்டு வருகிறேன் என்று கூறினான். அந்த சிறுவனின் மனதை மயக்கும் மோகன சொரூபத்தையும் சொற்களையும் உதவி செய்ய வேண்டும் என்ற விருப்பதையும் பார்த்து மகிழ்ந்து, சரி என்றாள்.

அதேபோல் அனந்தாழ்வான் தோண்டி நிரப்பிய மண் கூடைகளைச் சிறிது தூரம் அவள் தன் தலையில் சுமந்து எடுத்து வர, அனந்தாழ்வானின் கண்ணில் படாமல் சிறுவன் அதை வாங்கித் தன் தலையில் வைத்துக் கொண்டு தொலைவாகச் சென்று கொட்டிவிட்டுத் திரும்ப வந்தான். அப்போது வரை மெதுவாக மண்ணைக் கொட்டி விட்டு வந்த தன் மனைவி ஒரு கூடை மண்ணை நிரப்பி தலையில் வைத்து, இன்னொரு கூடையை மண்ணால் நிரப்புவதற்கு முன்பே காலியான கூடையை எடுத்து வருவதை கவனித்த அனந்தாழ்வான் மனைவியிடம் காரணம் கேட்டார். அவள் பயத்தால் நடுங்கி அந்தச் சிறுவன் உதவும் விஷயத்தைக் கூறினாள்.

அதைக் கேட்டதும் பெருங்கோபத்தொடு ஏழுதலை நாகம் படமெடுத்து ஆடுவது போல விரைவாக கையில் கடப்பாறையைப் பிடித்து தன்னை நோக்கி வருவதைப் பார்த்து அந்தச் சிறுவனுக்கு வியர்த்துக் கொட்டியது. அச்சத்துடன் ஆனந்த நிலையத்தை நோக்கி ஓடத் தொடங்கினான். ஓ சிறுவனே! நில். இல்லாவிடில் கடப்பாரையால் உன்னை அடித்துவிடுவேன் என்று கூறிய வண்ணம் அனந்தாழ்வான் சிறுவனைப் பின்தொடர, சிறுவன் முதலில் மேற்கு திசையில் இருந்த அனந்தாழ்வானின் வீட்டிற்கு அருகிலிருந்து ஓடி, பின் கிழக்கு திசையில் இருந்த ஆனந்த நிலையத்தை நோக்கி அப்பிரதக்ஷிணமாக இன்னும் வேகத்தோடு ஓடத் தொடங்கினான்.

அதற்குள் நடுவில் இருந்த உறங்காப்புளி மரத்தைக் கண்டு அதன் மேலேறிய சிறுவன், அதன் கிளைகளில் மறைந்து கொண்டான். மரத்தடியில் கையில் கடப்பாரையோடு நின்றிருந்த அனந்தாழ்வான், சிறுவனை நோக்கி, கீழே இறங்கி வா! உன்னை ஒன்றும் செய்யமாட்டேன் என்று கூறவே, ஐயா! நான் சிறுவன். தெரியாமல் உங்களுக்கு உதவ முன்வந்தேன். என்னை மன்னித்து விட்டு விடுங்கள். வேண்டுமென்றால் நான் அணிந்திருக்கும் இந்த குண்டலம்,

பீதாம்பரம், மோதிரம் எல்லாவற்றையும் தருகிறேன் என்று கெஞ்சினான். அதற்கு அனந்தாழ்வான், பயமுறுத்தினால் அந்த சிறுவன் கீழே இறங்கமாட்டன் என்று எண்ணி, மென்மையாக, சரி, உன்னை எதுவும் சொல்ல மாட்டேனென்று வாக்களிக்கிறேன் என்று கூறியவுடனே சிறுவன் மரத்திலிருந்து கீழே குதித்து ஓட்டமெடுத்தான். பின்னால் அனந்தாழ்வான் ஓடிவருகிறாரா இல்லையா என்று அவன் திருப்பிப் பார்த்த போது அனந்தாழ்வான் கோபத்தோடு தன் கையிலிருந்த கடப்பாரையை சிறுவனை நோக்கி வீசி எறிந்தார்.

அவர் வீசிய கடப்பாரை நேராக சிறுவனின் தாடையைத் தாக்கி அதிலிருந்து ரத்தம் பெருக்கெடுத்தது. சிறுவன் தன் கையில் சிக்கவில்லையே என்ற நிராசையோடும் தன் வேலைக்கு இடைஞ்சல் விளைந்ததென்ற கோபத்தோடும் சிறுவனின் தாடையைத் தாக்கி கீழே விழுந்த கடப்பாரையை மீண்டும் அனந்தாழ்வான் கையில் எடுத்துக் கொண்டு அந்த சிறுவனைப் பின் தொடர்ந்து ஓடினார். சிறுவன் வேகமாக ஓடி ஆனந்த நிலையத்திற்குள் நுழைந்து கதவுகளை மூடி தாழ்ப்பாள் போட்டுக்கொண்டான். ஆனாலும் அனந்தாழ்வான் கோபம் குறையாமல் அமைதியின்றி, அர்ச்சகர்கள் வந்து ஆலயத்தின் கதவுகளைத் திறக்க முயற்சிப்பார்கள். இல்லாவிடில் கதவை உடைத்தாவது உள்ளே சென்று அரச்சனை செய்வார்கள். அப்போது நானும் உள்ளே புகுந்து அந்த சிறுவனைப் பிடித்து அர்ச்சகர்களின் முன்னிலையில் அவனை நன்கு தண்டிப்பேன் என்று பிடிவாதமாக வீட்டுக்குச் செல்லாமல் ஆலய துவாரத்தருகில் கடப்பாரையோடு அமர்ந்திருந்தார்.

பூஜை வேளையில் அர்ச்சகர்கள் வந்து, அங்கே கையில் கடப்பாரையோடு அமர்ந்திருந்த அனந்தாழ்வனைப் பார்த்து வியந்து, விஷயம் என்ன என்று கேட்டனர். நடந்ததை எல்லாம் அவர்களிடம் கூறினார் அனந்தாழ்வான். தன் வேலையைக் கெடுத்த அந்த சிறுவன் கோவிலுக்குள் புகுந்து கதவைத் தாளிட்டுக் கொ।ண்டான். உள்ளேதான் ஒளிந்திருக்கிறான் என்று கூறி கதவைத் திறந்தால் நான் அந்த சிறுவனைப் பிடித்து தண்டிப்பேன் என்று கூறினார்.

அதைக் கேட்ட அர்ச்சகர்கள் அச்சத்தோடு கதவைத் தள்ளியவுடன் ஆச்சர்யமாக கதவுகள் உடனே திறந்து கொண்டன. உடனடியாக அனந்தாழ்வான் அர்ச்சகர்களைத் தள்ளிக் கொண்டு உள்ளே கர்ப்பகிருகத்திற்குள் நுழைந்து அந்த சிறுவனுக்காக தேடுகையில் அங்கே ஸ்ரீ வேங்கடாத்ரி பிரபுவின் தாடையில் இருந்த ரத்தகரையோடு கூடிய காயத்தைக் கண்டு வாயடைத்துப் போனார். அர்ச்சகர்களும் செய்வதறியாது நின்றனர். அப்போது அனந்தாழ்வான் தான் செய்த அபராதத்தை நினைத்து பெரிதாக அழத் தொடங்கினார். ஐயோ! இது என்ன விதியின் கொடுமை! எத்தகைய தீங்கு நடந்து விட்டது! உன்னை நான் காயப்படுத்தி விட்டேனே! பிராயச்சித்தமே இல்லாத பாவத்தைச் செய்தேன். தெய்வ கைங்கர்யம் செய்து புண்ணியத்தை அடைவதற்காக வந்த நான், பாவத்தை செய்தேனே! என்று துயரமடைந்தார். அர்ச்சகர்கள் எத்தனை விதமாக

எடுத்துச் சொன்னாலும் அனந்தாழ்வான் சமாதானமடையவில்லை. அதைப் பார்த்து கருணைக்கடலான ஸ்ரீ வேங்கடநாதன் மென்மையும் மதுரமுமான குரலில் இவ்வாறு கூறினார். அனந்தாழ்வான்! கவலைப்படாதே. இது என் லீலையே. பக்தனின் கையால் அடிவாங்குவதில் எத்தனை ஆனந்தம் உள்ளதோ இன்று எனக்குத் தெரியவந்தது. பக்தனுக்கும், பகவானுக்கும் இடையில் இருக்கும் தொடர்பையும் உறவையும் உன் மூலம் உலகத்திற்குத் தெரிவிக்க நினைத்தேன். நீ அடித்த இந்த காயத்திற்கு சந்தனம் கலந்த மெத்தென்ற பச்சைகர்ப்பூர சூரணத்தைத் தடவுங்கள்.

சில நாட்களில் காயம் ஆறிப்போகும். காயம் ஆறிவிட்டது அல்லவா என்று பச்சைக் கற்பூர களிம்பைத் தடவுவதை நிறுத்த வேண்டாம். நீ தடவும் பச்சைக் கற்பூரக் களிம்பால் என் அழகு இரண்டு மடங்காகும். என்னைப் பார்க்கவரும் மக்கள் என் முகத்தில் முதலில் திருநாமம், அதன் பிறகு தாடையில் தடவிய வெண்மை நிற பச்சைக் கற்பூரச் சின்னங்களை கவனித்து விசாரிப்பார்கள். நம் இருவரின் உறவைத் தெரிந்து கொண்டு மகிழ்வார்கள். கலியுகம் முடியும் வரை திருமலையில் இந்த என் ஸ்ரீ வெங்கடேஸ்வர ரூபம் இருக்கும் வரையில் என் நாமத்தை நினைக்கும் பக்தர்கள் உன்னையும் நினைத்து மகிழ்வர் என்று ஆறுதல் கூறனார். பகவானின் மன்னிக்கும் குணத்தைக் கண்டு ஆச்சர்யமடைந்த அனந்தாழ்வான், விவைரவாக பச்சை கற்பூர சூரணத்தை சந்தனத்தோடு கலந்து ஸ்ரீ ஸ்ரீனிவாசனின் தாடைக் காயத்தில் தடவினார்.

அதனால்தான் அன்னமய்யா, "கொண்டலலோ நெலகொன்ன கொனேடி ராயுடு வாடு" என்ற தன் கீர்த்தனையில் "அச்சபு வேடுகதோட நனந்தாளுவாரிகி முச்சிலி வெட்டிகி மன்னு மோசின வாடு" என்று ஸ்ரீ வேங்கடேஸ்வரனையும் அனந்தாழ்வானையும் போற்றுகிறார்.

முன்னர் கூறிய விதத்தில் இன்றும் ஸ்ரீ வேங்கடநாதன் ஆண்டுக்கு இருமுறை அனந்தாழ்வான் தோட்டத்திற்குச் செல்லும்போது தான் அணிந்த பட்டு பீதாம்பரத்தை, புகழ்பெற்ற சொரூபனான அனந்தாழ்வானுக்கு அணியச் செய்து சடகோபம் கொடுத்து ஆலய மரியாதைகளை அர்ச்சகர்களைக் கொண்டு செய்விக்கிறான். ஆஹா! அனந்தாழ்வான் எத்தனை புண்ணியம் செய்தவர்! ஏழுமலை ஸ்ரீ வேங்கடரமணனின் லீலைச் சிறப்புகள் எத்தனை திவ்யமானவை!

இன்றும் ஸ்ரீ வெங்கடேஸ்வரனின் தாடையில் காயம் ஏற்படுத்திய அனந்தாழ்வான் கையில் இருந்த கடப்பாறையை நாம் ஆலயத்திற்குள் நுழையும் போது மகா துவாரத்தின் வலது புறம் பார்த்தால் அங்கு அனந்தாழ்வான் கடப்பாரை (Anantalwar's Crow Bar) என்று ஒரு போர்டு தெரியும். மேலும் கொஞ்சம் தலையை உயர்த்திப் பார்த்தால் அந்த கடப்பாரை தென்படும். இந்த கடப்பாரை சுமார் 950 ஆண்டுகள் தாண்டினாலும் பல இயற்கை சீற்றங்கள், விபத்தான தட்பவெப்ப சூழ்நிலைகள் எதிர்வந்தாலும் துரு பிடிக்கவில்லை. அனந்தாழ்வான் ஸ்ரீசுவாமிக்கு தடவிய பச்சைகற்பூர களிம்பை இன்றைக்கும் அனுதினமும் அர்ச்சகர்கள் தடவி வருகிறார்கள்.

அதனால் திருமலையை தரிசிக்கும் பக்தர்களுக்கு செய்யும் விண்ணப்பம் என்னவென்றால் ஆலய மகாதுவாரத்தில் அனந்தாழ்வானின் கடப்பாரையையும் ஆனந்த நிலையத்தில் உள்ள ஸ்ரீ வெங்கடேஸ்வரனின் தாடையில் தடவிய பச்சைகற்பூர சின்னத்தையும் கட்டாயம் தரிசித்து ஸ்மரணை செய்ய வேண்டும். இல்லாவிடில் நம் திருமலை யாத்திரை சம்பூர்ணமாகாது.

இவ்விதம் ஸ்ரீமான் அனந்தாழ்வான் திவ்ய சரிதத்தில்
வேங்கடேஸ்வரனை காயப்படுத்துவது,
தாடையில் சந்தன பச்சைகற்பூரம் பூசுவது என்ற
ஐந்தாம் அத்தியாயம் நிறைவடைந்தது.

ஸ்ரீ மலையப்பஸ்வாமி பாக் சவாரி நிகழ்வின்போது
அப்பிரிதக்ஷிணமாக ஸ்ரீமான் அனந்தாழ்வான் தோட்டத்திற்கு வருவது

திரு ஆடிப்பூர உற்சவத்தில் TTD அர்ச்சகர்கள் மகிழமர வடிவில் உள்ள
அனந்தாழ்வானுக்கு மலர்மாலைகளும் சடகோபமும் சமர்ப்பித்தல்.

ஸ்ரீனிவாசன் சிறுவனின் வடிவில் அனந்தாழ்வான்
செய்யும் வேலைக்கு உதவ முன்வருதல்
ஸ்ரீனிவாசன்
மண் கூடையை சுமத்தல்
அனந்தாழ்வான்
கடப்பாரையை வீசுதல்
ஸ்ரீனிவாசனின் காயத்திற்கு
அனந்தாழ்வான் சந்தனம் பூசுதல்.

ஸ்ரீ ராமானுஜரின் சபை

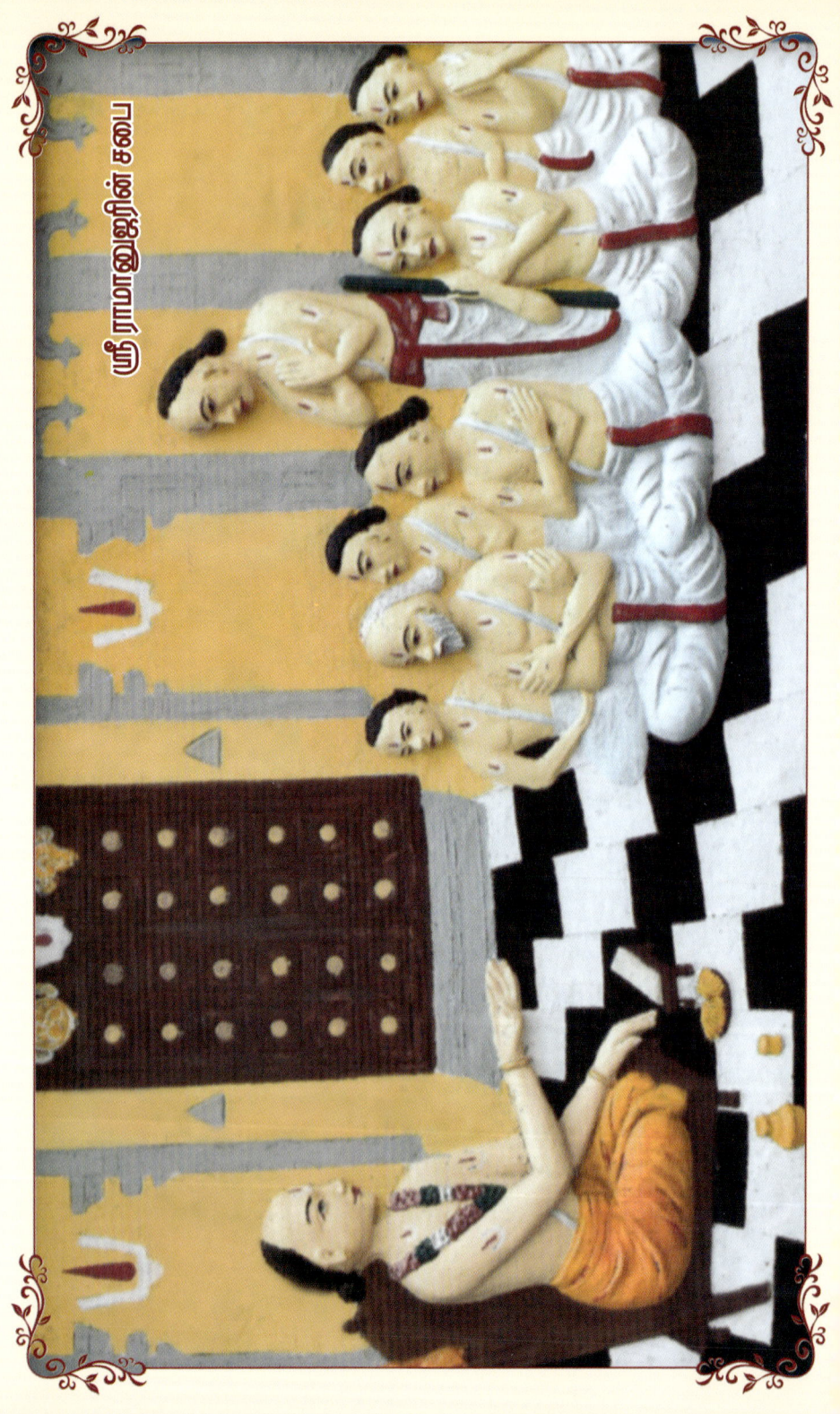

ஆறாவது அத்தியாயம்

சுவாமியின் உத்தரவும் அனந்தாழ்வானின் மறுப்பும்

ஆனந்த நிலையத்திற்கு மேற்கு புறத்தில் அனந்தாழ்வான் ஒரு புஷ்கரிணியை நிர்மாணம் செய்து அதற்குத் தன் குருவான ஸ்ரீ ராமானுஜரின் பெயரில் ஸ்ரீ ராமானுஜர் புஷ்கரிணி என்று பெயரிட்டார். இன்று வரை இந்த புஷ்கரிணியின் சிறப்பு என்னவென்றால், திருமலையில் எத்தகைய தண்ணீர் தட்டுப்பாடு ஏற்பட்டாலும், இந்த அனந்தாழ்வான் தோட்டத்தில் உள்ள ஸ்ரீ ராமானுஜர் புஷ்கரிணியின் நீர் வற்றுவதோ, புஷ்கரிணி காய்ந்து போவதோ இன்று வரை நடந்ததேயில்லை.

இந்த புஷ்கரிணியின் நீரை முழுவதும் இறைத்துவிட்டு சுத்தம் செய்யும் சமயங்களில், புஷ்கரிணியின் அடிப் பகுதியில் சுமார் நான்கிலிருந்து ஆறு ஊற்றுகளில் இருந்து நீர் முடிவற்ற பிரவாகமாக பாய்ந்து கொண்டே இருப்பதால், நீரை இறைத்த மறுநாளே புஷ்கரிணி மீண்டும் நிரம்பி வழிவதை என் கண்களால் பார்த்துள்ளேன். இதற்கு நானே பிரத்தியட்சமான சாட்சி. அதன் பின்னர் அனந்தாழ்வான் 12 –15 ஏக்கர் நிலத்தை பண்படுத்தி, சமன் செய்து செடிகளை நட்டு குறைவில்லாதபடி அங்கங்கு நீர்நிலைகளை ஏற்பாடு செய்தாலும் அனந்தாழ்வான் தோட்டத்தில் அமைந்துள்ள ஸ்ரீ ராமானுஜர் புஷ்கரிணி தனிச் சிறப்பு கொண்டது. திருமலையில் உள்ள ஏடிஸி காட்டேஜ்களின் அருகில் உள்ள நீர்த்தேக்கமான 'ஆழ்வான் டாங்க்' கூட அனந்தாழ்வான் அமைத்ததே. பிற்காலத்தில், அனந்தாழ்வான் எடுத்துவந்து சுயமாக சிரமப்பட்டு நட்ட மலர்ச் செடிகள் திருமலை பர்வதத்தில் பூந்தோட்டங்களாக மாறின.

அனந்தாழ்வான் தம்பதிகளுக்கு ஒரு மகன் பிறந்தான். அவனுக்கு ராமானுஜாசாரியார் என்று பெயரிட்டனர். அனந்தாழ்வானைப் போலவே இவரும் ஆனந்த நிலையத்திற்கு அருகில் ஒரு புஷ்கரிணியை அமைத்து தானும் ஸ்ரீ வேங்கடேஸ்வரனுக்கு புஷ்ப கைகர்யம் செய்து உய்வடைந்தார்.

அனந்தாழ்வான் அந்த பூந்தோட்டத்தில் தம் வீட்டிற்கு அருகில் ஒரு கல் மண்டபத்தை தன் கைகளால் தானாகவே கட்டினார். அவர் தினமும் காலையில் தொடங்கி, மாலை வரை தோட்டத்தில் களை எடுப்பது, செடிகளுக்கு நீர் ஊற்றுவது, செடிகள் நன்றாக வளருவதற்கு வேண்டிய எருவிடுவது, உரம் தெளிப்பது போன்ற செயல்களைத் தான் ஒருவராகவே செய்வார். எவ்விதம் அனைத்து வேலைகளையும் அவர் ஒருவராகவே செய்ய முடிகிறது எனபது அனந்தாழ்வான், ஸ்ரீ ஸ்ரீனிவாசன் இருவருக்கும் மட்டுமே தெரியும். அது நம் கற்பனைக்கு எட்டாதது. அவர் நட்ட பூச்செடிகள் மொட்டு வைத்து மலரத் தொடங்கின. திருமலையின் பறவைகள் அனைத்தும் பூந்தோட்டத்தில் கல கல த்வனிகளோடு எதேச்சையாக சஞ்சரித்தன. வண்டுகளும் தேனீக்களும் ஜும்மென்று நாதம் எழுப்பின, குயில்களின் குக்கூ குஹூ சப்தங்கள் செவிகளுக்கு இனிமையாக ஒலித்தன.

எங்கு பார்த்தாலும் பல வண்ண புஷ்பங்களும் அவற்றின் மணமும் நிரம்பியிருந்தன. பூஞ்செடிகள் தமக்குள் தாமே பேசி மகிழ்ந்து தம்மைப் போன்ற அதிர்ஷ்டம் யாருக்கும் கிடைக்காதென்றும் தாம் அனந்தாழ்வான் கையில் வளர்ந்த குழந்தைகள் என்றும் தம் தந்தை அனந்தாழ்வான் என்றும் கர்வத்தோடு சிறு காற்றில் தலையை அசைத்து தாம் எப்போது மலர்வோம்? அனந்தாழ்வான் தம்மை எப்போது மாலையாகத் தொடுத்து எப்போது ஸ்ரீ வேங்கடேஸ்வரனுக்கு சமர்ப்பிப்பார் என்று எதிர்பார்த்திருந்தன.

சூரியோதய காலத்தில் அனந்தாழ்வான் தம் குருவின் ஆணைப்படி மலர்களைக் கொய்வதற்கு கையில் ஒரு கூடையோடு கிளம்புவார். வாயிலிருந்து எச்சில் அவற்றில் படாதபடியும் புஷ்பங்களின் மணத்தை தன் மூக்கு நுகராதபடியும் தன் வாய்க்கு ஒரு துணியை கட்டிக் கொண்டு தன் குருவான ஸ்ரீ ராமனுஜரின் நாமத்தை ஸ்மரணை செய்தபடி, பறித்துக் கொண்டு வந்த மலர் மொட்டுகளைகளை தன் தோட்டத்தில் தானே கட்டிய கல் மண்டபத்திற்கு எடுத்து வந்து, தயாராக கிழித்து வைத்திருந்த வாழை நாரால் அழகிய நெருக்கமான மலர் மாலைகளை பல்வேறு விதங்களில் பல்வேறு நீளங்களில் சௌந்தர்யமாகத் தொடுத்து அனைத்தையும் ஒரு பெரிய கூடையில் ஒரு வரிசையாக அடுக்கி ஆனந்தநிலயத்திற்கு எடுத்து வந்து, ஆனந்தநிலையனான ஸ்ரீ வேங்கடேஸ்வரனுக்கு விரிவாக புஷ்பமாலைகளால் அலங்காரம் செய்து மகிழ்வார். அனந்தாழ்வான் செய்த மலர்மாலை அலங்காரத்தைத் தம் மனைவியாரான ஸ்ரீதேவி, பூதேவி இருவருக்கும் காண்பித்து மிக ஆனந்தமடைவான் ஸ்ரீ வேங்கடேஸ்வரன்.

ஒரு நாள் சுவாமி, அனந்தாழ்வானின் குருபக்தியை சோதிக்க எண்ணி ஒரு சேவகனை அழைத்து, நீ அனந்தாழ்வானிடம் சென்று, சுவாமி உங்களை போட்டது போட்டபடி வரச் சொன்னார் என்று சொல்லி அழைத்து வா என்றான். அந்த சேவகன் அனந்தாழ்வானிடம் வந்து சுவாமியின் உத்தரவைக் கூறினான். புஷ்பமாலை தொடுத்துக் கொண்டிருந்த அனந்தாழ்வான், அவனிடம் இவ்வாறு

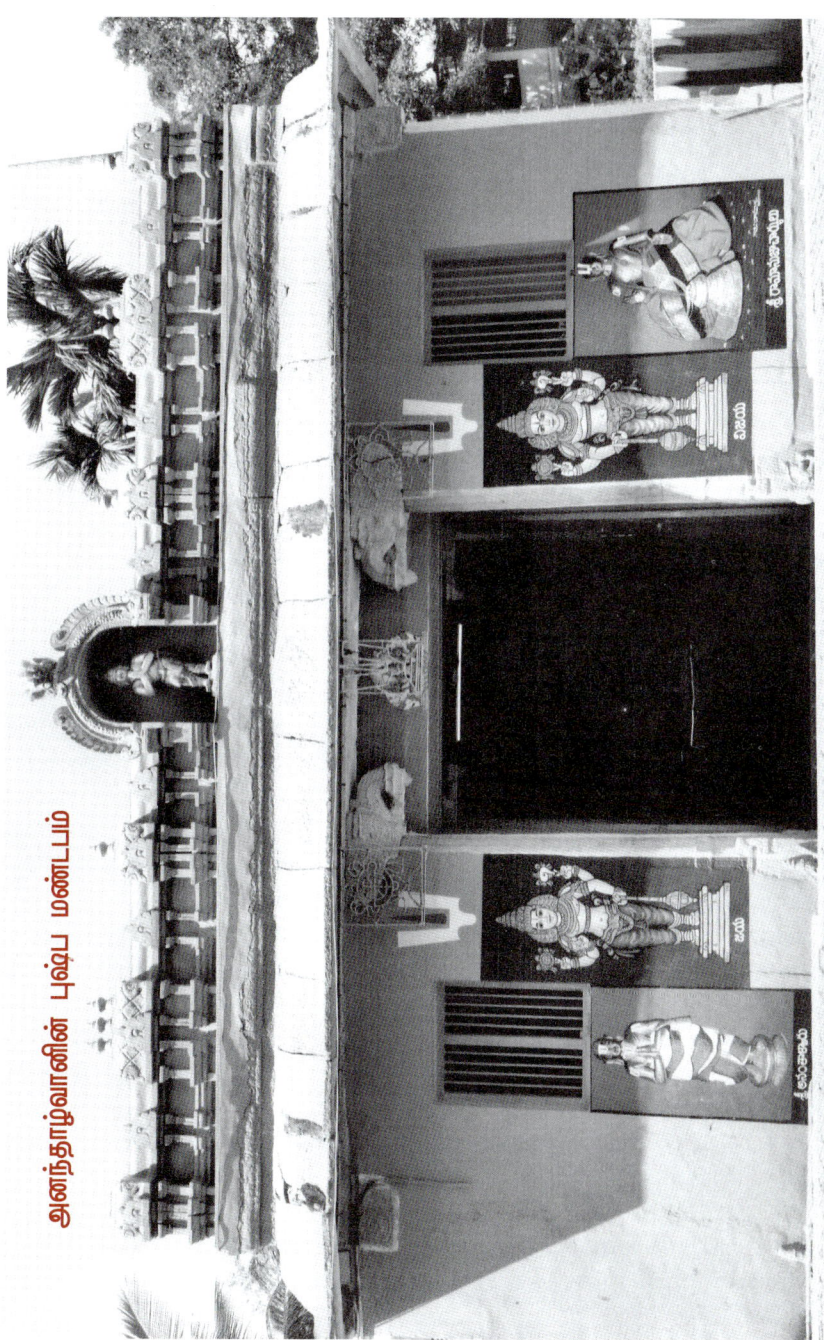

அனந்தாழ்வானின் புஷ்ப மண்டபம்

கூறினார், உங்களுக்கும் உங்கள் சுவாமிக்கும் வேறு வேலை எதுவுமில்லை. சும்மா அழைப்பார். உங்களைப் போல் நான் சும்மா இல்லை. இந்த மொட்டுகள் மலர்ந்தும் மலராமலும் இருக்கும்போதே மாலை தொடுக்க வேண்டும். இல்லாவிடில் மாலைகள் சரியாக அமையாது. மேலும் மலர்ந்த பூக்களின் மணம் காற்றில் கலந்து போகும். நான் என் ஆசாரியனின் ஆணையை கடைப்பிடிக்கிறேன். அதன்படி நடந்தே தீருவேன். சுவாமிக்கு என்ன? சும்மா பத்மபீடத்தில் நின்றுகொண்டு அனைவருக்கும் உத்தரவு பிறப்பித்துக் கொண்டிருப்பார். அவருக்கு உங்களைப் போன்ற பல சேவகர்கள் உள்ளனர். நான் தனி ஆள். எனக்கு உதவி செய்ய யாருமில்லை. ஒரு வேளை உதவி செய்வதாக யாராவது வந்தாலும் இது குரு ஆக்ஞையாதலால் நானேதான் அதை நிறைவேற்ற வேண்டும். பிறர் உதவியை நாடுவது எனக்குப் பிடிக்காது. அதனால் நீர் போய் உங்கள் சுவாமியிடம் கூறுங்கள். பூ மாலை தொடுத்து முடிந்த பின் வருகிறேன் என்று. சுவாமி அனுப்பிய சேவகன் அதிர்ந்து போய், சுவாமியிடம் திரும்பச் சென்று அனந்தாழ்வான் கூறியவற்றை அப்படியே கூறினான்.

அதைக் கேட்ட ஸ்ரீ வேங்கடேஸ்வரன், அனந்தாழ்வானின் ஆச்சார்ய நிஷ்டையை நினைத்து மனதுக்குள் மகிழ்ந்தாலும், மேலுக்கு மட்டும் கோபம் வந்தது போல் காட்டிக் கொண்டார்.

தொடுத்த மலர் மாலைகளை கூடையில் அடுக்கி, தலைமேல் வைத்துக் கொண்டு எப்போதும்போல் அனந்தாழ்வான் ஆனந்த நிலையத்தை அடைந்தபோது, சுவாமி திரை போட்டுக் கொண்டு, மூஞ்சியைத் தூக்கி வைத்துக் கொண்டு கோபமாக இருப்பது போல் நடித்து, ஓ அனந்தாழ்வான்! நான் சாட்சாத் வைகுண்டநாதன். ஸ்ரீமன் நாராயணன். என் உத்தரவை ஈரேழு பதினான்கு உலகங்களிலும் பிரம்மா முதலான தேவதைகளும் கடைப்பிடிப்பார்களே தவிர யாரும் மீறுவதற்குத் துணிய மாட்டார்கள். என் சொற்களைக் கேட்பதற்கு முனிவர்கள், யோகிகள், தேவர்கள், மனிதர்கள் எல்லோரும் தவமிருப்பார்கள். அவர்களை நான் கடைக்கண்ணால் பார்த்தாலும் போதும் தாம் உய்வடைந்ததாக கருதி பரவசம் அடைவார்கள். அப்படிப்பட்ட நான் அழைத்தால் அதனை பொருட்படுத்தாமல், குரு ஆணையே எனக்கு முக்கியம். அதையே கடைபிடிப்பேன் என்று கூறினாயாம். எனக்கு நீயும் வேண்டாம். நீ தொடுத்த மாலையும் தேவையில்லை. இன்றிலிருந்து நீ எனக்கு புஷ்ப அலங்காரம் செய்ய வேண்டாம். நீ எடுத்து வந்த மாலைகளை நீயே திரும்ப எடுத்துசெல் என்று கூறினான். அதற்கு அனந்தாழ்வான் இவ்வாறு பதிலளித்தார்.

ஐயா! வேங்கடநாதா! நீங்கள் சாட்சாத் ஸ்ரீமன் நாராயணனாக இருக்கலாம். பிரம்மா முதலான தேவர்கள் தங்களின் ஆணையை மீறாமல் கடைபிடிக்கலாம்.

அனந்தாழ்வானின் புஷ்ப மண்டபம்

உங்கள் சொற்களை செவிமடுக்க முனிவர், யோகியர், தேவர் மனிதர் அனைவரும் தவம் செய்யலாம். உங்களுக்கு அவர்கள் பயப்படுபவர்களாக இருக்கலாம். தாங்கள் அவர்களை கடைக்கண்ணால் பார்த்தாலும் போதும் அவர்கள் பரவசம் அடையலாம். ஆனால் எனக்கு மட்டும் என் குருவின் ஆணையே தலையாயது. அவருடைய வாக்கே எனக்கு பரமபாவனம். நான் என் ஸ்ரீகுருவுக்கு மட்டுமே சேவகன். வேறு யாருக்கும் அல்ல. என்னை எங்கள் குருநாதர் கடைக்கண்ணால் பார்த்தாலும் போதும் நான் பரவசமடைவேன். ஸ்ரீகுருவின் பார்வை என் மீது பட்டால் அதுவே எனக்கு போதும். தெய்வத்தின் பார்வையோடு எனக்கு என்ன வேலை?

இத்தனை ஏன்? என் குருவின் ஆணையை மேற்கொண்டு மாலை தொடுத்து எடுத்து வந்து உன்னை அலங்கரிக்கலாம் என்று பார்த்தேன். நீ வேண்டாம் என்கிறாய். அதனால் நான் கட்டி எடுத்துவந்த மாலைகளை உன் இந்த ஆனந்த நிலையக் கதவுகளின் குமிழ்களில் தொங்கவிட்டுச் செல்கிறேன். அவற்றை நீ அணிந்து கொள்வதானால் அணிந்து கொள் இல்லாவிட்டால் இல்லை. என்ன செய்து கொள்வாயோ அது உன் விருப்பம் என்று கூறி திரும்பச் சென்று விட்டார். அதைக் கேட்டதும் ஸ்ரீ வேங்கடேஸ்வரன், அனந்தாழ்வானின் ஆச்சார்ய நிஷ்டையையும் கைங்கர்ய தர்மத்தையும் கண்டு ஆனந்தமடைந்து பத்ம பீடத்தின் மீதிருந்து இறங்கி குறுக்கே இருந்த திரையை விலக்கி ஓட்டமாக ஒரே தாவலாகத் தாவி வந்து அனந்தாழ்வானின் கைகளைப் பிடித்துக்கொண்டு, அனந்தா! உன்னைப் போன்ற குரு நிஷ்டை கொண்டவனையும் கைங்கர்யப் பிரியனையும் பார்ப்பது அரிது.

ஆசாரியரின் சங்கல்பத்தின்படி உன் கைகளால் மலர்களைக் கொய்து, அழகான மாலைகளாகத் தொடுத்து எனக்கு அலங்காரம் செய்கிறாய். எனக்கு சந்தோஷமாக உள்ளது. அதனால் நீ எப்போதும்போல் அனுதினமும் தவறாமல் பூமாலை தொடுத்து எடுத்து வந்து என்னை அலங்கரிக்க வேண்டும். இந்த மலர் மாலைகள் பரப்பும் மணத்தை நான் நுகர்ந்து மகிழ்வேன் என்று கூறினான். அனந்தாழ்வான் மகிழ்ந்து ஸ்ரீ விபுவை புஷ்பமாலைகளால் அலங்காரம் செய்தார். அனைவரும் மகிழ்ந்தனர். அது போன்ற ஒரு சந்தோஷமான சந்தர்பத்தில், ஸ்ரீ சுவாமி, மீண்டும் அனந்தாழ்வானிடம் இவ்வாறு கூறினார். அனந்தா! நீ எப்போது பகவத் ராமானுஜரின் திவ்ய சரணங்களைப் பற்றினாயோ, அப்போதே உனக்கு மோட்ச சாம்ராஜ்யத்தின் துவாரம் திறந்து கொண்டது. ஆனாலும் உனக்கு நான் ஒரு வரம் அளிக்கிறேன். அது என்னவென்றால், உனக்கும் உன்னோடு தொடர்புடையவர்களுக்கும் அவர்களோடு தொடர்புடையவர்களுக்கும்,, உன் பூந்தோட்டத்தைப் பார்ப்பவர்களுக்கும், அங்கு சஞ்சரிக்கும் புழுப் பூச்சி, பறவைகளுக்கும், உன் தோட்டத்தில் இருக்கும் மரம் செடி கொடிகளுக்கும் உன் நாமத்தை உச்சரிப்பவர் அனைவருக்கும் இப்போதே மோட்சத்தை அளிக்கிறேன்.

அதைக் கேட்ட அனந்தாழ்வான் பரவசம் அடைந்தார். அது முதல் பக்தர்கள் அனைவரும் திருமலையில் உள்ள ஆனந்த நிலையானின் தரிசனத்திற்கு முன்னதாகவே அனந்தாசாரியாரை தரிசித்து புனிதமடையத் தொடங்கினார்கள்.

நம் அனந்தாழ்வானின் திறமையையும் புகழையும் பார்த்தீர்களா? உலகங்களை ஆணையிடும் ஸ்ரீமன் நாராயணனே கலியுகத்தில் திருமலையில் தோன்றிய திருவேங்கட நாராயணன். அத்தகைய ஸ்வாமியையே தன் ஆச்சார்ய கைங்கர்ய நிஷ்டையால் இன்புறச் செய்தார்

இதுவே உண்மையான குரு, சீடர் தொடர்பான ரகசியம்.

உண்மையில் குருவே சீடனுக்கு தெய்வம். வேறு தெய்வம் இல்லை. குருவுக்கு சீடனே மிகவும் பிரியமானவன். உண்மையில் சீடனே குருவுக்கு ஆத்மபந்து.

இவ்விதம் ஸ்ரீமான் அனந்தாழ்வான் திவ்ய சரிதத்தில்
சுவாமியின் உத்தரவும் அனந்தாழ்வானின் மறுப்பும் என்ற
ஆறாவது அத்தியாயம் நிறைவடைந்தது.

ஏழாம் அத்தியாயம்

பாம்பு கடித்ததும் ஜூரம் வந்ததும்

ஸ்ரீனிவாச பிரபு அனந்தாழ்வானின் புஷ்ப கைங்கர்யங்களை ஆனந்தமாக ஏற்று மகிழ்ந்தான். ஒரு நாள் காலையில் அனந்தாழ்வான் தன் தினசரி வழக்கப்படி பூ மொட்டுகளை பறிக்கத் தொடங்கினார். அதற்குள் தோட்டத்தின் ஏதோ மூலையிலிருந்து வந்த ஒரு பாம்பு அனந்தாழ்வானைக் கடித்து விட்டது. ஆனாலும் தன் கடமையான பூமாலை தொடுக்கும் வேலையை முடித்து கூடையில் அடுக்கினார். நாகத்தின் விஷம் அவருடைய உடலெங்கும் பரவவே, நுரை தள்ளியபடி, ஸ்ரீ வேங்கடாசலபதிக்கு புஷ்ப கைங்கர்யம் செய்வதற்காக ஆனந்த நிலையத்திற்குள் நுழைந்து, ஸ்வாமி! ஸ்ரீ வேங்கடநாதா! இதோ பூமாலைகள் கொண்டு வந்துள்ளேன். உன்னை அலங்கரிக்கப் போகிறேன். தயாராக இரு என்று கூறனார்.

திருவேங்கடநாதன், அனந்தாழ்வானின் வாயிலிருந்து வரும் நுரையைப் பார்த்து, அனைத்தும் அறிந்தும் கூட, ஓ அனந்தா! என்ன ஆயிற்று? என்று கேட்டார். அனந்தாழ்வான், ஆ, அதனால் என்ன வேங்கடநாதா! விஷப் பாம்பு ஒன்று கடித்து விட்டது என்று கூறியவுடன், ஸ்ரீ ஸ்ரீனிவாசன், பத்மபீடத்திலிருந்து கிடுகிடுவென்று இறங்கி ஒரே தாவலில் அனந்தாழ்வாரை நெருங்கி அவர் தலை மேல் வைத்திருந்த பூக்கூடையைக் கீழே இறக்கி, இது என்ன அனந்தா, பார், விஷம் தலைக்கு ஏறிவிட்டது. உடல் நிறம் மாறுகிறது. உனக்கு ஏதாவது நேர்ந்தால் நம் குருவான ஸ்ரீ ராமானுஜருக்கு நான் என்ன பதில் சொல்வேன்? பாம்பு கடித்த உடனே தகுந்த சிகிச்சை செய்து கொண்டு பின்னர் புஷ்பமாலை எடுத்து வரலாம் அல்லவா? வர வர உனக்குப் பிடிவாதம் அதிகமாகி வருகிறது என்று மிருதுவாக கண்டித்தார்.

அப்போது அனந்தாழ்வார், சுவாமி! ஸ்ரீ வேங்கடநாராயணா! என்னைப்பற்றி எனக்குக் கவலை இல்லை. விதிப்படி என்ன எழுதியுள்ளதோ அதுதானே நடக்கும்? ஒரு வேளை நான் மரணமடைந்தால், குருவின் ஆணையை நிறைவேற்றும் போது ஸ்ரீமன் நாராயணனுக்கு சேவை செய்தபடி போய்ச் சேர்ந்ததற்கு சந்தோஷப்படுவேன்.

மரணித்தாலும், அந்த வைகுண்டத்தில் விரஜா தீரத்தில் கொலுவீற்றிருக்கும் ஸ்ரீமன் நாராயணனான உனக்கு சேவை செய்வேன். மரணிக்காவிட்டால் இந்த பூலோக வைகுண்டமான திருமலை சிகரத்தில் விரஜா தீரஸ்தனாகத் தோன்றி நிற்கும் ஸ்ரீமன் நாராயணனும் வேங்கட நாராயணனுமான உனக்கு சேவை செய்து உய்வடைவேன். ஆனாலும் குளிர்ந்த கடாக்ஷப் பார்வை கொண்ட நீ எனக்குத் துணையாக இருக்கும்போது எனக்கென்ன குறை என்றார்.

அதுமட்டுமல்ல, விஷக்கடிக்கு சிகிச்சை எடுத்துக் கொள் என்கிறாய். அந்தரங்கத்தில் இருக்கும் அகங்காரம் என்ற விஷத்திற்கா? அல்லது பாஹ்யத்தில் உடலில் ஏறியுள்ள இந்தப் பாம்பின் விஷத்திற்கா? எதற்கு சிகிச்சை செய்து கொள்ளச் சொல்கிறாய்? அந்தரங்க அகங்காரம் நிறைந்த விஷம் ஆத்மாவையே தகிக்கிறது. வெளியில் உள்ள விஷம் வெறும் உடலை மட்டுமே எரிக்கக் கூடியது இல்லையா சுவாமி? ஆனாலும் என்னைக் கடித்த சர்ப்பம் என்னை விட வலிமையானதல்ல. நான் கூறிய சொற்களின் உட்பொருளும், மறை பொருளும் நீ அறிந்ததே அல்லவா? (அதாவது ஆதிசேஷனின் அம்சமான தன்னை இந்தச் சின்னப் பாம்பின் விஷம் என்ன செய்து விடும் என்பது அனந்தாழ்வானின் கருத்து)

அவ்விதம் அனந்தாழ்வான் கூறவே, பரவசம் அடைந்த பத்மநாபன், முதலும் இடையும் கடையும் அற்றவன், ஆனந்த நிலையன், ஸ்ரீ வேங்கடநாதன் ஆனந்தத்தோடு அனந்தாழ்வானை அணைத்து, உச்சி முதல் பாதம் வரை உடலை வருடினான். தலைக்கேறிய விஷம் இறங்கியது. உடலின் நிறம் சாதாரண நிலைக்கு வந்து வாயிலிருந்து வெளிவந்த வெண்ணிற நுரை நின்றது. அதன் பிறகு அனந்தாழ்வான் பத்மாவதி வல்லபனுக்கு நமஸ்காரம் செய்து, புஷ்பமாலைகளால் அவனை அலங்கரித்து விடைபெற்றுக் கொண்டு வீட்டிற்கு வந்தார். வீட்டில் அனந்தாழ்வானை விஷப்பாம்பு கடித்ததென்று அறிந்து கண்ணீரும் கம்பலையுமாக அழுது கொண்டிருந்த தன் மனைவிடம் சென்று அவளுக்கு ஆறுதல் கூறி, பைத்தியக்காரி! எனக்கு எதுவும் ஆகாது. ஒவ்வொரு கணமும் என்னைக் காப்பபாற்றும் ஸ்ரீ மகா விஷ்ணுவான மலையப்ப சுவாமி இங்கேயே இருக்கிறான். நம் சேவைகளை ஏற்கிறான். நம் குருநாதர் ஸ்ரீ ராமானுஜரின் கிருபை நிரம்பிய கடாக்ஷம் சதா நம் மீது பொழிந்து கொண்டே இருக்கிறது என்று கூறினார். அவள் கவலை நீங்கி, தன் மனதில், ஆஹா நான் எத்தனை அதிர்ஷ்டசாலி. இத்தகைய மகான் எனக்கு பதியாகக் கிடைத்துள்ளார் என்று எண்ணி மகிழ்ந்தாள்.

ஜுரம் வருதல்

இன்னொரு முறை அனந்தாழ்வானுக்கு ஜுரம் வந்தது. படுத்த படுக்கையானார். ஸ்ரீ ஸ்ரீனிவாசனின் சந்நிதிக்குச் செல்ல முடியாமல் போனது. அவ்வாறு மூன்று நான்கு நாட்கள் ஆனந்த நிலையத்திற்குச் செல்லவில்லை. தினமும் அனந்தாழ்வானின் வருகையை எதிர்பார்த்து ஆனந்த நிலையத்தில் காத்திருந்த ஸ்ரீ வேங்கடநாதனுக்கு உள்ளுக்குள் கவலை ஆரம்பமானது.

அனந்தாழ்வான் ஏன் வராமல் இருக்கிறான்? என் மீது வருத்தமா? கோபமாக உள்ளானா? என்ன ஆயிற்று என்று ஒரு சேவகனை அனந்தாழ்வானின் வீட்டிற்கு அனுப்பி விஷயத்தை அறிந்து வரும்படி கூறினார். அந்த சேவகன் திரும்பி வந்து அனந்தாழ்வானுக்கு ஜுரம் மிக அதிகமாக உள்ளதால் வரவில்லை என்று தெரிவித்தான். உடனே அந்த சேவகனிடம், நீ வைத்தியரை அழைத்துக் கொண்டு அனந்தாழ்வானின் வீட்டுக்குச் சென்று தகுந்த சிகிச்சையை உடனே செய்யவும் என்று நம் ஸ்ரீ வேங்கடநாதன் உத்தரவிட்டான்.

அதன்படி அந்த சேவகன் ஒரு மருத்துவரை அழைத்துக் கொண்டு அனந்தாழ்வானின் வீட்டிற்குச் சென்று அனந்தாழ்வானுக்கு ஔஷதமும் பூசுவதற்கு மருந்தும் தயாரித்து அளிக்க முயன்ற போது, எனக்கு எதுவும் வேண்டாம். போங்கள் என்று சத்தமிட்டு எச்சரித்து விரட்டினார். அவர்கள் பயந்து திரும்ப திருவேங்கடவனிடம் வந்து அனந்தாழ்வான் சிகிச்சைக்கு ஒத்துழைக்கவில்லை என்றும் பிடிவாதக்காரனும் முன்கோபியுமான அவனைக் கண்டு அஞ்சி தாம் திரும்பி வந்துவிட்டதாகவும் ஸ்ரீ ஸ்ரீனிவாசனிடம் தெரிவித்தார்கள். சுவாமி புன்னகைத்து, அப்படியா என்று கேட்டார்.

சிறிது நேரத்திற்குப் பிறகு ஆனந்த நிலையனான ஸ்ரீ வேங்கடநாதன் தானே அனந்தாழ்வானின் வீட்டுக்கு வந்து அவரருகில் சென்று நின்று, அனந்தாழ்வான்! நான்தான் உன் மலையப்ப சுவாமி வந்திருக்கிறேன் என்றான். இந்தப்புறமாக படுத்திருந்த அனந்தாழ்வான் மறுபுறம் திரும்பி படுத்துக் கொண்டு, ரொம்ப அழகுதான் போங்கள்! ஈரேழு பதினான்கு உலகங்களை ஆளும் புவன பாலகர் எனக்காக வந்துள்ளாரே! இன்று தங்களுடைய வேலைகளையெல்லாம் முடித்துக் கொண்டு, நேரம் கிடைத்து இன்று வேறே வேலை எதுவும் இல்லாததால் என்னைப் பார்க்க வந்தீரா? அல்லது தங்களுக்கு புஷ்ப மாலை அலங்காரங்கள் இல்லாமல் தங்களின் அழகு சௌந்தரியம் குறைந்து விட்டதென்று வந்தீரா? என்ன? நான் என் மனைவியோடு கூட திருமலைக்கு வந்து குரு ஆணையை நிறைவேற்ற புஷ்ப வனத்தை வளர்த்து வேறு எதுவும் ஆசையின்றி பூமாலை தொடுத்து உனக்கு அலங்காரம் செய்து வருகிறேன். எல்லாவற்றையும் பார்த்துக் கொள்வதற்கு நீ இருக்கிறாய் என்று நம்பி இருந்தேன். ஒரு வேளை எனக்கு ஏதாவது நேர்ந்தால் யார் பொறுப்பு? என் மனைவி குழந்தைகளின் நிலை என்ன? கவலையேபடாத உன்னைப் போன்றவனை என்னவன் என்று நம்பி வந்தேனே. என்னைப்போல் உனக்கு புஷ்பமாலை தொடுத்து யார் அலங்காரம் செய்வார்கள்? உன் வேங்கடநாதன் வந்திருக்கிறேன் என்று கூறுகிறீர்களே! இருக்கிறேனா, போய்விட்டேனா என்று பார்க்க வந்தீர்களா? என்று கடினமான சொற்களை உதிர்த்தார் அனந்தாழ்வான்.

திருவேங்கடவன் புன்னகைத்து, இதென்ன? அனந்தாழ்வான்! மருத்துவர்களை அனுப்பினேன் அல்லவா? மருந்து உட்கொள்ளமாட்டேன்

என்று பிடிவாதம் பிடித்தாய் என்று அவர்கள் வந்து சொன்னார்கள். உடனே ஒரே ஓட்டமாக இங்கு வந்தேன் என்றான். வேறே மருத்துவர்கள் எனக்கு எதற்கு? என் தன்வந்தரி நாராயணனான நீயே வருவாய், என்னைப் பார்த்துக் கொள்வாய் என்று நான் எதிர்பார்த்திருந்தேன். வேறு யாரையோ அனுப்பினால் அதை நான் எவ்வாறு ஏற்பேன்? அது மட்டுமல்ல. நல்ல அந்தணன் தன் சந்தியாவந்தனம் போன்ற கிரியைகளைத் தானே மேற்கொள்ள வேண்டுமே தவிர தனக்கு பதிலாக வேறொருவரை நியமிப்பதை சாஸ்திரம் அங்கீகரிக்காது. அதேபோல் உன் சேவையில் நான் இருக்கையில் என் நலனை நீயே சுயமாக பார்த்துக் கொள்ள வேண்டும் அல்லவா? என்று வினவினார்.

அனந்தாழ்வானிடம் இருந்த சின்ன குழந்தை போன்ற தூய்மையான சுபாவத்தைப் பார்த்து ஸ்ரீ வேங்கடாசலபதி சிரிப்பை அடக்க முடியாமல் கலகலவென்று சிரித்தார். அனந்தாழ்வான்! உன்னோடு வாதம் செய்து நான் வெல்ல முடியாது. ஆனால் உன் அன்புக்கு நான் அடிமை. சரி, என்னைப் பிடித்துக் கொண்டு எழுந்திரு. இங்கே அமர்ந்து கொள் என்று கூறி அனந்தாழ்வானின் கைகளை எடுத்து தன் சங்கு சக்ரம் தோள்வளை அணிந்த புஜங்களின் மேல் வைத்துக் கொண்டான். ஒரே கணத்தில் ஜுரம் மாயமாக மறைந்தது.

அகண்ட விஸ்வங்களைச் சுமப்பவன் அவனே. ஸ்ரீ மகாவிஷ்ணுவே, ஸ்ரீ வேங்கட கிருஷ்ணனே, தன் கையால் கோவர்த்தன மலையைத் தூக்கிப் பிடித்த ஸ்ரீ கோவிந்தனே அனந்தாழ்வானின் புஜங்களைப் பிடித்து எழுப்பினான் என்றால் அனந்தாழ்வானின் அதிருஷ்டம் எப்படிப்பட்டதோ நாம் யூகிக்கலாம். சற்று நேரம் இருவரும் அமர்ந்து பேசிக் கொண்டிருந்தனர். அதன் பிறகு ஆனந்தநிலையன் ஆனந்தமாக தன் ஆனந்த நிலையத்திற்கு ஏகினான். ஐயா! அனந்தாழ்வான்! நீ எத்தகைய தன்யன் ஐயா!

இந்த உன் திவ்ய சரித்திரத்தின் ஏழாவது அத்தியாயத்தைப் படிக்கும் எம்மைப் போன்றவர்களுக்கு உன் அளவற்ற கிருபா கடாக்ஷங்கள் கிடைப்பதாக! அதே போல் எம்மிடம் உள்ள அகங்கார விஷமான விஷய விருப்பங்கள் நீங்குவதாக! எம்மைப் பீடிக்கும் ஜுரம் போன்ற நோய்கள் உடனே மாயமாகட்டும்!

இவ்விதம் ஸ்ரீமான் அனந்தாழ்வான் திவ்ய சரிதத்தில்
பாம்பு கடித்ததும் ஜுரம் வந்ததும் என்ற
ஏழாம் அத்தியாயம் நிறைவடைந்தது

எட்டாவது அத்தியாயம்

திருவேங்கடவனை பெரிய வலைஞனோடு ஒப்பிடுவது

அனுதினமும் அனந்தாழ்வான் வேங்கடாசலபதியின் தோள் முதல் முழந்தாள் வரை நீண்ட ஆஜானுபாகுவான வடிவத்திற்கு ஏற்ப பலவித வண்ணங்களில் சுகந்த மணம் கமழும் புஷ்ப மாலைகளால் அலங்காரம் செய்து பெருமாளை நகம் முதல் சிரம் வரை பார்த்துப் பார்த்து மகிழ்ந்தார். புஷ்பாலங்காரம் செய்த பின் அனந்தாழ்வானும் திருவேங்கடவனும் எதிரெதிராக அமர்ந்து பல விஷயங்களைப் பற்றி விளையாட்டாக பேசிக்கொண்டு, பல ஆன்மீக விஷயங்களைக் குறித்து அனுதினமும் அளவளாவினார்கள்.

எவருக்கும் தென்படாமல் அனைவரையும் தன் மாயையோடு கூடிய மோக விளையாட்டில் சிறைப்படுத்தி ஆட்டி வைக்கும் ஸ்ரீ வேங்கட நாராயணன், இறுதியில் அனந்தாழ்வானின் மோகத்தில் சிறைப்பட்டார். பிருந்தாவனத்தில் ராதா தேவியின் வருகைக்காக காத்திருக்கும் ஸ்ரீ முரளி கிருஷ்ணனைப் போலானது நம் திருமலை கோவிந்தனின் நிலை. கோபிகைகள், கோப பாலகர்கள், பசுக்கள் அனைவரையும் எப்போதும் தன் பின்னால் அலையவைத்த கோபாலன், திருவேங்கட கிருஷ்ணன், தினமும் அனந்தாழ்வான் எப்போது வருவான், தனக்கு புஷ்பங்களால் அலங்காரம் எப்போது செய்து முடிப்பான், எப்போது தன்னோடு அமர்ந்து உரையாடுவான் என்று காத்திருக்கும் நிலைக்கு ஸ்ரீஹரி, முரஹரி, ஸ்ரீ வேங்கடஹரி வந்தடைந்தார்.

சாதாரணமாக பிருந்தாவனத்தில் தான் தென்படாவிட்டால் ராதா தேவியும் கோபிகைகளும் அங்கிருக்கும் மரங்களும் புழுப் பூச்சிகளும் வீசும் காற்றும் பொழியும் மேகக் கூட்டங்களும் கூடத் தனக்காக ஏங்கும் நிலையைப் பார்த்து அவற்றின் காரணமற்ற அன்பைப் பார்த்து தன்னில் தானே சிரித்துக் கொள்வான் ஸ்ரீ கோபாலன் அப்படிப்பட்ட ஸ்ரீ வேங்கட கிருஷ்ணன் இன்று திருமலையில் தோன்றி, அனந்தாழ்வானின் வருகைக்காக காத்திருக்கத் தொடங்கினான். அதே சமயம், அனந்தாழ்வானின் நிலையும் அதற்கு மாறாக இல்லை. காலையிலேயே சந்தியாவந்தனம் முதலான கிரியைகளை முடித்துக் கொண்டு முகத்திற்கு

ஒரு துணியைக் கட்டிக் கொண்டு கையில் பூக் கூடை ஒன்றை பிடித்தபடி, பல்வேறு புஷ்பங்களை நிறைய பறித்து மண்டபத்திற்கு எடுத்து வந்து பலவித மலர்மாலைகளைத் தொடுத்து கூடையில் வைத்து எடுத்துச் சென்று தனக்காக திருவேங்கடவன் காத்திருப்பானே என்று ஓட்டமாக ஓடி ஆனந்த நிலையத்தை அடைவார்.

தினமும் பூமாலைகளை எடுத்து வந்து பலவிதமாக அலங்கரிக்கும் அனந்தாழ்வான், ஒரு நாள் தன் கையால் சுயமாக வளர்த்த மணம் மிக்க பெரிய வெட்டிவேர் கொடி ஒன்றைக் கொண்டு மிக அழகாக சித்திர விசித்திரமாக மிக ஆகர்ஷணமாக பெரிய கஜமாலை ஒன்றைத் தொடுத்து எடுத்துவந்து திருவேங்கடநாதனின் கிரீடத்தில் இருந்து சங்கு சக்ரம் தோள்வளை, அபய ஹஸ்தம், கடி ஹஸ்தம், வரத ஹஸ்தங்களின் மீதாக பத்ம பீடத்தின் மீது நின்றுள்ள பத்மநாபனின் பாத பத்மங்கள் வரை இருபுறமும் தொங்கும் ஆஜானுபாஹு வரை அலங்கரித்தித்தார். பத்மாவதி பிரிய வல்லபன், ஸ்ரீபதி, ஸ்ரீ வேங்கடபதி புன்னகையோடு சந்தோஷமாக அதனை ஏற்று, தன் அழகு எப்படி இருக்கிறது என்று அனந்தாழ்வானைக் கேட்டார். அனந்தாழ்வான் ஆனந்தநிலையனை ஒரு முறை ஏற இறங்கப் பார்த்துவிட்டு இவ்வாறு கூறினார்.

சுவாமி! ஸ்ரீ வேங்கடநாதா! என் கண்களுக்கு நீ இப்போது தோள்களில் வலையை போட்டுள்ள ஒரு பெரிய வலைஞனைப் போல் தென்படுகிறாய். ஏனென்றால் இருபுறமும் விரிந்த வெட்டிவேர்க் கொடியின் முனைகளில் என்னைப் போன்ற சம்சாரம் என்ற மோக சமுத்திரத்தில் சிக்கிக்கொண்ட சின்னச் சின்ன மீன்களை எளிதாகப் பிடித்து அப்போதைக்கப்போது எங்கள் பிறவி வினைகளைத் தீர்த்து, பிறப்பு இறப்பு என்ற சக்கரச் சுழற்சியில் இருந்து தப்புவித்து, தயையோடு எங்கள் அஞ்ஞானத்தை நீக்கி எங்களுக்காக பூமியில் அவதரித்து, நின்று கொண்டு, ஒரு பெரிய வலையைத் தன் தோள்களில் சுமக்கும் மீன் பிடிப்பவனைப் போல, என்னை பிறவிக் கடலில் இருந்து கரை சேர்க்க வந்த பகவான் நாராயணனான நீ, ஸ்ரீ வேங்கடநாராயணனாகத் தென்படுகிறாய், ஐயா என்றார். அந்த சொற்களைக் கேட்டவுடன் ஸ்ரீ வேங்கடநாதன் மேலும் ஆனந்த ஊஞ்சலில் ஆடி அனந்தாழ்வானை இறுக அணைத்துக் கொண்டு மனமார பாராட்டினான். அனந்தா, இந்த அதர்மமான கலியுகத்தில் என்னை இத்தனை தூரம் புரிந்து கொண்டு, அனுக்ஷணமும் என்னை மகிழ்விக்கும் உன்னை விட எனக்குப் பெரிய உறவு யார் இருக்கிறார் என்று கூறி, பரமாத்மா பரமானந்தமடைந்தார்.

**இவ்விதம் ஸ்ரீமான் அனந்தாழ்வான் திவ்ய சரிதத்தில்
திருவேங்கடவனை பெரிய வலைஞனோடு ஒப்பிடுவது என்ற
எட்டாவது அத்தியாயம் நிறைவடைந்தது.**

ஒன்பதாவது அத்தியாயம்

அனந்தாழ்வான் மற்றும் அவருடைய சீடர்களின் பசியை ஸ்ரீனிவாசன் தீர்ப்பது

சிறிது சிறிதாக அனந்தாழ்வான் ஸ்ரீனிவாசனுக்குச் செய்யும் புஷ்ப கைங்கர்யமும், அவர்கள் இருவரின் இடையே நடக்கும் உரையாடல்களும் அரச்சகர்களுக்குத் தெரியவந்தது. அது பற்றி திருமலைக்கு வரும் யாத்ரீகர்களுக்கு ஆலய அர்ச்சகர்கள் கதை கதையாக கூறத் தொடங்கினர். அதன் விளைவாக அனந்தாழ்வானின் சிறப்பு வெளிச்சத்திற்கு வந்தது. திருமலையை தரிசிப்பவர்கள் அனந்தாழ்வான் மற்றும் அவருடைய சீடர் கூட்டத்தை அவரவரர் ஊர்களுக்கு வரும்படி அழைக்கத் தொடங்கினர்.

அனந்தாழ்வான் தனியாக வந்தாலும் அவருடைய புகழ் பரவப் பரவ பல சீடர்கள் சேர்ந்து ஒரு பெரிய குழுவாக உருவானார்கள். ஒரு முறை அனந்தாழ்வான் தன் சீடர்களான வரதார்யார் போன்ற பக்தியில் சிறந்த சிலருக்கு தர்ம உபதேசம் செய்தருளத் தீர்மானித்து கேரளா தேச யாத்திரைக்குச் சென்றார். இன்னும் சிறிது காலம் அங்கு இருக்க வேண்டி வந்த போதும், திருவேங்கடநாதனை விட்டுப் பிரிந்திருக்க முடியாமல் திருமலைக்கு திரும்பி வந்தார். அவ்விதமாக நடந்து நடந்து திருமலைக்கு ஏறிவந்தார். வெயில் மிக அதிகமாக இருந்தது. வழியில் ஒரு கால்வாயை அடைந்து சந்தியாவந்தனம் முதலான கிரியைகளைச் செய்து, ஊர்த்துவ புண்டரங்களைத் தரித்து மேலும் நடக்க முடியாமல் பசியும் தாகமும் தாக்கியதால் ஒரு மரத்தின் நிழலில் அமர்ந்தார்.

தோழன் அனந்தாழ்வான் தன் பிரிவைத் தாங்க முடியாமல் வேங்கடாசலத்திற்கு வந்துகொண்டிருக்கிறார் என்றும் வழியில் அவரும் அவருடைய சீடர் குழாமும் சோர்வடைந்து பசியுடன் உள்ளார்கள் என்றும் உணர்ந்த நம் கனகமஹாலட்சுமியின் பதி, கமலதளாக்ஷன், ஸ்ரீகாந்தன் ஒரு அந்தணச் சிறுவனைப் போல் வேடமிட்டு தயிர் சாதமும் சாம்பார் சாதமும் மூட்டை

ஸ்ரீ வேங்கடேஸ்வரனுக்கு சங்கு, சக்ரம் அணிவிக்கும் ஸ்ரீராமானுஜாசாரியார்

கைங்கர்ய பராயணர் ஸ்ரீராமானுஜாசாரியார்

கட்டி எடுத்துக் கொண்டு அனந்தாழ்வனிடம் வந்து, ஐயா நீங்கள் நல்ல பசியில் உள்ளீர்கள். நீங்கள் பசியாற வேண்டும். நீங்கள் உணவுண்ட பிறகு நான் மிக விரைவாகச் செல்ல வேண்டும் என்று கூறினான். அனந்தாழ்வன், சீடர்களிடம் நம் பசியைத் தீர்க்கும் இந்த சிறுவனை வேங்கடாசலபதியே அனுப்பியுள்ளார் போலுள்ளது. அனைவரும் கொஞ்சம் சாப்பிட்டு விரைவில் வேங்கடாசலத்தை அடைந்து ஸ்ரீ வேங்கடநாதனை தரிசிக்க வேண்டும் என்று கூறி அந்த சிறுவனிடம், ஓய் சிறுவனே, நீயும் கொஞ்சம் சாப்பிடு என்று கூறவே சரி என்று அந்த சிறுவன் அனந்தாழ்வானுக்கும் அவருடைய சீடர்களுக்கும் கேட்டுக் கேட்டு பரிமாறி சாப்பிடச் சொல்லி அவர்களின் பசியைப் போக்கி, அவர்களுக்குச் சற்று தொலைவில் சென்று அமர்ந்து சாப்பிடுகிறேன் என்று கூறி சற்று தூரம் சென்று மாயமானான். அதனை கவனித்த அனந்தாழ்வான் தன் சீடர்களிடம், இது நிச்சயம் ஸ்ரீ ஸ்ரீனிவாசனின் லீலையே. பசியோடு இருப்பவரின் பசியைத் தீர்க்கும் அன்னதானப் பிரியன், ஸ்திதி காரகன், ஸ்ரீ வேங்கட நாராயணனின் வேலையே இது என்று கூறி, ஸ்ரீ வேங்கடநாதனின் லீலைகளை மேலும் அவர்களுக்கு விவரித்துக் கூறி, ஆனந்த நிலையத்தை அடைந்து வியந்து நின்றனர். ஏனென்றால் கடி, வரத ஹஸ்த முத்திரைகளோடு கூடிய ஸ்ரீ வேங்கடநாதனின் வரத ஹஸ்ததில் தயிர்சாதம், சாம்பார்சாதம் ஒட்டியிருந்த அடையாளங்கள் தென்பட்டன.

உடனே அனந்தாழ்வான் ஸ்ரீ சுவாமியின் லீலைகளை வாயாரப் புகழ்ந்து சாஷ்டாங்க நமஸ்காரங்களை சமர்பித்து தன் இல்லத்திற்குத் திரும்பினார்.ஆஹா, பார்த்தீர்கள் அல்லவா? பசியோடிருப்பவர்களிடம் ஸ்ரீனிவாசன் கருணைப் பார்வை கொண்டவன். நம் தேவைகளைத் தீர்க்கும்படி ஸ்ரீனிவாசா கோவிந்தா என்று மனதார அழைத்தால் உடனே ஓடிவந்து நம் பசியைத் தீர்ப்பவன் நம் ஆனந்த நிலயன் ஸ்ரீ வேங்கடநாதன்.

இனி, இதை விட இன்னும் விந்தையான ஒரு லீலையைப் பற்றி அறிந்துகொள்வோம். சாக்ஷாத் ஸ்ரீ வேங்கடநாதன், தான் அனந்தாழ்வானின் சீடனென்றும் மதுரகவி தாசன் என்றும் தன் குருவுக்கும் குரு தன்னுடைய பரமகுரு ஸ்ரீ ராமானுஜர் என்றும் குரு சீட உறவைக் தெரிவிக்கும் இரண்டு தமிழ் பாசுரங்களை கூறிய பரமபாவனமான ஸ்ரீ வேங்கடநாதனின் லீலையை இப்போது பார்ப்போம். அன்றைய நாட்களில் இப்போது போல் திருமலைக்கு ஏறிச் செல்வதற்கு வாகன வசதி கிடையாது. நடு வழியில் பசி தீர்த்துக் கொள்வதற்கு காட்டு வழியில் சத்திரங்கள் இருக்கவில்லை. திருமலை ஸ்ரீ வாரி தரிசனத்திற்காக திருமலைக்கு ஏறிச் செல்வதும் இறங்கி வருவதும் மிகவும் சிரமத்தோடு கூடிய செயல்கள். அப்படிப்பட்ட சூழ்நிலையில் ஸ்ரீரங்கத்திலிருந்து ஸ்ரீவைஷ்ணவர்கள் சிலர் திருமலைநாதனின் தரிசனத்திற்காக திருமலை மீது ஏறத் தொடங்கினர். பாதி வழி வந்த பின் அவர்களுக்குப் பசியெடுத்தது. சோர்ந்து போய் ஏதாவது சாப்பிடாவிடில் இனி ஒரு அடி கூட எடுத்து வைக்க முடியாத நிலைக்கு வந்தனர். சக யாத்திரீகர்கள் அவர்களுக்கு தம்மிடம் இருந்த உணவு பதார்த்தங்களைச்

சிறிது தருவதற்கு முன்வந்தனர். ஆனால் நிஷ்டையைக் கடைப்பிடிப்பவர்களான ஸ்ரீவைஷ்ணவர்கள் அதனை ஏற்க மறுத்தனர்.

அவர்களின் நிலைமையை கவனித்த அகிலாண்ட கர்த்தன், அம்புஜ நாதன், அஞ்சனாத்ரி வாசன் ஸ்ரீ வேங்கடநாதன் தானே ஒரு அந்தணச் சிறுவன் வேடத்தை எடுத்து பெரிய புளியோதரை மூட்டை ஒன்றை தலைமேல் வைத்துக் கொண்டு தூக்க முடியாமல் தூக்கிக் கொண்டு அவர்களிடம் வந்து இவ்வாறு கூறினான்.

ஐயாக்களே! நீங்கள் ஸ்ரீ ரங்கத்திலிருந்து வருகிறீர்கள் என்று உங்கள் பசியைத் தீர்ப்பதற்கு எங்கள் குருவான அனந்தாழ்வான் இந்த புளியோதரை மூட்டையை என் தலைமேல் ஏற்றி அனுப்பினார். அவர் பூஜை செய்து கொண்டிருக்கிறார். அதனால் இப்போது அவரால் இங்கு வர இயலவில்லை. தாங்கள் இவற்றை உண்டு பசியாறுங்கள் என்று அந்த பாலகன் கூறினான். அதைக் கேட்ட அவர்கள் சிறுவனை சந்தேகத்தோடு பார்த்தனர். அதனை கவனித்த சிறுவன், ஐயா நானும் எங்கள் குரு அனந்தாழ்வானைப் போலவே மதுரகவி தாசன். சந்தேகப்படாமல் அவர் அனுப்பிய இந்த ஆகாரத்தை போஜனம் செய்து என்னையும் என் குருவான மதுரகவி தாசன் என்று விருது பெற்ற அனந்தாழ்வானையும் மகிழச் செய்யுங்கள் என்றான்.

ஆனால் அந்த ஸ்ரீவைஷ்ணவர்கள் அந்த பாலகனை பரிசோதிக்க் எண்ணி வைஷ்ணவ சம்பிரதாயத்தை அனுசரித்து உன் குரு மீது ஒரு தனியன் சுலோகம் சொல் பார்க்கலாம் என்றனர். சிறுவன் சற்றும் தயங்காமல் பாடலை ஒப்பித்தான்.

அகிலாத்ம குணாவாசம் அஞ்ஞான திமிராபஹம்
ஆஸ்ரிதானாம் ஸுஸரணம் வந்தே அனந்தார்ய தேசிகம்.

என்று கூறினான்.

இந்த தனியனுக்கு பொருள் என்னவென்றால், "ஞானம் தயை போன்ற குணங்களுக்கு ஆதாரமாகி, ஆஸ்ரித ஜனங்களின் அஞ்ஞானத்தைப் போக்கி, அவர்களுக்கு மேலான பாதுகாப்பை அளித்து, சரணடைந்தவர்களைக் காக்கும் அனந்தார்யன் என்ற என் குருவர்யருக்கு நமஸ்காரம் செய்கிறேன்".

ஆனாலும் ஸ்ரீ வைஷ்ணவர்களின் சந்தேகம் தீராமல் அந்த சிறுவனிடம், சரி. நீ உன் குருவைப் பற்றி கூறுகிறாய் சரி. உன் குருவுக்கும் அவருடைய குருவுக்கும் உள்ள உறவைக் கூறு என்றனர். அதற்கு அந்த சிறுவன் இன்னொரு தனியனை கீழுள்ள விதமாக ஒப்பித்தான்.

ஸ்ரீமத் ராமானுஜாசார்ய ஸ்ரீ பாதாம்போருஹ த்வயம்
ஸதுத்தமாங்க ஸந்தார்யமனந்தார்ய மஹம்பஜே.

பொருள் - பகவத் ரமானுஜாசாரியரின் பரம பவித்திரமான ஸ்ரீபாதங்களை தன் சிரசின் மேல் வைத்துகொண்ட சத்புருஷரான என் குரு ஸ்ரீ அனந்தார்யருக்கும் அவருடைய குருவான பகவத் ராமானுஜருக்கும் நமஸ்காரம் செய்து அவர்களை நான் சேவிக்கிறேன். அந்தணச் சிறுவன் இவ்விதம் தடுமாறாமல் அவர்களிடம் கூறியவுடன் அந்த வைணவ சிஷ்ய சிகாமணிகளுக்கு அவனிடம் நம்பிக்கை

அனந்தாழ்வான் திவ்ய சரிதம்

ஏற்பட்டு அந்த பாலகனின் கையிலிருந்த புளியோதரை மூட்டையை வாங்கி திருப்தியாக உணவருந்தி பசியைப் போக்கிக் கொண்டனர். சிறுவனைத் திரும்பி பார்த்த போது அந்த திவ்ய பாலகன் மறைந்து விட்டான்.

அந்த காட்சியைப் பார்த்து ஆச்சரியத்தோடு ஒருவரோடொருவர் நடந்த லீலையை நினைத்து பேசியபடி திருமலையை அடைந்து அனந்தாழ்வான் தோட்டத்தில் அனந்தாழ்வானை சந்தித்து, நீங்கள் உங்கள் சீடனிடம் கொடுத்தனுப்பிய புளியோதரை மிக ருசியாக இருந்தாது. அதனை ஏற்று எம் பசியையும் சோர்வையும் போக்கி கொண்டோம் என்று கூறினர். அதிர்ச்சிக்கு ஆளான அனந்தாழ்வான் நான் உங்களுக்கு புளியோதரரை அனுப்பினேனா? மேலும் என் சீடனிடமா? என்று கேட்டு வியந்து, நடந்தது என்ன என்று கேட்டபோது அவர்கள் விவரமாகக் கூறி, அந்த பால பிரம்மச்சாரி தான் மதுரகவி தாசன் என்றும் மதுரகவி தாச விருது பெற்ற அனந்தார்யரின் சீடன் என்றும் அவருடைய குரு ஸ்ரீராமானுஜர் என்றும் கூறியதைத் தெரிவித்தனர். அதைக் கேட்ட அனந்தாழ்வான், ஐயா நீங்கள் வரும் விஷயமே எனக்குத் தெரியாது. நான் யாரையும் உங்களிடம் அனுப்பவில்லை. இத்தகைய லீலையைச் செய்தவன் வேறு யாரோ அல்ல. சேதன, அசேதன சொரூபனான அந்த செங்கல்வராயனே, நம் ஸ்ரீ வேங்கடநாராயணனே என்று கூறினார். அனைவரும் ஸ்ரீ வேங்கடநாதனுக்கு ஜெய் ஜெய் என்று முழங்கி, சந்தோஷத்தோடு அனந்தாழ்வானின் அனுமதியோடு அன்றைய தினமே ஒரு சாசனம் செய்தனர்.

இன்றிலிருந்து அந்தச் சிறுவன் கூறிய அந்த இரண்டு மந்திரங்கள் அல்லது தனியன்களை மதுரகவி தாஸ ஆச்சார்ய மந்திரங்களாக அனந்தாழ்வானின் சீடர்கள் அனைவரும் ஆதரித்து கடைப்பிடிக்க வேண்டும் என்றும் மதுரகவி தாசரின் முக்கியத்துவத்தை பரப்ப வேண்டுமென்றும் சாசனம் செய்தனர்.

பின்னர் மதுரகவி தாசர் என்ற விருது பெற்ற திருமலை அனந்தாழ்வானைத் தகுந்த விதத்தில் சன்மானம் செய்து கௌரவித்து, ஸ்ரீமான் அனந்தாழ்வான் என்ற விருதும் அளித்தனர்.

**இவ்விதம் ஸ்ரீமான் அனந்தாழ்வான் திவ்ய சரிதத்தில்
அனந்தாழ்வான் மற்றும் அவருடைய சீடர்களின் பசியை ஸ்ரீனிவாசன்
தீர்ப்பது என்ற ஒன்பதாம் அத்தியாயம் நிறைவடைந்தது.**

ஸ்ரீ பகவத் ராமானுஜர்

ஸ்ரீமதே ராமானுஜாய நம:

கீர்த்தனை

1. வைஷ்ணவர்களான நமக்காக பூமியில் அவதரித்தார் பரம குரு தனக்குத் தானாக ஸ்ரீராமனின் தம்பி ஸ்ரீ ராமானுஜனாக (வைஷ்ணவர்களான)

2. வைகுண்ட நாராயணனின் வைஷ்ணவ தத்துவத்தை பூமியில் நிலைநிறுத்த ஹலாயுதத்தைத் தரித்து கோவிந்தனின் அண்ணன் பலராமனாக, பலவீனமான மனிதர்களான நம் மனதைப் பண்படுத்தி வைகுண்டத்தில் சேர்ப்பதற்கு பூமியில் ஆதசேஷன் தானே அவதரித்தான் ஸ்ரீ ராமானுஜனாக (வைஷ்ணவர்களான)

3. ஓம் நமோ நாராயணாய என்ற பீஜாக்ஷர மந்திரத்தை நம் நாவில் எழுதச் சொல்லி கோபுரத்தின் மீதேறி சத்தமாக அழுத்திக் கூறி பரமபாவனமான ஸ்ரீ வைகுண்டநாதனின் தாமரைப் பாதங்களில் நம்மைச் சேர்ப்பதற்குத் தானே அவதரித்தான் ஸ்ரீ ராமானுஜனாக (வைணவர்களான)

4. ஸ்ரீவைஷ்ணவர்களை ஜனன மரண சக்கரச் சுழலிலிருந்து தப்பிக்கச் செய்ய, கலியின் விகாரங்களின் மேல் சங்கொலி முழங்கச் செய்து, திருமலையில் தோன்றிய திருமலை நாராயணனுக்கு சங்கு சக்ரங்களை கையில் அமைத்து, பரமபத சோபான மார்க்கத்தை விட்டு இனி நம்மை ஸ்ரீ விஷ்ணு பதத்தில் சேர்த்து நமக்காகத் தானாகவே, இந்த பரமகுருவே ஸ்ரீ வேங்கடநாதனின் ஸ்ரீகுருவே, ஆத்மானந்த காரகனே, தானே அவதரித்தான் ஸ்ரீ ராமானுஜனாக! (வைஷ்ணவர்களான)

பத்தாம் அத்தியாயம்

பகவத் ராமானுஜரை திருமலைக்கு வரவழைத்தது

தன் குருவான ஸ்ரீ ராமானுஜருக்குத் தானளித்த வாக்குறுதியின்படி அனந்தாழ்வான் சில ஆண்டுகளிலேயே திருமலையை பூந்தோட்ட நந்தவனமாக மாற்றினார். பலர் வந்து பார்த்து மகிழ்ந்து பாராட்டினாலும் அனந்தாழ்வான் மனதில் ஏதோ இனம்தெரியாத ஒரு வெற்றிடம். ஸ்ரீ குருவின் ஆணையைப் பின்பற்றி, உறவினர்கள், சக சீடர்கள், ஸ்ரீ ரங்கநாதனின் திவ்ய சந்நிதி அனைத்தையும் விட்டு திருமலையை வந்தடைந்து பல கஷ்டங்களுக்கிடையில் இத்தனை தூரம் தயார் செய்த பூந்தோட்டங்களையும், தானே தோண்டி குருவின் பெயரால் நிர்மாணித்த ஸ்ரீ ராமானுஜர் புஷ்கரிணியையும், மண்டபத்தையும் ஸ்ரீ ராமானுஜர் வந்து பார்த்தால்தானே, என் வாழ்வுக்கு ஒரு அர்த்தம், ஆத்மாவுக்கு பரிபூர்ண ஆனந்தம், மனதுக்கு அமைதி, சௌபாக்கியம் கிடைக்கும் என்று சிந்திக்கத் தொடங்கினார்.

சீடனின் அந்தரங்கம் குருவுக்குத் தெரியாதா என்ன? அதற்கான நேரமும் வந்தது. ஒரு முறை ஸ்ரீ ராமானுஜர், சீடர் குழுவோடு சேர்ந்து திருவரங்கத்திலிருந்து கிளம்பி வழியில் இருந்த வைணவ திவ்ய தேசங்களை தரிசித்துக் கொண்டு வைணவம் மற்றும், விசிஷ்டாத்வைதத்தின் முக்கியத்துவத்தை வெளிப்படுத்தியபடி திருப்பதியில் உள்ள கோவிந்தராஜ சுவாமி ஆலயத்தை வந்தடைந்தார். இந்த செய்தியை அறிந்த உடனே அனந்தாழ்வான் ஸ்ரீனிவாசனின் புஷ்ப கைங்கர்யத்தை முடித்துக் கொண்டு, ஓட்டமும் நடையுமாக தன் சீடர்களோடு கூட ஸ்ரீராமானுஜரிடம் சென்று, ஆச்சார்ய தேவா! வைஷ்ணவ குல உத்தாரகா! தங்கள் ஆணையை நான் சிரமேற்கொண்டு தாம் கூறிய விதத்தில் திருமலையில் பல பூந்தோட்டங்களை அமைத்து பல்வேறு வண்ண மலர்களால் அனுதினமும் ஆனந்தநிலையனான ஸ்ரீ வேங்கடநாதனுக்கு புஷ்ப கைங்கர்யம் செய்து வருகிறேன். நான் எத்தனை செய்தாலும், அங்கிருக்கும் புஷ்கரிணி, நந்தவனங்கள் எல்லாவற்றிலும் தாங்கள், தங்களின் பரமபாவனமான பாதங்களை வைக்கும் போதல்லா நான் பிறந்த பயனை அடைவேன்! என்று அனந்தார்யர் கூறவே, ஸ்ரீ ராமானுஜர் இவ்வாறு பதிலளித்தார்.

அனந்தா, நம் உடல்கள் வேறு வேறானாலும், நீ திருமலையில் இருந்தாலும், நான் திருவரங்கத்தில் இருந்தாலும், நம் ஆத்மாக்கள் ஒன்றே அல்லவா! சதா உன் இதயத்தில் நீ நிறுத்தாமல் கூறும் என் நாமஸ்மரணையின் கோஷம் எனக்கு கேட்டுக் கொண்டே இருக்கிறது. உன்னுடைய சிறந்த ஆச்சார்ய கைங்கர்ய நிஷ்டையைப் பார்த்து லக்ஷ்மீ வல்லபன், ஸ்ரீ வேங்கட நாராயணன் சதா சந்தோஷமடைகிறான். அனுதினமும் உன்னோடு உரையாடுகிறான். பிரதி தினமும் நீ ஸ்ரீனிவாசனுக்குச் செய்யும் மலர்ச் சேவைகள் அனைத்தையும் உன் கண்களால் நான் பார்த்துக் கொண்டிருக்கிறேன். இனி நான் பிரத்தியேகமாக வர வேண்டிய தேவை என்ன இருக்கிறது என்றார்.

அதற்கு அனந்தாழ்வான், நீங்கள் திருமலைக்கு வராவிட்டால் நான் எவ்வாறு திருமலையில் தங்குவேன்? என் பிரத்யக்ஷ தெய்வம் என் குருவான நீங்களே. இனிமேல் நானும் திருமலைக்குச் செல்ல மாட்டேன் என்று கூறி தன் சீடர்களைப் பார்த்து, சீடர்களே கேட்டீர்கள் அல்லவா? இனி எனக்கு வேங்கடாசலத்தில் எந்த வேலையும் இல்லை. நீங்கள் உடனே சென்று என் ஆணையாக நம்மவர்கள் அனைவரையும் வேங்கடாத்ரியை விட்டு, போட்டது போட்டபடி இங்கு வரச் சொல்லுங்கள் என்று கூறினார். உடனே, ஸ்ரீ ராமானுஜர், அனந்தாழ்வான்! கவலைப்படாதே. நான் இப்போதே உன்னோடு சேர்ந்து திருமலைக்கு வருகிறேன். ஆனால் ஸ்ரீவேங்கடாசலம் மிகவும் பவித்திரமான பூலோக வைகுண்டம். கலியுகத்தில் ஸ்ரீமன் நாராயணன், ஸ்ரீவேங்கடாசலனாக பூமியில் கொலுவீற்றுள்ளான். அதனால் நான் அங்கு ஸ்ரீவேங்கடநாதனின் அபிஷேக ஜல அம்ருத தீர்த்தத்தைத் தவிர வேறே எதுவும் ஏற்கமாட்டேன். அதே போல் திருமலையில் உள்ள ஒவ்வொரு அணுவும், சித்தர்கள், முனிவர்கள், யோகியர், பரம பக்தர்கள், தேவர், யக்ஷர், கந்தர்வர், கின்னரர், கிம்புருஷ,ர் முப்பத்து மூன்று கோடி தேவதைகள் மற்றும் நான்கு வேதங்கள் இவையே. அங்கிருக்கும் ஒவ்வொரு அணுவும் பரம பவித்திரமான சாளங்கிராமங்களே. அதனால் நான் முழங்காலால் தான் அலிபிரியில் இருந்து ஸ்ரீனிவாசனின் ஆனந்த நிலையத்திற்கு வருவேன் என்று கூறி, அலிபிரி ஸ்ரீவாரி பாதங்களை வணங்கி, ஓ வேங்கடநாதா! திருமலை மீது ஏறுவதற்கு சக்தி கொடுத்து அருள்புரி! என்று வேண்டிக்கொண்டு ஸ்ரீராமானுஜர் திருமலை பர்வதத்தின் மீது ஏறத் தொடங்கினார்.

சாக்ஷாத் ஸ்ரீ ராமானுஜர் இரண்டாவது முறை திருமலைக்கு ஏறி வருவதற்குக் காரணமானானவர் நம் திருமலை அனந்தாழ்வான். ஸ்ரீ ராமனுஜரின் வருகையை அறிந்த அவருடைய தாய்மாமாவான திருமலை நம்பி எதிர்கொண்டழைத்து, சுவாமியின் அபிஷேக தீர்த்த பிரசாதங்களை அளித்தார். அவற்றை ஏற்று சாஷ்டாங்க நமஸ்காரம் செய்த ஸ்ரீ ராமானுஜர், ஐயா! ஆச்சார்யா! நீங்கள் இந்த வயதிலும் சிரமப்பட்டு எதிர்வந்து தீர்த்த பிரசாதங்களை எடுத்து வரவேண்டுமா? உங்களுக்கு பதில் வேறு யாரையாவது அனுப்பியிருக்கலாமே! என்று கூறவே, அதற்கு, திருமலை நம்பி, ராமானுஜா! வைணவ குலத் திலகமே! சாக்ஷாத்

ஸ்ரீனிவாசனின் கைகளில் சங்கு, சக்ரம் அமைத்தவனே! என் மருமான் நீ. எனக்குப் பிரியமானவன். மனது கேட்காமல் வயது ஒத்துழைக்காவிட்டாலும் உனக்காக நானே வந்தேன். யாரையாவது அனுப்பியிருக்கலாம் என்கிறாய். ஆனால் ஆனந்த நிலையத்தின் சுற்றுப் புறங்களில் என் கணங்களுக்கு யாரும் தென்படவில்லை. அதனால்தான் நானே வந்தேன் என்று கூறவே ஸ்ரீ ராமானுஜர் ஆனந்தமடைந்தார்.

அனந்தாழ்வான் தன் குருவான் ஸ்ரீ ராமானுஜரை திருமலைக்கு அழைத்து வந்துள்ளார் என்ற செய்தி திருமலையெங்கும் பரவி, வைணவ உத்தமர்கள், பாகவத உத்தமர்கள், அர்ச்சகர்கள், சேவகர்கள், பக்த ஜனங்கள், நகர மக்கள் எல்லோரும் கூட்டம் கூட்டமாக வந்து ஸ்ரீ ராமானுஜருக்கு மங்கள ஆரத்தி எடுத்து, கூடவே வந்து ஜெய ஜெய கோஷங்களை எழுப்பினர். அதன் பின்னர் ஸ்ரீராமானுஜர், சுவாமி புஷ்கரிணியில் ஸ்நானம் செய்து, சந்தியாவந்தனம் முதலான கிரியைகளைச் செய்து, ஸ்ரீஆதிவராஹ சுவாமியை தரிசித்து, மெதுவாக ஆனந்த நிலையத்தின் கிழக்கு புறத்திலிருந்து மேற்குப் புறமாக, தெற்கு மூலையில் இருந்த அனந்தாழ்வான் தோட்டத்தில் பிரவேசித்தார். அனந்தாழ்வான் பத்தினி சமேதராக பரிவாரத்தோடு அவரை எதிர்கொண்டழைத்து தன் ஸ்ரீகுருவின் பாத கமலங்களுக்கு அபிஷேகம் செய்து, மலர்களால் பூஜை செய்து, ஸ்ரீராமானுஜரின் பாதாபிஷேக ஜலத்தைத் தன் தலையில் தெளித்துக் கொண்டு, பரவசமாகி, பரமானந்தம் நிறைந்தவரானார்.

பூந்தோட்டத்தில் தன் பெயரால் அமைந்த புஷ்கரிணியையும், அங்கிருந்த பூமாலை தொடுக்கும் கல் மண்டபத்தையும், பல வண்ண மணம் வீசும் மலர்களையும், அழகாகப் படர்ந்திருந்த பூங்கொடிகளையும் தன் கைகளால் ஸ்பரிசித்து, பரவசமடைந்து ஆனந்தமான உள்ளத்தோடு ஆனந்த பாஷ்பம் பெருக, இவ்வாறு கூறினார்.

அனந்தா! இன்றல்லவா என் இந்தப் பிறவிக்கு அர்த்தம் ஏற்பட்டது! எத்தனை பேர் சீடர்கள் இருந்த போதிலும் அன்று சபையில் திருமலைக்குச் சென்று பூந்தோட்டம் அமைத்து ஸ்ரீ வேங்கடநாதனுக்கு புஷ்ப கைங்கர்யம் செய்பவர் யாராவது உங்களில் உள்ளாரா? என்ற போது, நான் இருக்கிறேன் குருவே! உங்கள் ஆணையை தலைமேல் ஏற்பேன்! என்று கூறிய உன்னைப் பார்த்து அன்றே ஆனந்தமடைந்தேன். உனக்கு அன்று நான் அளித்த 'ஆண்பிள்ளை' என்ற விருது மிகச் சரியானதே. திருமலையில் நீ பட்ட கஷ்ங்கள் உனக்கும் எனக்கும் ஸ்ரீ வேங்கடநாதனுக்கும் தெரியும். இறுதியில் கருணைவடிவான ஸ்ரீ ஸ்ரீனிவாசனே சிறுவன் வடிவில் வந்து மண் கூடைகளைச் சுமந்து, உன் கைகளால் கடப்பாரை அடி வாங்கினான் அல்லவா! உன்னைப் போன்ற உத்தம சீடனும் குருவின் உத்தரவை சிரமேற்தாங்குபவனும் கிடைக்க மாட்டார்கள். நீ இன்று என் கண்களுக்கு மேரு பர்வதம் போன்ற உயரத்தில், ஆகாயத்தில் நட்சத்திரங்களுக்கு நடுவில் குளிர்ந்த வெண்ணிலவைப் பொழியும் பௌர்ணமி சந்திரனைப் போல தென்படுகிறாய் என்று

கூறி, ஆனந்தத்தோடு ஸ்ரீபகவத் ராமானுஜர், அனந்தாழ்வானை ஆலிங்கனம் செய்து கொண்டார். ஸ்ரீ குருவின் சொற்களைக் கேட்டு அனந்தாழ்வான் மிக மகிழ்ந்து, வினயத்தோடு, குருதேவா! உங்களை குருவாகப் பெற்றதால் என் பிறவி உய்வடைந்தது. எனக்கு ஆத்மானந்தமும் பரமானந்தமும் ஏற்படுகிறது. சீடன் குருவின் எதிர்பார்ப்புகளை தவற விடாமல் உறுதியாக நின்று, குரு கொடுத்த கடமையைச் சாதித்து, குருவின் மன விருப்பத்தை நிறைவேற்றுதல் என்ற தட்சிணையை கொடுக்கும்போது தானே, உண்மையில் சீடன் என்ற சொல்லுக்கு அர்த்தம் ஏற்படுகிறது? என்று கூறி, தன்யோஸ்மி, தன்யோஸ்மி குருதேவா! என்று சாஷ்டாங்க நமஸ்காரம் செய்தார்.

பின்னர் அனைவரும் சேர்ந்து ஆனந்த நிலையத்தை அடைந்தனர். அனந்தாழ்வான் செய்த புஷ்பமாலை அலங்காரத்தைப் பார்த்து ஸ்ரீ ராமானுஜர், ஓ ஸ்ரீனிவாச பிரபோ! கலியுகத்தில் பக்தர்களின் கோரிக்கைகளைத் தீர்க்கும் மோகன சொரூபன் நீ. அனந்தாழ்வான் தேர்ந்தெடுத்த மலர்களைக் கொண்டு அழகாகத் தொடுத்து ஆஜானுபாஹுவான உன்னை அலங்காரம் செய்யும் முறையைப் பார்த்தால், அங்கு வைகுண்டத்தில் இருக்கும் ஸ்ரீமன் நாராயணனான நீ, பூலோக வைகுண்டத்தில் அழகாக புஷ்ப அலங்காரம் செய்து கொண்டு, ராமானுஜா, நான் அழகாக இருக்கிறேனா என்று கேட்பதுபோல் இருக்கிறது. ஆத்மானந்தம் ஏற்படுகிறது. சுவாமி! பரந்தாமா! ஸ்ரீ வேங்கடநாதா! என்று பலப்பல விதங்களில் ஸ்ரீனிவாசனின் திவ்யமான, பவ்யமான அழகாகப் பிரகாசிக்கும் அர்ச்சா ரூபத்தைக் கண்டு மகிழ்ந்து, துதித்து, அர்ச்சகர்கள் அளித்த தீர்த்த, சடகோபங்களை ஏற்று, அங்கிருந்த அனந்தாழ்வானிடம், அனந்தா! உன் அழைப்பின்படி ஸ்ரீ வேங்கடாசலபதியையும் அவருக்கு நீ செய்யும் புஷ்ப அலங்கார சேவைகளையும் கண்ணாரக் கண்டேன். நான் வந்த வேலை முடிந்தது. இனி கிளம்புகிறேன் என்றார்.

ஒரு புறம் தன்னை குரு பாராட்டுவதைக் கேட்டு மனதில் ஆனந்தமும், மறுபுறம் குருநாதர் அதற்குள் கிளம்புகிறாரே என்று உள்ளுக்குள் வருத்தமும் ஏற்பட்டன. அதற்குள் திருமலை நம்பி வந்து, அப்பனே! ராமானுஜா! வேங்கடாசலத்தில் ஒரு மூன்று நாட்களாவது இருக்கலாமே என்றார். அப்படியே ஆகட்டும், என்று கூறி பகவத் ராமானுஜர், போஜனம் ஏற்காமல், ஸ்ரீ வேங்கடநாதனின் பாதாபிஷேக ஜல அம்ருதம் மட்டுமே ஸ்வீகரித்து அனந்தாழ்வானுடைய உள்ளத்தின் கோரிக்கையைத் தீர்த்தார். மூன்றாம் நாள் ஸ்ரீ ராமானுஜர் ஆனந்த நிலையத்தை அடைந்து, தான் திருப்பிச் செல்வதற்கு அனுமதி அளிக்குமாறு வேண்டினார். அதற்கு ஸ்ரீ வேங்கடநாதன், ராமானுஜாசாரியா! உனக்குக் கொடுக்க இங்கு என்னிடம் என்ன உள்ளது? உனக்குக் கொடுக்க வேண்டியதனைத்தையும் ஸ்ரீரங்கத்திலேயே கொடுத்து விட்டேனே என்று கூறி விடை கொடுத்தார்.

அதன் பின் ஸ்ரீ ராமானுஜர் திருமலையில் இருந்து இறங்கி திருப்பதியை

அடைந்து கோவிந்தராஜ சுவாமி சந்நிதியில் இருக்கும் திருமலை நம்பியின் இல்லத்தில் ஓராண்டு காலம் தங்கி, பின்னர் ஸ்ரீரங்கம் கிளம்பிச் சென்றார். ஸ்ரீ ராமானுஜர் திருப்பதியில் இருந்த போது அனந்தாழ்வான் முடிந்தபோதெல்லாம் தன் குருநாதரை தரிசித்து வழிபட்டு உய்வடைந்தார்.

இவ்விதமாக திருமலை அனந்தாழ்வன் திருமலைக்கே வரமாட்டேன் என்றிருந்த தன் பரம குருவான ஸ்ரீ ராமானுஜ முனீந்திரர் திருமலை பர்வத்தின் மீதேறி வருவதற்குக் காரணமானர்.

இத்தனை பெருமை பொருந்திய சிஷ்யப் பெருந்தகை, கடந்தகாலம் நிகழ்காலம் எதிர்காலம் எனப்படும் முக்காலங்களிலும் வருவாரோ! வர மாட்டாரோ! கிடைப்பாரோ? கிடைக்க மாட்டாரோ? அந்த ஸ்ரீனிவாச விபுவே அறிவார்.

இவ்விதம் ஸ்ரீமான் அனந்தாழ்வான் திவ்ய சரிதத்தில்
பகவத் ராமானுஜரை திருமலைக்கு வரவழைத்தது என்ற
பத்தாவது அத்தியாயம் நிறைவடைந்தது.

பதினொன்றாம் அத்தியாயம்

ஸ்ரீ ராமானுஜர் தன் விக்ரஹத்தை அனந்தாழ்வானுக்கு அளித்தல்

முன் அத்தியாயத்தில் கூறிய விதமாக தன் குருவான ஸ்ரீ ராமானுஜர் திருமலைக்கு வருவதற்குக் காரணமானவராக இருந்து, ஸ்ரீ ராமனுஜரின் சீடர் குழுவில் தன் இடத்தை நிலைநிறுத்திக் கொண்டு, சீடர்களின் வரலாற்றில் தன் பெயரை பொன் எழுத்துக்களால் பொறிக்கச் செய்யவேண்டிய அவசியத்தை அனந்தாழ்வான் கூறாமலே அழுந்தக் கூறினார்.

திருப்பதியில் திருமலை நம்பியின் வீட்டில் ஒரு ஆண்டு காலம் தங்கி, சில தினங்களில் திருவங்கத்திற்கு கிளம்பவேண்டும் என்று எண்ணிய ஸ்ரீ ராமானுஜர் அனந்தாழ்வானிடம் தன்னிடம் வரும்படி செய்தி அனுப்பினார். அனந்தாழ்வான் அவசர அவசரமாகத் தன் குருவிடம் வந்து சேர்ந்தார். அப்போது ஸ்ரீ ராமானுஜர், நான் திருவரங்கத்தில் ஸ்ரீரங்கநாதனின் சேவையில் உய்வடையவேண்டும். இனி திருமலைக்கோ திருப்பதிக்கோ வர இயலாது என்று கூறினார். அதை கேட்டு துயரமடைந்த அனந்தாழ்வானைப் பார்த்து, அனந்தா! உன்னை விட்டு நான் எங்கே போக முடியும்? மீதி உள்ள சீடர்கள் வேறு. நீ வேறு. நீ எனக்கு மிகவும் பிரத்தியேகமான சீடன். அனுதினமும் உன் அந்தரங்கத்தில் நீ செய்யும் என் நாம ஸ்மரண கோஷம், அனுக்ஷணமும் எனக்கு கேட்டுக் கொண்டே இருக்கிறது. நம் கடமைகள் வேறானாலும் இலக்கு ஒன்றே. நீ உன் உள்ளத்தில் என்னை நினைத்த உடனே நான் உன் எதிரில் வந்து நிற்பேன். என் ஆசீர்வாதபலமும், கருணையான பார்வையும் உன் மேல் சதா பொழிந்து கொண்டே இருக்கும். நீ என் திருமலை அதிரோஹணத்திற்குக் காரணம் ஆனாய். நான் திருமலையில் இருந்து அவரோஹனம் செய்யும் வேளையில் நீ என் பிரிவைத் தாங்க முடியாது என்று கூறினாய். உனக்கு யோக முத்திரையோடு கூடிய என் விக்ரஹத்தை, நானே ஒருமுறை ஆலிங்கனம் செய்து கொடுத்தேன் அல்லவா? அனுதினமும் அந்த விக்ரஹ வடிவில் என்னைப் பார்த்து, பூஜை செய்து வருகிறாய் அல்லவா? உன் வீட்டில் இருப்பது என் விக்ரகம் அல்ல. என் இந்த திவ்ய தேகத்தின் சொரூபமே. அனந்தா! இதோ பார். இன்று நீ என்னிடம் வருவதற்கு முன்பு செய்த

புஷ்ப பூஜையின் அடையாளங்கள், நீ எனக்கு சமர்ப்பித்த பூ மாலைகளைப் பார் என்று ஸ்ரீ ராமானுஜர் கூறவே, தலையோடு கால் தன் குருவான ஸ்ரீ ராமனுஜரின் திவ்ய உடலின் மேல் அன்று தான் செய்த பூஜைகளையும் புஷ்பச் சின்னங்களையும் பார்த்து ஆனந்தப் பரவசமடைந்தார் நம் அனந்தார்யர். குருவுக்கு சாஷ்டாங்க நமஸ்காரம் செய்து, மீண்டும் குருவின் பாதங்களுக்கு அபிஷேகம் செய்து அந்த திவ்ய ஜலத்தை தன் சிரத்தின் மேல் தெளித்துக் கொண்டு, நான் தன்யனானேன் என்று சந்தோஷத்தோடு கூறி மனம் நிறைந்தார். ஸ்ரீ குருவிடம் விடைபெற்று திருமலைக்குச் சென்றார்.

தினமும் தன் குருவான ஸ்ரீ ராமானுஜரின் விக்ரகத்திற்கு அழகான மலர் மாலை சூட்டி, தூப, தீப, நைவேத்யங்கள் சமர்பித்து, மேலும் பூக்களைக் கொய்து எடுத்து வந்து அமர்ந்து, குரு நாமத்தை உச்சரித்துக் கொண்டே அவற்றைத் தொடுத்து ஆனந்த நிலையனுக்காக வித விதமான வண்ண வண்ணப் பூ மாலைகளை பலவித பரிமாணங்களில் தொடுத்து கூடையில் அடுக்கி எடுத்து வந்து, ஆனந்த நிலைத்தில் உள்ள ஆஜானுபாஹுவான ஸ்ரீ வேங்கடநாதனை மலர் மாலைகளால் அலங்கரித்து, அதைப் பார்த்துப் பார்த்து பரவசமடைந்தார் நம் அனந்தாழ்வான்.

காலக்கிரமத்தில் பக்த ஜனங்களின் கூட்டம் அதிகமாகத் தொடங்கியது. கோரிய கோரிக்கைகளைத் தீர்ப்பவன், திருமலையின் கோனேடிராயுடு, திருவேங்கடநாதனாக ஆனந்த நிலையத்தில் நிற்கும் ஆனந்தராயுடு, அழகான திருமலையப்ப சுவாமியைக் காண்பதற்கு ஜனங்கள் கூட்டம் கூட்டமாக வரத் தொடங்கினர். கோவிலுக்கு ஆதாயம் அதிகரிக்கத் தொடங்கியது. அன்றைய காலத்தில் ஆனந்த நிலையத்தில் விமான கோபுரம் மட்டுமே இருந்தது. சுற்றிலும் இன்னொரு பிராகாரம் கட்ட வேண்டுமென்று கூறினர். அதுவே சம்பங்கி பிராகாரம். துவஸ்தம்பத்தைத் தாண்டியவுடன் 'வெள்ளி வாசல்' வழியாக உள்ளே பிரவேசிக்கிறோம் அல்லவா? அந்த 'வெண்டி வாக்கிலி' யிலிருந்து தொடங்கி வரதராஜ சுவாமி சந்நிதி, வகுளமாதா சந்நிதி, அங்கதன், சுக்ரீவன், ஹனுமன், அனந்தன், விஷ்வக்சேனன், கருடன் விக்ரகங்கள் உள்ள சந்நிதிகள், பரகாமணி (உண்டியலில் விழும் பணத்தை எண்ணும் அறை), சபேரா (பொருட்களை வைக்கும் அறை), அன்னமய்யா சங்கீர்த்தன பாண்டாகாரம், அவற்றின் அருகில் ஸ்ரீ ராமானுஜாசார்யரின் சந்நிதி (பாஷ்யகாரர் சந்நிதி), யாமுனோத்தரை (மலர் அறை), யோக நரசிம்ம சுவாமி சந்நிதிகளை தரிசித்து, மீண்டும் 'வெண்டி வாக்கிலி' வழயாக வெளியே வரும் வரை நிர்மாணிக்கப்பட்ட பிராகாரமே சம்பங்கி பிராகாரம்.

சம்பங்கிப் பிராகாரத்தைக் கட்டச் செய்தது நம் திருமலை அனந்தாழ்வானே. சம்பங்கி பிராகாரத்தில், உண்டியலின் எதிராக சபேராவை (ஸ்வாமியில் களைந்த வஸ்திரங்களை சேகரிக்கும் அறை) ஒட்டியுள்ளது அன்னமாச்சார்யா சங்கீர்த்தன பாண்டாகாரம், அதன் அருகிலேயே ஸ்ரீ பாஷ்யக்காரர் சந்நிதி (ஸ்ரீ

ராமானுஜாசாரியாரின் சந்நிதி) உள்ளது. அதில் உள்ள ஸ்ரீ ராமானுஜரின் யோக முத்திரையோடு கூடிய விக்ரகம், ஸ்ரீ ராமானுஜர் தானே ஒருமுறை அணைத்துக் கொண்டு பின், அனந்தாழ்வானுக்கு அளித்தது. பல ஆண்டுகள் தன் இல்லத்திலேயே வைத்துக் கொண்டு பூஜைகள், தூப தீப நைவேத்தியங்கள் சமர்ப்பித்து வந்தார் அனந்தாழ்வான். பின்னர் சம்பங்கி பிராகாரம் கட்டி முடிந்ததும் தன் குருவின் திவ்ய, பவ்ய விக்ரஹ ரூபத்தை அனந்தாழ்வான் தானே சுயமாக தம் அம்ருத ஹஸ்தங்களால் எடுத்துவந்து அங்கு பிரதிஷ்டை செய்தார்.

அதுமட்டுமல்ல, இதில் மறைந்துள்ள விசேஷ ரகசியம் என்னவென்றால், சாக்ஷாத் ஸ்ரீ வேங்கடநாதனின் கரங்களில் சங்கு சக்கரங்களை தரிக்கச் செய்து, வைகானச ஆகம முறைபடி அர்ச்சனை, பூஜை, நிவேதனம் போன்ற கைங்கர்யங்களை தொடரும்படி செய்து, அனந்தாழ்வான் மூலம் ஜீயர் அமைப்பை ஏற்பாடு செய்வித்த ஸ்ரீ ராமானுஜரை அனந்தாழ்வான் மற்றும் ஸ்ரீ வேங்கடநாதன் கூட தம் குரு என்று எண்ணினார்கள். இதற்கு நிதரிசனமாக ஸ்ரீ ராமானுஜர் தம் திருமேனியை உகுத்த பின்னர், அனந்தாழ்வானை சமாதானப்படுத்தி ஸ்ரீ வேங்கடநாதன் கூறிய சொற்கள், பதிமூன்றாவது அத்தியாயத்தில் விவரிக்கப்பட்டுள்ளன. அவற்றை கணக்கில் எடுத்துக் கொண்டு அச்சமின்றி ஸ்ரீ ராமானுஜர் அனந்தாழ்வானுக்கு மட்டுமின்றி, திருவேங்கடநாதனுக்கும் குருநாதரென்று பிரகடனம் செய்யலாம்.

ஸ்ரீ வேங்கடநாதனின் திவ்ய சொற்களைக் கணக்கில்கொண்டு பின்னர், அனந்தாழ்வான், தம் ஸ்ரீ குருவான பகவத் ராமானுஜரின் விக்ரஹத்தை ஸ்ரீ வேங்கட நாதனின் சம்பங்கி பிராகாரத்திலேயே கொஞ்சம் உயரத்தில் பிரதிஷ்டை செய்தார். அதற்கு ஸ்ரீ வேங்கட நாதனும் தன் அங்கீகாரத்தைத் தெரிவித்தான்.

இந்த சந்தர்பத்தில் என் சக பக்த ஜனங்களுக்கு நான் மனப்பூர்வமாக நமஸ்காரம் செய்து செய்யும் விண்ணப்பம் என்னவென்றால், ஆனந்த நிலையனின் ஒரு கண நேர தரிசனம் ஆகிவிட்டது என்று அவசர அவசரமாக ஓட்டமாக ஓடி வெளியில் செல்லாமல், வகுளமாதா, அங்கதன், சுக்ரீவன், ஹனுமன், அனந்தன், விஷ்வக்சேனன், கருடன் ஆகிய மூர்த்திகளையும் தரிசனம் செய்து, தீர்த்தம், சடாரிகளை ஏற்று, பங்காரு வாவியை (ஸ்ரீலக்ஷ்மி தீர்த்தம்) தரிசித்து, வடக்கு வைகுண்ட துவாரத்தின் அருகில் சாஷ்டாங்க நமஸ்காரம் செய்து, கொஞ்சம் முன்னால் உள்ள பழைய கல்யாணோற்சவ மண்டபத்தில் சற்று நேரம் அமர்ந்து, நாம் தரிசித்த நம் ஸ்ரீனிவாசனின் பாத கமலங்கள், கடி ஹஸ்தம், வரத ஹஸ்தம், ஸ்ரீவத்ஸ வக்ஷஸ்தலம், சங்கு, சக்கரம், தோள்வளை, அனந்தாழ்வான் அடித்ததால் பச்சைகற்பூரம் தடவிய அழகு மிளிரும் தாடையில் அனந்தாழ்வானின் சின்னம், மகர குண்டலம் அணிந்த அழகான செவிகள், பாதி திறந்து, தெரிந்தும் தெரியாமலும் இருந்தாலும் நம்மைப் பார்க்கும் கமலாக்ஷனின் தாமரைக் கண்கள், நெற்றியில் திருநாமம், சிரத்தின் மேல் வைர மகுடம் அணிந்த ஸ்ரீனிவாசனை,

மனதார நினைத்து வணங்கி, அருகில் உள்ள பரகாமணியைத் தாண்டி, ஆனந்த நிலையனின் விமான கோபுரத்தின் மேலுள்ள விமான வேங்கடநாதனைப் பார்த்து பிராத்தனை செய்து, உண்டியலில் காணிக்கை போட்டு, எதிரில் இருக்கும் சபேரா, அன்னமய்யா சங்கீர்த்தன பாண்டாகாரத்திற்கு நமஸ்காரம் செய்து, பக்கத்தில் கொஞ்சம் உயரத்தில் அனந்தாழ்வான் பிரதிஷ்டை செய்த ஸ்ரீ ராமனுஜரின் விக்ரகம், கீழே உள்ள ஸ்ரீ ராமனுஜாசாரியரின் சந்நிதி (பாஷ்யகாரர் சந்நிதி) ஆகியவற்றை ஆசைதீரப் பார்த்து ஸ்ரீ ராமானுஜரின், அனந்தாழ்வானின் நாமங்களை ஸ்மரணை செய்து, யோக நரசிம்மனை தரிசித்து, வணங்கி, அருகிலேயே உள்ள யாமுநோத்தரை (மலர் அறை), சந்தனம் அரைக்கும் பரிமள அறை மற்றும் தேவாலயத்திற்கு மூலாதாரமான முதல் ஸ்தம்பத்தை தரிசித்து, மீண்டும் 'வெண்டி வாக்கிலி' யை அடைந்து, வெளியில் வரும் போது, ஓ வேங்கடநாதா! நீ என் மேல் கருணை கொண்டு மீண்டும் மீண்டும் உன் தரிசன பாக்கியத்தை அருளி, தயையோடு என்னைப் பாருமய்யா! கோவிந்தா! கோவிந்தா என்று கூறவேண்டும். ஸ்ரீ வேங்கடநாதனின் தரிசனத்தால் நாம் அனைவரும் பவித்திரமாகும்படி நடந்து கொள்ளவேண்டும் என்று உங்களை இரு கை குவித்து வணங்கி, உங்கள் அனைவரையும் வேங்கட தாசருக்கு, தாசருக்கு, தாசானு தாசனான நான் வேண்டிகொள்கிறேன்.

இனி வரும் அத்தியாயத்தில் சம்பங்கி பிராகார நிர்மாணம், அதன் சிறப்பு, முக்கியத்துவம், அதில் அனந்தாழ்வானுக்கு இருக்கும் தொடர்பு போன்றவற்றை விவரமாக அறிந்து கொள்வோம்.

இவ்விதம் ஸ்ரீமான் அனந்தாழ்வான் திவ்ய சரிதத்தில்
ஸ்ரீ ராமானுஜர் தன் விக்ரஹத்தை அனந்தாழ்வானுக்கு அளித்தல்
பதினோராம் அத்தியாயம் நிறைவடைந்தது.

கவனிக்க: திருமலையில் சம்பங்கி பிராகாரத்தைத் தவிர, அனந்தாழ்வானுக்கு ஸ்ரீ ராமானுஜர் தானே சுயமாக அணைத்துக் கொடுத்த தியான முத்திரையோடு கூடிய ஸ்ரீ ராமானுஜ ரூபம், வேறு எந்த இதர 107 வைணவ திவ்ய தேசங்களிலும் நமக்குத் தென்படாது. இது திருமலையில் உள்ள ஆனந்த நிலையனின் சந்நிதியில், சம்பங்கி பிராகாரத்தில் பிரதிஷ்டை செய்யப்பட்ட ஸ்ரீ ராமானுஜர் விக்கிரத்தின் பிரத்யேகச் சிறப்பு.

பன்னிரண்டாம் அத்தியாயம்

சம்பங்கி பிராகார நிர்மாணமும் ஸ்ரீராமானுஜரின் விக்ரஹ பிரதிஷ்டையும்

திருமலைக்கு வரும் பக்தர்களின் அனுபவங்கள் ஒருவரை மிஞ்சி இன்னொருவருக்கு ஏற்பட்டதால் திருமலைநாதனான மலையப்பனின் திவ்ய லீலைகள் குறித்து ஒருவருக்கொருவர் கூறிக்கொண்டு ஸ்ரீனிவாசனை கண்ணார தரிசித்து, பின் வயிறார நெய் நிறைய ஊற்றிச் செய்த விதவிதமான ஸ்ரீவாரி நைவேத்திய பிரசாதங்களை நாக்கை சப்புக் கொட்டிக் கொண்டு உண்டு, ஆனந்த நிலையத்தின் வாயிலில் உட்கார்ந்து ஸ்ரீ வேங்கடநாதனின் சரித்திரத்தையும் அவர்களின் வருகைக்கான காரணங்களையும் கதை கதையாகப் பேசிக் கொண்டு, மாலை நேரத்தில் சுவாமியின் ஆனந்த நிலையத்திற்கு எதிராக த்வஜ ஸ்தம்பம் அருகில் பஜனைப் பாடல்களும் கோலாட்ட கோலாகலங்களுமாக பொழுதை கழித்து, கோவிந்தா கோவிந்தா என்று கோவிந்த நாம உச்சாரணையால் திருமலை கிரியை எதிரொலிக்கச் செய்தார்கள்.

அன்றைய நாட்களில் இன்று போல் ஆனந்த நிலையத்தைச் சுற்றி நான்கு மாட வீதிகள் இருக்கவில்லை. இரவு வேளையில் கும்மிருட்டு சூழும். கொடிய விலங்குகளும் சர்ப்பங்களும் ஆனந்த நிலையச் சுற்றுப்புறத்தில் சஞ்சரிக்கும். ஆனாலும் அன்றைய யாத்ரீகர்களின் தூய பக்தி மற்றும் அவர்களுக்கு சுவாமியின் மீதிருந்த அபரிமிதமான நம்பிக்கையால் ஆபத்து நேரங்களில் சாக்ஷாத் நம் ஆபத்பாந்தவனே இறங்கி வந்து அவர்களின் ஆபத்துகளை நீக்குவான். ஒவ்வொரு நாளும் சுவாமிக்கு சுப்ரபாதம், அர்ச்சனை, தோமாலை, அனந்தாழ்வானின் புஷ்ப கைங்கர்ய சேவை, நிவேதன சேவை, பிரத்யேக பண்டிகை தினங்களில் நடக்கும் உற்சவங்கள் எல்லாவற்றையும் காணும் போது மேலோக வைகுண்டமே இங்கு பூலோகத்தில் விளங்குகிறது என்றும் அந்த ஸ்ரீமன் நாராயணனே இங்கு ஸ்ரீ வேங்கடநாதானாகத் தோன்றியுள்ளான் என்றும் நினைவுக்கு வரும்.

ஸ்ரீ ராமானுஜாசாரியாரின் சந்நிதிக்கு எதிரில் உள்ள ஸ்ரீவாரி உண்டியல்

ஏதேனும் பிரத்தியேகத் திருவிழா மற்றும் ஊர்வலம் நடக்கும் நாட்களில் ஆனந்த நிலையத்தைச் சுற்றிலும் சற்று தொலைவில் நான்கு திசைகளிலும் அங்கங்கு குடியிருந்த அர்ச்சக ஸ்வாமிகள், சேவகர்கள், சிறு வியாபாரிகள் அனைவரும் முதலில் வாசல் தெளித்து கோலம் போட்டு, திருமாட வீதிகளை பிரத்தியேகமாக அழகுபடுத்தி, ஆனந்த நிலையத்தை அடைந்து பொங்கல் நைவேத்தியம் செய்து கண் குளிர ஸ்ரீஸ்ரீனிவாசனை மணிக்கணக்காக பார்த்து, தாம் பார்த்த ஸ்ரீ வைகுண்ட நாதனான ஸ்ரீ வேங்கட நாதனின் சொரூபத்தை நெஞ்சில் முத்திரை பதித்துக் கொண்டு திரும்பத் திரும்ப நினைத்து மகிழ்ந்து தம் இல்லங்களைச் சென்றடைந்தார்கள். அவர்களின் அதிர்ஷ்டம் இத்தனைதான் என்று நம்மால் கூற இயலாது. அதனை எவ்வாறு புகழ்வது?

இனி, நம் ஆனந்த நிலையனின் சம்பங்கி பிராகார நிர்மாணம் யார் செய்தார்கள்? எவ்வாறு நடந்தது? அதில் நம் அனந்தாழ்வான் எவ்வாறு பாத்திரமானார் என்பதைப் பார்ப்போம்.

முதலில் ஸ்ரீனிவாசனுக்கு ஆனந்த நிலைய விமான கோபுரம் மட்டுமே இருந்தது. ஸ்ரீ வேங்கடேசனுக்கு எதிராக, சற்று தொலைவில் கருடாழ்வார், இன்னும் கொஞ்சம் தூரத்தில் தவஜ ஸ்தம்பம் இருந்தன. ஆனந்த நியத்திற்கு ஒரு புறத்தில் வரதராஜ சுவாமி, வகுளமாதா இருவரின் சிறிய சந்நிதிகள் இருந்தன. ஆனந்த நிலையத்தை ஆகாஸ ராஜாவின் தம்பி, ஸ்ரீ பத்மாவதி தேவியின் சித்தப்பாவான தொண்டைமான் சக்ரவர்த்தி (முன் பிறவியில் ரங்கதாசன் என்ற பக்தன்) கட்டினார். ஆனந்த நிலையத்திற்கு வலது புறத்தில் ஸ்ரீகிணற்றை புனரமைத்தவரும் இந்த தொண்டைமான் சக்ரவர்த்தியே. (எவ்வாறெனில், முற்பிறவியில் ரங்கதாசன் என்ற பெயரோடு சுவாமியை அனுதினமும் வழிபட்டு, அவர் மேல் அபாரமான அன்பு கொண்டு, கோரிக்கை தீராமல் மீண்டும் தொண்டைமான் சக்ரவர்த்தியாகப் பிறந்து சுவாமிக்கு சேவை செய்து வரலாற்றில் இடம் பிடித்தார்). சிறிது காலத்திற்குப் பிறகு தவஜ ஸ்தம்பத்திற்கும் ஆனந்த நிலையத்திற்கும் நடுவில் ஒரு பிராகாரத்தை ஆனந்த நிலையத்தைச் சுற்றி கட்ட வேண்டுமென்று நிச்சயமானது.

அன்றைய நாட்களில் ஆனந்த நிலையத்தின் சுற்றுப் புறங்களில் பெரிய பெரிய சம்பங்கிச் மரங்கள் இருந்தன. சம்பங்கி மரங்களை செண்பக மரங்கள் என்று கூட அழைப்பர். பிராகாரம் கட்டுவதற்கு ஆரம்பித்தனர். சிறிது கட்டப்பட்ட நிலையில் நடுவில் ஒரு சம்பங்கி மரம் வேரோடி இருப்பதை கவனித்து அதனை நீக்கிய பின்தான் பிராகார நிர்மாணத்தை நிறைவு செய்ய முடியும் என்றும் இல்லாவிட்டால் பிராகார சுவரைச் சற்று கோணலாக கட்ட வேண்டி வரும் என்றும் அவ்வாறு கட்டுவது ஆகம சாஸ்த்திரத்தின்படியோ, சிற்ப சாத்திரத்தின்படியோ சரியில்லை என்றும் நிர்வாகிகளும் பணியாளர்களும் அனந்தாழ்வானிடம் கூறி மரத்தை நீக்குவதற்கு அனுமதி கோரினர். அதைக் கேட்ட அனந்தாழ்வான் சற்று வருத்தமடைந்தார். காரணம் என்னவென்றால் அனந்தாழ்வானுக்கு மரங்கள்

யோகமுத்திரையில் உள்ள ஸ்ரீராமானுஜாசாரியாரின் விக்ரகம்
(அனந்தாழ்வானுக்கு அவருடைய குரு ராமானுஜாசாரியார்
தம் கரங்களால் அளித்தது)

செடிகள் என்றால் உயிர். அந்த செண்பக மரம் எப்போதிலிருந்தோ ஸ்ரீவாரி ஆலயத்தில் இருக்கிறது. அப்படிப்பட்ட பாக்கியம் செய்த அந்த சம்பங்கி மரம் எந்த புண்ணியாத்மாவோ, கர்ந்தர்வனோ, தேவ கணத்தைச் சேர்ந்தவனோ ஆகியிருக்கலாம். ஏனென்றால் தனக்கு, தன் குருவான ராமானுஜாசாரியார் திருவேங்கட மலைக்கு வந்த போது அங்கிருக்கும் ஒவ்வொன்றும் நித்திய சூரிகளே, வேதத்தின் வடிவங்களே, மூன்று கோடி தேவதைகளும் அங்கிருந்து கலிகாலத்தில் முரஹாரி, நரஹரி ஸ்ரீ வேங்கட நாராயணனை சேவித்துக் கொண்டிருக்கிறார்கள் என்றார். அந்த விருக்ஷம், சுவாமியை சேவிக்க வந்த யாராவது முனிவராகவோ வன தேவதையாகவோ இருக்கலாம். பிராகாரம் கட்டுபவர்கள் அதனை நீக்குவதை தவிர வேறு வழி இல்லை என்கிறார்கள். எனக்கு அதில் விருப்பமில்லை என்று யோசித்து, ஓ ஸ்ரீனிவாசா! வேங்கடநாதா! நீயே ஒரு மார்க்கத்தைக் காட்டு! என்று அந்த சம்பங்கி மரத்தின் அருகில் நின்று, ஓ விருக்ஷ ராஜா! நாங்கள் இங்கு பிராகாரம் கட்டுகிறோம். இவர்கள் உன்னை நீக்கச் சொல்கிறார்கள் . எனக்கு அதில் சம்மதமில்லை. அதனால் நீ கொஞ்சம் நகர்ந்து கொள். அந்த நல்ல காரியத்தை நிறைவேற்ற உதவு என்று பிரார்த்தனை செய்து விட்டு இல்லத்திற்குச் சென்றார். அன்று இரவு அனந்தாழ்வான் மன வருத்ததோடும் கவலை தோய்ந்த முகத்தோடும் சரியாக உறக்கம் வராமல் புரண்டார்.

மறுதினம் எப்போதும் போல் ஆனந்த நிலையத்திற்கு புஷ்ப சேவை செய்யச் செல்வதற்கு முன்பே, பிராகார கட்டட உதவியாளர், சேவகர்கள், அர்ச்சகர், கூலிகள் அனைவரும் அனந்தாழ்வானிடம் ஓடி வந்து சாஷ்டாங்க நமஸ்காரம் செய்து, ஐயா அனந்தாழ்வான்! உங்கள் பிரார்த்தனையைக் கேட்டு அந்த சம்பங்கி மரம் தானாகே நகர்ந்து விட்டது. நாம் இனி தடையின்றி பிராகாரத்தை எப்படிப்பட்ட தாமதமும் இன்றி கட்டிவிடலாம். அனுமதியளியுங்கள் என்று வேண்டினர். அனந்தாழ்வான் அதிக ஆனந்தத்தோடு, பிராகாரத்தைக் கட்டி முடியுங்கள். அதற்கு சம்பங்கி பிராகாரம் என்று பெயர் வையுங்கள் என்று கூறிவிட்டு ஆனந்த நிலையத்திற்குச் சென்றார். அப்போது ஸ்ரீனிவாசன், அனந்தாழ்வான்! உன் விருப்பம் நிறைவேறியதா? உன் மன வருத்தம் தீர்ந்ததா? உன் கவலை நீங்கியதா? இனி இந்த சம்பங்கி மரத்திற்கு எந்த தீங்கும் நேராமல் நீங்கள் சம்பங்கி பிராகாரத்தை கட்டலாம். சந்தோஷம்தானே? என்று கேட்டார். அனந்தாழ்வான் ஸ்ரீ வேங்கடாசலபதியின் பாதகமலங்களை வணங்கி, ஆனந்தக் கண்ணீர் விட்டு, பலப்பல விதங்களில் பத்மநாபனை, பங்கஜ நயனனை , ஸ்ரீ வேங்கடநாதனைத் துதித்தார்.

பின்னர் சம்பங்கிப் பிராகார கட்டுமானம் தடையின்றி நிறைவு பெற்றது. ஸ்ரீ ராமானுஜர் தம் திருமேனியைத் துறந்த பின், ஸ்ரீ வேங்கடநாதனின் அனுமதியோடு அந்த சம்பங்கி பிராகாரத்தில் ஸ்ரீகுரு தனக்கு அளித்த, தன் வீட்டிலிருந்த அவருடைய விக்ரஹத்தை சம்பங்கி பிராகாரத்தில் ஸ்ரீ ராமானுஜரின் சந்நிதி

(பாஷ்யக்காரர் சந்நிதி) என்று பெயரிட்ட உப ஆலயத்தில் பிரதிஷ்டை செய்தார். இந்த ஸ்ரீ ராமானுஜாசாரியாரின் சந்நிதி உண்டியலுக்கு எதிராக, சற்று உயரத்தில் தெற்கு பார்த்த விதமாக, ஸ்ரீ வேங்கடநாதனை விட சற்று உயரத்தில் உள்ளது.

அந்த சம்பங்கி பிராகாரமே இன்று நாம் பார்க்கும் 'வெள்ளி வாசல்' இருக்கும் பிராகாரம். நம் அனந்தாழ்வானுக்கு இயற்கையின் மீதிருக்கும் கருணையைப் பார்த்தீர்களா? அதனைக் கண்டு ஸ்ரீனிவாசனே மனம் இரங்கி அனந்தாழ்வானின் சங்கல்பத்தை நிறைவேற்றினான். இத்தகைய, "சம்பங்கி பிராகார நிர்மாண நிர்விக்கிரம பராயணன்" நம் அனந்தாழ்வான்.

ஓம் சம்பங்கி பிராகார நிர்மாண நிர்விக்ரம நிர்மாத்ரே நம:
இவ்விதம் ஸ்ரீமான் அனந்தாழ்வான் திவ்ய சரிதத்தில்
ராகார நிர்மாணமும் ஸ்ரீராமானுஜரின் விக்ரஹ பிரதிஷ்டையும்
என்ற பன்னிரண்டாம் அத்தியாயம் நிறைவடைந்தது.

பதின்மூன்றாம் அத்தியாயம்

ஜீயர் அமைப்பை ஏற்படுத்துவது, அத்யயன உற்சவம் தொடங்குவது, ஸ்ரீராமனுஜரின் திருமேனித் தியாகம், அனந்தாழ்வானுக்கு ஆனந்தநிலையன் ஆறுதல் கூறுவது

ஸ்ரீ ராமனுஜரின் உத்தரவுப்படி அனந்தாழ்வான் மற்றும் யாதவராஜா இருவரும் சேர்ந்து திருமலை ஆலயத்தில் செய்த சீர்திருத்தங்கள், அத்யயன உற்சவம் தொடங்குவது, ஸ்ரீ ராமானுஜர் திருமேனியை தியாகம் செய்தார் என்றறிந்து துயரத்தில் ஓராண்டு காலம் ஸ்ரீ வேங்கடநாதனின் கைங்கர்யத்திலிருந்து ஒதுங்கியிருந்த அனந்தாழ்வானை, ஆனந்தநிலையனான ஸ்ரீ ஸ்ரீனிவாசன் அழைத்து ஆறுதல் கூறுவது முதலான சம்பவங்களை இந்த அத்தியாயத்தில் தெரிந்து கொள்வோம்.

ஜீயர் அமைப்பின் தேவை மற்றும் ஏற்பாடு குறித்த விவரங்கள்

ஸ்ரீ ராமானுஜர் திருப்பதி பட்டணத்தில் திருமலை நம்பியின் இல்லத்திலிருந்து திருவரங்கத்திற்கு திரும்ப எண்ணி அனந்தாழ்வான் மற்றும் யாதவராஜாவைத் தம்மிடம் வரச்சொன்னார். யாதவராஜா, ஸ்ரீ ராமானுஜருக்குப் பிரியமானவர். அவருடைய அரசாட்சியின் போது திருவேங்கட மலையிலிருந்த சைவர்களுக்கும் வைணவர்களுக்குமிடையில் வேறுபாடுகள் அதிகமாகி பெரிய சண்டை நடந்து கொண்டிருந்தது. அது யாதவராஜாவுக்குப் பெரிய தலைவலியானது. சைவர்கள் திருமலையில் தோன்றிய தெய்வம் சிவனே என்றனர். மற்றும் சிலர் அது சுப்ரமண்யரின் சிலை என்றனர். வேறு சிலர் அது சக்தி சொரூபமான ஸ்திரீ வடிவம் என்றனர். வைணவர்கள் பத்மபீடத்தின் மேல் நிற்பது ஸ்ரீமன் நாராயணனே என்றும் பத்மாவதி தேவியை மணம் புரிய வந்த அனந்த பத்மநாபனான ஸ்ரீ ஸ்ரீனிவாசனே என்றும் கூறினார். அவ்விதம் அவரவருக்குத் தோன்றிய விதத்தில் சுவாமியை அவரவர் சாஸ்திர விதிப்படி சேவைகள், பூஜைகள் செய்து கொண்டு ஒருவர் மீது

ஒருவர் பகையோடு இருந்து வந்தனர். சைவர்களின் ஆதிக்கத்தின் முன்னால் வைணவர்களால் நிற்க முடியவில்லை.

அனந்தாழ்வான் மூலம் அவ்விஷயத்தை அறிந்த ஸ்ரீ ராமானுஜர் உடனடியாக திருமலைக்குச் சென்று யாதவராஜாவின் அரச சபைக்கு சைவப் பெரியோர்களை அழைத்துவரச் செய்து, சாஸ்திரப்படி அவர்கள் கேட்ட கேள்விகளுக்கு ஆதாரங்களோடு கூட அநேக புராண சம்ஹிதைகளைக் கணக்கில் எடுத்துக் கொண்டு விவரமாக கம்பீரமாக பதிலளித்தார். திருமலையில் தோன்றியது சாக்ஷாத் ஸ்ரீமன் நாராயணனே என்று அழுத்தமாகக் கூறி வாதித்தார். சைவர்கள் ஏதும் செய்ய முடியாமல் யாதவ ராஜாவிடம் தமக்கு இன்னும் ஒரு வாய்ப்பு கொடுக்கும்படி கோரினர். மறுநாள் காலையில் யாதவ ராஜாவிடம் அவர்கள் இவ்விதம் கூறினர். ஓ ராஜா! இந்த ஸ்ரீ ராமானுஜர் தங்களை எவ்விதமாவது சம்மதிக்கச் செய்யவேண்டும் என்று பார்க்கிறார். அதனால் ஒரு வேலை செய்யுங்கள். அது என்னவென்றால், இன்று இரவு அனைத்து விதமான ஆயுதங்களையும் ஆலயத்தில் மூரத்தியிடம் வைத்து கதவுகளை மூடி, அரக்கால் முத்திரை வைத்து விடுங்கள். நாளைக் காலையில் தங்களுடைய முன்னிலையில் அரக்கு முத்திரையை நீக்கி கதவுகளைத் திறவுங்கள். சுவாமி எந்த ஆயுதங்களைத் தரிக்கிறாரோ அதனைக் கொண்டு அந்த அர்ச்சா மூர்த்தியை அவ்வாறே பூஜை செய்வோம் என்று உரைத்து, ஸ்ரீ ராமானுஜருக்குச் சம்மதமா என்று கேட்ட போது புன்னகையுடன் ஸ்ரீ ராமானுஜர் சரி என்றார்.

அன்று இரவு சங்கு, சக்ரம், சார்ங்கம், கதை, திருசூலம் டமருகம், நந்தகம், கவசம் முதலான ஆயுதங்கள் அனைத்தையும் ஸ்ரீ சுவாமியின் அருகில் வைத்து கதவுகளை மூடி அரக்கால் முத்திரை வைத்து இரவு முழுவதும் காவல் காத்தனர். ஏனென்றால் யாதவராஜா ஸ்ரீ ராமானுஜரின் வாதத்தை ஒப்புக் கொண்டது போல் சைவர்களுக்குத் தோன்றியது. ராஜா மற்றும் ராமானுஜாசாரியரும் சேர்ந்து எதாவது மறைவாகச் செய்வார்களோ என்று தீய ஆலோசனை செய்தனர். ஸ்ரீ ராமானுஜர் தியானத்தில் ஆழ்ந்து, சூட்சும சரீரத்தோடு ஏழுமலையானின் பத்ம பாதங்களை அடைந்து, இவ்வாறு பிரார்த்தனை செய்தார். சுவாமி! ஸ்ரீ வேங்கடநாதா! நீ சாக்ஷாத் ஸ்ரீமன் நாராயணன் என்று தெரிவிக்கப் பார்த்தாலும், இந்த மூர்க்கர்கள் ஒப்புக்கொள்ளவில்லை. கலியின் பிரபாவம் இதுதான் போலும். இனி உனக்கு நீயாகவே, சாக்ஷாத் ஸ்ரீமன் நாராயணனே இங்கு ஸ்ரீ வேங்கடநாதனாக தோன்றியுள்ளேன் என்று நிரூபித்துக் கொள்ள வேண்டிய நேரம் வந்து விட்டது.

அன்று போரின் போது ஆகாசராஜாவின் தம்பி, ஸ்ரீபத்மாவதி தேவியின் சித்தப்பா, உன் சிறிய மாமா, உன் பக்தனான தொண்டைமான் சக்ரவர்த்தியை வெற்றி பெறச் செய்வதற்கு, அவனுக்கு உன் கரங்களில் இருந்த சங்கு சக்கரங்களை அளித்தாய் அல்லவா? பின்னர் அவர் உன் ஆயுதங்களான சங்கையும் சக்கரத்தையும் திரும்பக் கொடுக்க வந்த போது, மாதவனான நீ,

வேண்டாம் என்றும் எதிர்காலத்தில் ஏதாவது உபத்திரவம் ஏற்பட்டு, நானே ஸ்ரீமன் நாராயணன் என்று நிரூபிக்க வேண்டி வந்தால் மீண்டும் அவற்றை அணிந்து கொள்கிறேன் என்றும் கூறினாய் அல்லவா? தரணீபதி! இன்று அப்படிப்பட்ட உபத்திரவம் வந்துவிட்டது. அதனால் இனிமேல் இது போன்ற தொல்லைகள் வராமல் இருக்க நீ விஷ்ணு சின்னங்களான சங்கையும் சக்கரத்தையும் கைகளில் அணிய வேண்டும் என்று வேண்டினார். திருவேங்கடமுடையான், அதற்கு சம்மதித்து சங்கு சக்கரங்களைக் கரங்களில் ஏற்றார். ஸ்ரீமன் நாராயனன் மீண்டும் இன்று ஸ்ரீராமானுஜரின் கண்களுக்கு சங்கோடும் சக்கரத்தோடும், கடி ஹஸ்தம், வரத ஹஸ்தத்தோடும், சதுர் புஜங்களோடும் தென்பட்டார். ஸ்ரீ ராமானுஜர் பரமானந்தமடைந்து, தன் சூட்சும ரூபத்தை மீண்டும் தன் தேகத்தில் சேர்ந்து தியானத்தில் ஆழ்ந்தார்.

அதனால்தான், அதன் பிறகு வந்த காலத்தில், அதாவது 14 –15 வது நூற்றாண்டில், “கொண்டலலோ நெலகொன்ன கொனேடி ராயுடு வீடு” என்ற தன் கீர்த்தனையில், “தொம்முல சேசினயட்டி தொண்டமான் சக்கரவர்த்தி ரம்மன்ன சோடிகெல்ல வச்சி நம்மினவாடா” என்று அன்னமய்யா துதித்துள்ளார்.

காலைப் பொழுது விடிந்தது. யாதவராஜா தன் பரிவாரங்களோடு ஆனந்த நிலையத்தை வந்தடைந்து சைவர்கள், ஸ்ரீராமானுஜர் மற்றும் வைணவர்களின் முன்னிலையில் அரக்கு முத்திரையை உடைத்து துவாரங்களைத் திறந்து பார்க்கையில் திருவேங்கடமுடையான் சிறு புன்னகையுடன் கரங்களில் சங்கையும் சக்கரத்தையும் தரித்து, அச்சாராமூர்த்தி அவதாரத்தில் ஸ்ரீவேங்கடநாதனாக, கடி, வரத ஹஸ்த சொரூபனாகத் தென்பட்டார். அனைவரும், “ஏடு கொண்டலவாடா! வேங்கட ரமணா! ஸ்ரீனிவாஸா, கோவிந்தா கோவிந்தா என்று ஜய ஜய முழக்கங்களைச் செய்தனர்.

அதன்பின் யாதவராஜா, ஸ்ரீ ராமானுஜரிடம், குருதேவா! தாங்கள் எதிர்கால இடையூறிலிருந்து சரியான நேரத்தில் காத்தீர்கள். இல்லாவிடில் பூமியில் மக்கள் வாழும் காலம் வரை இது இப்படியே தீராத பிரச்சினையாகி அப்போதைக்கப்போது வளர்ந்து மக்களிடையே இடைவெளி அதிகமாகிச் சண்டையிடுவர். திருமலை க்ஷேத்திரத்தில் ரத்த ஆறு ஓடச் செய்வர். நீங்கள் எடுத்துக் கொண்ட முயற்சியால் இன்றோடு அப்படிப்பட்ட எதிர்கால விபத்திலிருந்து தப்பினோம் என்று கூறி வணங்கினார். அங்கிருந்தவர்களிடம், உறுதியான குரலில், உறுதியான சித்தத்தோடு யாதவராஜா இவ்வாறு கூறினார்.

இன்றிலிருந்து இந்த திருமலை க்ஷேத்திரத்தில் தோன்றிப் பிரகாசிக்கும் ஸ்ரீ வேங்கடநாதனுக்கு வைகானச ஆகம சாஸ்திரத்தின்படியே பூஜைகள், சேவைகள், உற்சவங்கள், சடங்குகள் நடக்க வேண்டும் என்று ஆணையிடுகிறேன். இந்த என் ஆணையே முடிவானது என்று கூறி சேவகர்களிடம் தன் சாசனத்தை ஆலயச்

சுவர்களில் பொறித்து வைக்குமாறு கட்டளையிட்டார். அவர்கள் அவ்வாறே செய்தனர்.

செல்வம் பெருகியதால் சிலருடைய சுயநலம் வளர்ந்தது. தம் இஷ்டத்திற்கு நடந்து கொள்ள முயற்சித்தார்கள். அதனை அறிந்த ஸ்ரீ ராமானுஜர், திருமலை நிர்வாகத்தில் சில சீர்திருத்தங்கள் செய்து, தர்மம் நிலைபெறுவதற்கும் வைஷ்ணவ சம்பிரதாயத்தின்படி கைங்கர்யம், உற்சவம் போன்றவற்றை நடத்தி, ஸ்ரீ வேங்கடநாதனின் செல்வத்தையும் க்ஷேத்திரத்தின் பவித்திரத்தையும் காப்பாற்றுவதற்கும் தீர்மானித்தார். தன் பிரிய சீடனான அனந்தாழ்வான் மற்றும் யாதவ ராஜாவைத் தம்மிடம் வரச்சொல்லி செய்தி அனுப்பினார். அவர்கள் இருவரும் ஸ்ரீ ராமானுஜாசாரியாரிடம் வந்தார்கள். அவர்கள் இருவரையும் ஆசீர்வதித்து, அமரச் சொன்னார். திருவேங்கடத்தில் நடக்கும் கைங்கர்யங்களிலும் உற்சவங்களிலும் புகுந்த சில அபசாரங்களை எடுத்துக் கூறினார். அதேபோல் திருமலை திருவேங்கடநாதனின் மற்றும் ஆலயத்தின் புனிதத்தையும் பூலோக வைகுண்டத்தின் சிறப்பையும் எதிர்கால தலைமுறைக்குத் தெரியச் செய்ய வேண்டும் என்று கோரினார். ஸ்ரீவாரி ஆலயத்தின் வரவு, செலவு, நிலம், தனம், ஆபரணம் ஆகியவற்றை பரிசோதிப்பதற்கு சில கட்டுப்பாடுகள், குறிப்புகள் அருளி அவற்றை தவறாமல் கடைபிடிக்கச் செய்ய வேண்டும் என்று நிபந்தனை விதித்தார். அனந்தாழ்வான் மற்றும் யாதவராஜா, அதே போல் செய்கிறோம் என்று பிரதிக்ஞை பூண்டார்கள்.

அன்று ஸ்ரீ ராமானுஜர் எடுத்துக் கூறியவற்றுள் முக்கிய நிபந்தனை ஜீயர் அமைப்பை ஏற்படுத்துவது. அதோடு கூட செய்ய வேண்டிய ஆலய சீர்திருத்தங்கள் என்னவென்றால்,

1. *பேடி ஆஞ்சநேய சுவாமி கோவிலின் அருகில் ஒரு மடம் அமைக்க வேண்டும்.*

2. *நானும், திருமலை நம்பியும் அலிபிரி ஸ்ரீவாரி பாதங்களில் அருகில் அமர்ந்து ஸ்ரீஇராமாயண நூலின் பொருள் குறித்து உரையாடிக் கொண்டிருந்த போது, ஒரு பக்தர் எனக்கு அளித்த ஸ்ரீ சீதா, ராம, லக்ஷ்மண, ஹனுமான் விக்ரஹங்களை அர்ச்சா மூர்த்திகளாக பிரதிஷ்டை செய்து கைங்கர்யங்களை ஏற்படுத்த வேண்டும்.*

3. *அனந்தாழ்வான், நைஷ்டிக பிரம்மசாரியான தன் சீடர் ஒருவரைத் தேர்ர்ந்தெடுத்து காஷாயம் அணியச் செய்து அவருக்கு ஏகாங்கி அல்லது சேனாதிபதி என்று பெயரிடவேண்டும்.*

4. ஏகாங்கிக்கு அனுமன் சின்னம் பொறித்த மோதிரம், மணி, ஒரு கொடி, கோவிலின் சாவி ஆகியவற்றைக் கொடுத்து, அவருக்கு மடத்திலேயே நிவாசம் அமைத்துத் தரவேண்டும்.

5. கோவிலின் சாவி அர்ச்சகர், ‘சந்நிதி கொல்லா மிராசு’, ஏகாங்கி, மூவரிடமும் இருக்கவேண்டும்.

6. கர்பாலயத்தைத் திறக்கும் போது இவர்கள் அனைவரும் உடனிருக்கவேண்டும்.

7. ஆனந்தநிலையத்தில் நடக்கும் ஒவ்வொரு கைங்கர்யமும், சுப்ரபாதம் முதல் ஏகாந்த சேவை வரை, கடைசியில் ஆலய துவாரங்களை மூடும் வரை அனைத்தும் அந்த ஏகாங்கியின் முன்னிலையில் நடக்க வேண்டும். ஆலய மரியாதைகள் அனைத்தும் முதலில் ஏகாங்கிக்கே செய்யப்பட வேண்டும்.

8. கர்பாலயத்தில் செய்யும் ஒவ்வொரு கைகர்யமும் ஏகாங்கியின் கைகளாலேயே நடக்க வேண்டும். அர்ச்சகர் ஏகாங்கி தொட்டுக் கொடுத்து பவித்திரமாக்கிய பிறகே ஸ்ரீனிவாசனுக்கு சமர்ப்ப்பிக்க்வேண்டும்.

9. ஆலய அதிகாரிகள், சேவகர்கள், அர்ச்சகர்கள் அனைவரும் விதியாக அந்த ஏகாங்கிக்கு அடங்கியிருக்கவேண்டும்.

10. அந்த ஏகாங்கி அனந்தாழ்வானுக்கு விசுவாசமாக இருக்க வேண்டும்.

11. ஆலயத்தின் வரவு செலவு பட்டியல், ஆபரணங்கள், காணிக்கைகள் கணக்கெடுப்பு, ஆகியவற்றைக் கட்டாயம் ஏகாங்கி பார்வையிடவேண்டும்.

இவ்விதமாக சாசனம் செய்யவேண்டும் என்று ஸ்ரீராமானுஜர் கூற, யாதவராஜா அவ்விதமே செய்தார். அதனை ஆமோதித்து தன் ராஜ முத்திரையைப் பதித்து, கட்டாயம் அனுசரிக்க வேண்டியது என்று அரசாணை பிறப்பித்தார். அவ்விதமே ஆகட்டும் என்று அனந்தாழ்வான் கூறினார். ஒரு ஏகாங்கியை நியமித்து, பேடி ஆஞ்சநேய சுவாமி கோவிலின் அருகில் மடம் ஒன்றை கட்டி, அதில் ஸ்ரீ சீதா, ராம, லக்ஷ்மண, ஹனுமான் விக்ரஹங்களை பிரதிஷ்டை செய்தார். ஏகாங்கிக்கு திருவேங்கடமலையில் நிலையான குடியிருப்பு ஏற்பாடு செய்தார். அதுவே இன்று நாம் பார்க்கும் பெரிய ஜீயர் மடம்.

அதன் பின்னர், ஒரே ஏகாங்கி அனைத்து கைங்கர்யங்களையும் நிர்வாகம் செய்வது மிக கடினமாக உள்ளது என்று அனந்தாழ்வான் தன் குருவான ஸ்ரீ ராமானுஜரிடம் அந்த பிரச்னை குறித்து விண்ணப்பித்தார். ஏகாங்கிக்கு உதவியாக மேலும் நான்கு ஏகாங்கிகளை நியமித்து அந்த நான்கு பேருக்கும் ஒரு பிரதம ஏகாங்கியை நியமிக்கும்படி கூறினார். அதன்படி அனந்தாழ்வான் ஸ்ரீ ராமானுஜரின் ஆணைப்படி தனக்கு நம்பிக்கையான உதவியாளரான சடகோப திவ்ய சூரிக்கு சன்யாச ஆஸ்ரமம் கொடுக்கச் செய்து வெள்ளிகிழமை சுக்லபக்ஷம், விகாரி நாம சம்வத்ஸரம், மகர மாசத்தில் அவரை பிரதம ஏகாங்கியாக நியமித்தார். பிரதம ஏகாங்கிக்கு நான்கு ஏகாங்கிகளை உதவியாளர்களாக ஏற்பாடு செய்து சன்யாசம் அளித்து காஷாய வஸ்திரம் உடுத்தச் செய்து பணியை ஒப்படைத்தனர்.

பிரதம ஏகாங்கிக்கு ஆஞ்சநேயர் சின்னம் பொறித்த மோதிரம், மணி, கொடி, சாவிக்கொத்து முதலியவற்றை அளித்து விதிகளை சரியாக நிர்வாகம் செய்து அனுதினமும் தமக்குத் தெரிவிக்க வேண்டும் என்று அனந்தாழ்வான் உத்தரவிட்டார்.

அதன் பின்னர் ஸ்ரீ ராமானுஜர் தம் திருமேனியைத் தியாகம் செய்துவிட்டு (120 ஆண்டுகள் வாழ்ந்தார்) மீண்டும் ஸ்ரீமணவாள மாமுனிகள் என்ற பெயரோடு அவதரித்து 80 ஆண்டுகள் வாழ்ந்து, சின்ன ஜீயர் என்ற அமைப்பை ஏற்படுத்தினார். ஸ்ரீ மணவாள மாமுனிகள் ஸ்தாபித்த சின்ன ஜீயர் மடம் அனந்தாழ்வான் தோட்டத்திற்கு அருகிலேயே ஆனந்த நிலையத்திற்குப் பின்புறம் மேற்கு மாட வீதியில் உள்ளது. அதனால் திருமலையில் இன்று நாம் ஜீயர்கள் அமைப்பை அதாவது பெயர் ஜீயர், சின்ன ஜீயர் என்ற அமைப்புகளையும், இரு ஜீயர்களும் அனைத்து கைங்கர்யங்களிலும் பங்கு கொண்டு தினமும் திருவாய் மொழி என்ற பிரபந்தங்களை படிப்பதையும் பார்க்க முடிகிறது. வைணவ தர்மத்தையும் ஹிந்துமத தார்மிக சம்பிரதாயங்களையும் அடுத்த சந்ததியினரும் அறிந்து, கௌரவ மரியதை செலுத்தும் விதமாகச் செய்வதில் அவர்கள் வெற்றியடைந்து வருகிறார்கள். திருமலையில் ஆனந்தநிலையனின் ஆலய நியமங்களை ஸ்ரீவைஷ்ணவ சம்பிரதாயத்தின்படி நடக்கச் செய்து வருகிறார்கள்.

அத்யயன உற்சவம் தொடங்குதல்:

ஒரு முறை முனிவாகனன் என்ற பெயர் கொண்ட, ஸ்ரீ சடகோப ரங்கராஜ விக்ஞப்திகரர் என்று விருது பெற்றவர், ஸ்ரீரங்க க்ஷேத்திரத்தில் கார்த்திகை உற்சவத்தின் போது ஸ்ரீரங்கநாதனுக்கு மங்களாசாசனம் செய்து, ஸ்ரீராமானுஜரிடம் வந்து, நான், வேங்கடாத்ரியில் தோன்றியுள்ள ஸ்ரீ வேங்கடநாதனைப் பற்றி சிறப்பாக கேள்விப்பட்டேன். தாங்கள் அனுமதி அளித்தால் அங்கு சென்று ஸ்ரீ வேங்கடநாதனை தரிசிப்பேன் என்று கூறினார். ஸ்ரீ ராமானுஜர் சரி என்று கூறி, ஆசி வழங்கி அனுப்பினார்.

ஸ்ரீசடகோப ரங்கராஜ விக்ஞப்திகரர் செல்லும் வழியில், காஞ்சியில் வரதராஜ பெருமாளையும், திருப்பதியில் ஸ்ரீ கோவிந்தராஜ ஸ்வாமியியும் தரிசித்துக் கொண்டு அலிபிரி மார்க்கமாக திருமலையை வந்தடைந்தார். முதலில் அனந்தாழ்வானிடம் சென்றார். அனந்தாழ்வான் அவரை வரவேற்று குசலம் விசாரித்த பின் இருவரும் சேர்ந்து புஷ்கரிணியை அடைந்து ஸ்நானம், சந்தியாவந்தனம் முதலியவற்றை முடித்து ஸ்ரீ ஆதிவராஹ ஸ்வாமியை தரிசித்து. ஆனந்த நிலையத்திற்குச் சென்று ஸ்ரீ யாமுனாச்சாரியார் இயற்றிய ஸ்தோத்திரங்களால் திருவேங்கடமுடையானை துதித்தனர். ஸ்ரீனிவாசன் திருப்தியடைந்தான். ஸ்ரீனிவாச பிரபு, அவர்களிடம், விஞப்திகரா! எனக்கு மிகப் பிரியமான மேலும் சில பிரபந்தங்களைப் படியுங்கள் என்று கூறவே, அந்த விக்ஞப்திகரர் பரமானந்தமடைந்து ஸ்ரீ நம்மாழ்வார் எழுதிய திருவாய்மொழியில் இருக்கும் சில பிரபந்தங்களையும் ஸ்ரீ சூக்தத்தின் ஒன்பதாவது காதையில் இருக்கும் குலசேகர ஆழ்வாரின் மனோரதத்தை ஸ்ரீவிபு ஸ்ரீ வேங்கடநாடன் நிறைவேற்றிய பிரபந்தத்தையும் ஸ்ரீ மதுரகவியாழ்வார் இயற்றிய பிரபந்தத்தின் முதல் மற்றும் இறுதி காதைகளையும் இரண்டாவது திருவந்தாதி பிரபந்தத்தின் இருபத்தெட்டாவது மற்றும் ஐம்பத்து மூன்றாவது காதைகளையும் பரவசத்தோடு பாடினார். வேங்கடநாதனின் அழகிய இளம் பாதங்களில் இருந்து சிரம் வரை நக, சிக பர்யந்தம் வர்ணித்துப் பாடி, ஆனந்த ஊஞ்சலில் அந்த விக்ஞப்திகரர் ஆடினார். ஸ்ரீ வேங்கடநாதன் புன்னகையோடு அவருக்கு சடபோபம், சேஷ வஸ்தரம் அளித்து கௌரவம் செய்து. தீர்த்த பிரசாதம் அளிக்கச் செய்து, பகவான் ஸ்ரீ வேங்கடநாதன் திருப்தியடைந்தான்.

பின்னர் ஆனந்த நிலையத்திலிருந்து வெளியில் வந்து சம்பங்கி பிராகாரத்தில் அவர்கள் இருவரும் சற்று நேரம் அமர்ந்து பேசிக்கொண்டிருந்த போது, அனந்தாழ்வான், விக்ஞப்திகரரிடம், ஐயா! நீங்கள் நாளையிலிருந்து நடக்கப்போகும் அத்யயன உற்சவத்தில் பங்கு கொண்டு கானம் செய்து ஸ்ரீ சுவாமியின் லீலா ப்ரபந்தங்களைப் படித்து மக்களை உய்விக்க வேண்டும் என்று கோரினார். அதற்கு விக்ஞப்திகரரும் அனந்தாழ்வானின் விண்ணப்பத்தை சாக்ஷாத் ஸ்ரீ வேங்கடநாதனின் திவ்ய ஆணையாக ஏற்றார். மறு நாளில் இருந்து ஸ்ரீ பெரியாழ்வாரின் முதல் ஸ்ரீ சூக்தத்தில் தொடங்கி ஆழ்வார்களின் திவ்ய பிரபந்த அத்யயன உற்சவங்களை முடித்து பின் ஸ்ரீரங்கத்திற்கு திரும்பிச் சென்றார்.

திருவரங்கத்தை வந்தடைந்த விக்ஞப்திகரர், இல்லத்திற்குச் செல்லாமல் நேராக ஸ்ரீ ராமாநுஜரிடம் சென்று நடந்ததை எல்லாம் விவரித்தார். ஸ்ரீ ராமானுஜரின் உள்ளம் ஆனந்தமடைந்தது. அவர் இவ்வாறு கூறினார், உன் பிறவி உய்வடைந்தது. இனி வரும் காலங்களில் ஸ்ரீரங்கத்தில் ஸ்ரீரங்கநாதனுக்கு நடக்கும் அத்யயன உற்சவங்களைப் போலவே திருவேங்கடத்தில் உதித்த ஸ்ரீ வேங்கடநாதனின் சந்நிதியிலும் நடத்துவதற்கு உன் மூலம் அங்குரார்ப்பணம் நடந்தது என்றார்.

பின்னர் தம் சீடர்களை அனுப்பி, ஸ்ரீ நாதமுனி வம்சத்தவரான ஒரு விக்ஞப்திகரரை அழைத்து, அவருக்கு 'ஸ்ரீசைல விக்ஞப்திகரர்' என்று பெயரிட்டு, நீர் திருவேங்கடமலைக்குச் சென்று, அனந்தாழ்வானை சந்தித்து, திருமலையிலேயே ஸ்திரவாசம் ஏற்படுத்திக் கொண்டு தேவ கான இனிமையோடு அனுதினமும் ஸ்ரீ வேங்கடநாதனின் சந்நிதியில் கானம் செய்யவேண்டும் என்றார். அதேபோல் ஸ்ரீ சடகோப ரங்கராஜ விக்ஞப்திகரரோடு சேர்ந்து ஒவ்வொரு ஆண்டும் அத்யயன உற்சவத் திருவிழாவில் ஸ்ரீரங்கத்தில் ஸ்ரீரங்கநாதனின் ஆலயத்தில் பாடுவது போலவே முதல் நாள் முதலாழ்வார் பிரபந்தமான 'இயற்பா' பிரபந்தம், இரண்டாம் நாள் திருவாய்மொழியோடு பிற பிரபந்தங்களையும் அனுசந்தானம் செய்து, ஏகாதசி முதல் பத்து நாட்கள் ஒவ்வொன்றாக திருவாய்மொழி பிரபந்த சதகங்களை அனுசந்தானம் செய்து முடிக்க வேண்டும் மறுநாள், நம்மாழ்வார் பாடிய திருவாய்மொழி மூன்றாம் சதகம், மூன்றாம் சூக்தத்தில் பிரதம சதகம் அனுசந்தானம் செய்து. அதன் பின்னர் எனக்கும் ஸ்ரீ வேங்கடாசலபதிக்கும் மிகப் பிடித்தமான மதுரகவி தாசர் என்ற விருது பெற்ற அனந்தாழ்வானால் பாடப்பெற்ற மதுரகவி திவ்ய சூரி பிரபந்தமான 'கண்ணினுட் சிறுதாம்பு' பத்து பாசுரங்களையும் ராமானுஜ சூக்தி அந்தாதியோடு (108 பாசுரங்கள்) கானம் செய்ய வேண்டும் என்று கூறி, இது தம் உத்தரவென்று அனந்தாழ்வனுக்குத் தெரிவிக்க வேண்டும் என்று கூறினார். அதையே கட்டளையாகச் செய்து, அதன் சாரம்சத்தை ஒரு கடிதத்தில் எழுதி அதனை ஸ்ரீசைல விக்ஞப்திகரரிடம் கொடுத்து, அனந்தாழ்வானிடம் கொடுக்கச் சென்னார் ஸ்ரீ ராமானுஜர். அந்த கடிதத்தை எடுத்துக் கொண்டு ஸ்ரீரங்கத்திலிருந்து ஸ்ரீ சைல விக்ஞப்திகரர் கிளம்பி திருமலையை அடைந்து அனந்தாழ்வானை சந்தித்தார்.

தன் குருநாதரான ஸ்ரீ ராமானுஜர் அனுப்பிய கடிதத்தை முழுவதும் படித்து அதில் இருந்த சாராம்சம் அனைத்தையும் கிரகித்து, ஸ்ரீசைல விக்ஞப்திகரரை அழைத்துக் கொண்டு அனந்தாழ்வான் ஆனந்த நிலையனான ஸ்ரீவேங்கடானதனின் திவ்ய சந்நிதியில் நின்று, சுவாமி! ஸ்ரீ வேங்கடநாதா! நம் குருநாதர் ஒரு கடிதம் அனுப்பியுள்ளார். அதன் சாராம்சம் என்னவென்றால், உன் சந்நிதியில் அத்யயன உற்சவத்தின் போது திவ்யபிரபந்த கானம் செய்ய வேண்டுமென்று கட்டளை இட்டு அனுப்பியுள்ளார், இதற்கு நீயும் ஒப்புதல் அளித்தால், ஸ்ரீ குருவின் ஆணையை நான் வேறைவேற்றுவேன் என்று கூறினார். அதைக் கேட்ட வேங்கடாசலாபதி, ஆனந்தத்தோடு, அனந்தா! நீ முன்னெடுக்கும் காரியம் இன்றிலிருந்து தடையின்றி திவ்யமாக ஒவ்வோர் ஆண்டும் நடைபெறும்.

அத்யயன உற்சவத்தின் முதல் நாளில் முதலாழ்வாரின் பிரபந்தமான இயற்பாவோடு தொடங்கி பத்து நாட்கள் திருவாய்மொழி பிரபந்தத்தின் ஒவ்வொரு காண்டம் என்று அனுசந்தானம் செய்து முடியும் நாளில் எனக்கு மிகவும் பிரியமான மதுரகவி தாசர் என்று விருது பெற்ற நீ எழுதிய ஸ்ரீ மதுரகவி திவ்யசூரி பிரபந்தத்தை, அதிலும் முக்கியமாக, "கண்ணிநுண் சிறுதாம்பு" பாசுரங்களை, ராமானுஜ சூக்தி

அந்தாதியோடு அனுசந்தானம் செய்து எனக்கு கேட்கச் செய்ய வேண்டும். நான் அன்று பிரத்யேகமாக வந்து அமர்ந்து கேட்பேன் என்று கூறியருளினார். அப்படியே என்று அனந்தாழ்வான் பதில் கூறிவிட்டு, ஸ்ரீசைல விக்ஞப்திகரரோடு சேர்ந்து ஆனந்த நிலையத்தின் வெளியில் சம்பங்கி பிராகாரத்தை வந்தடைந்து ஆலய அர்ச்சகர்கள், அதிகாரிகள், ஜீயர்கள் அனைவரையும் அழைத்து குருநாதர் வைஷ்ணவ குல உத்தாரகர் ஸ்ரீராமானுஜரின் ஆணையையும் ஸ்ரீ வேங்கடநாதனின் அனுமதியையும் விவரமாக அவர்களுக்கு எடுத்துக் கூறி, அன்றிலிருந்து ஒவ்வோர் ஆண்டும் திருமலை ஸ்ரீவேங்கடநாதனின் அத்யயன உற்சவங்கள் நடந்துவோம் என்று நிச்சயித்து, அவ்விதமாக கட்டளை செய்தார்கள். அத்யயன திருவிழா தொடக்க நாள் முதல் இறுதி நாள் வரை ஸ்ரீனிவாசன், இரு தேவிகளோடும், விஷ்வக்சேனர், ஸ்ரீ ராமானுஜர் சஹிதமாக எழுந்தருளச் செய்ய வேண்டும் என்றும் அவருடைய முன்னிலையில் அத்யயன உற்சவம் நடத்த வேண்டும் என்றும் நிச்சயித்தனர். அத்யயன உற்சவத்தின் முக்கியமான ஏற்பாடுகளின் பின்னால் எத்தகைய வரலாறு உள்ளதோ பார்த்தீர்களா! அந்த ஏற்பாடுகளின் பின்னால் ஸ்ரீனிவாசப் பிரபு பிரதான சூத்திரதாரியாக இருக்கையில் அனந்தாழ்வான் பாத்திரதாரியாக ஆனார். எத்தகைய மகத்தான காரியங்களை நம் அனந்தாழ்வான் சாதித்தார் பாருங்கள்.

அன்றிலிருந்து இன்றுவரை என்றுமே இந்த அத்யயன உற்சவங்கள் நடந்து கொண்டே இருக்கிறது. இன்றும் அனந்தாழ்வான் வம்சத்தவர் அத்யயன உற்சவங்கள் முடியும் போது கண்ணிநுண் சிறுதாம்பு பத்து பாசுரங்களை ஒரு நாளும், ராமானுஜ சூக்த அந்தாதியை ஒருநாளும் படித்து வருகின்றனர். உபய நாச்சியார்களோடு சேர்ந்து ஸ்ரீனிவாசன், விஷ்வக்சேனன், ராமானுஜர் சஹிதமாக அத்யயன உற்சவங்களுக்கு வந்திருந்து அனந்தாழ்வானின் இல்லத்து உபயத்தை ஏற்கிறான். அதன் பின் ஆலய மரியாயதைகளின்படி முதலில் ஸ்ரீ ராமானுஜருக்கும் அதன் பின் நித்திய சூரிகளுக்கும் கௌரவமளித்தபின், அனந்தாழ்வான் வம்சத்தவருக்கும் ஆலய அதிகாரிகளுக்கும் மரியாதை செய்யப்படும்.

ஸ்ரீ ராமானுஜர் திருமேனி உகுத்தலும் அனந்தாழ்வானுக்கு ஆனந்தநிலையன் ஆறுதல் கூறுதலும்

ஒருநாள் காலை திருவரங்கத்திலிருந்து வைஷ்ணவர் ஒருவர் வந்து அனந்தாழ்வானிடம், ஐயா, நம் குருநாதர் ஸ்ரீ ராமானுஜர் திருமேனியைத் தியாகம் செய்து விட்டார் என்று கூறவே அதைக் கேட்ட அனந்தாழ்வான் சரிந்து விழுந்து கண்ணீரும் கம்பலையுமாக ஆனார். மன அமைதியிழந்தார். பசி தாகத்தை மறந்து தாம் நித்தியம் செய்யும் சந்தியாவந்தனம் முதலிய கிரியைகள், புஷ்பமாலை தொடுத்து ஸ்ரீவேங்கடநாதனுக்கு சமர்ப்பிக்கும் புஷ்ப கைங்கர்யம் அனைத்தையும் விட்டார். எதிலும் பற்றின்றி ஆற்றொணாத விரக்தியோடும் கவலைதோய்ந்த முகத்தோடும் பூந்தோட்டத்தில் ஒரு மூலையில் அமர்ந்து யாரோடும் சரியாகப் பேசாமல் எதிலும் சிரத்தையின்றி இருந்து விட்டார். ஆலயப் பணிகளை மறந்தார்.

அனந்தாழ்வான் தோட்டத்தில் உள்ள
ஸ்ரீ மகாலட்சுமி தேவி

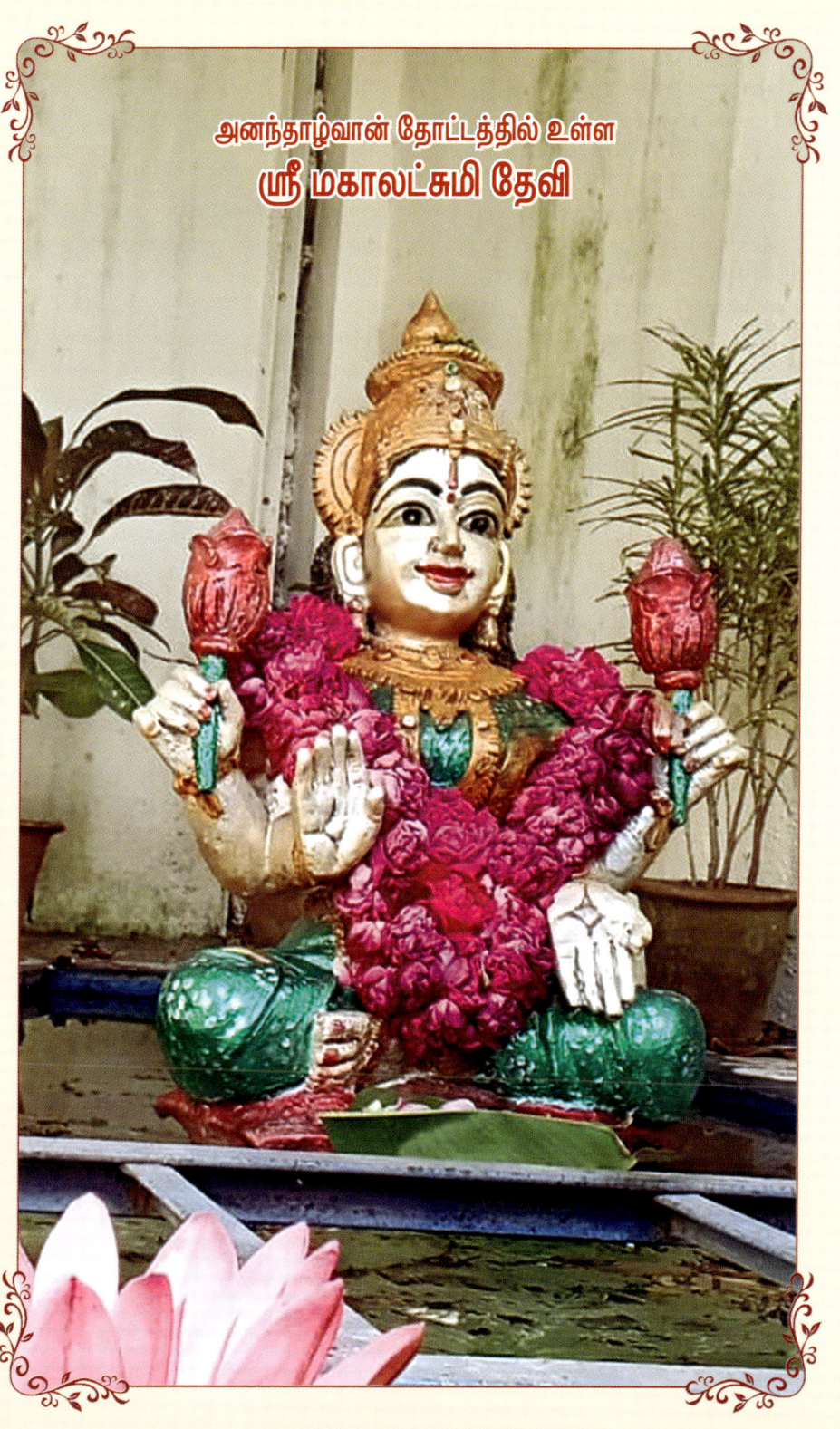

தன் குருநாதரோடு தானும் சென்று விட வேண்டும் என்று எண்ணத் தலைப்பட்டார். அவ்வாறு ஓராண்டு காலம் கழிந்தது. முதலாண்டு திதி காரியங்களை தன் வீட்டில் தன் தந்தைக்கு நடத்தியது போலவே நடத்தினார்.

ஆனந்தநிலையத்தில் திருவேங்கடநாதன் அனந்தாழ்வானின் வருகைக்காக காத்திருந்தார். அனந்தாழ்வான் இன்றோ நாளையோ தன் துயரத்தை மறந்து என்னிடம் வராமால் போவாரா? ஞானம் அறிந்தவர், சகல சாஸ்திரங்களிலும் கைதேர்ந்தவரான அனந்தாழ்வானுக்கு உடலோ உறவோ செல்வமோ நிலையற்றவை என்று தெரியாதா? என்று எண்ணியிருந்த ஸ்ரீவேங்கடநாதனின் ஆசை நிராசையானது. நாட்கள் வாரங்கள் மாதங்கள் கடந்து ஒரு ஆண்டாக காலச் சக்கரம் சுழன்றது. இனி அனந்தாழ்வானின் பிரிவைத் தாங்காமல் வேங்கடாசலபதி ஒரு அர்ச்சகரை அழைத்து, நீ போய் அனந்தாழ்வானை நான் வரச்சொன்னேன் என்று கையோடு அழைத்து வா என்று கூறினான். அர்ச்சகர் அவ்வாறே சென்றார். தன் எதிரில் தலை குனித்து துக்கத்தோடு நின்ற அனந்தாழ்வானைப் பார்த்து ஸ்ரீனிவாசன் இவ்வாறு கூறினான்.

அனந்தா! ராமானுஜர் உன் ஒருவனுக்கு மட்டுமே குருவல்ல. எனக்கும் குருநாதரே. நீ உன் துயத்தையும் கலவையையும் வெளிப்படுத்திக் கொள்வதற்கு உனக்கு நான் இருக்கிறேன். ஆனால், என்னுடைய வருத்ததையும் கவலையையும் வெளியிடுவதற்கும் பகிர்வதற்கும் எனக்கு யார் உள்ளார்? நம் குருநாதர் ஸ்ரீ ராமானுஜர் வைகுண்டத்தில் என் முன்னிலையில் சுகமாக அமர்ந்துள்ளார். இனி எனக்கு இங்கே உன்னைத்தவிர வேறு யார் உள்ளார்? உனக்கு நான் இருக்கிறேன். உன் கோரிக்கை எலாவற்றையும் நான் நிறைவேற்றுவேன். உன்னைப் பற்றி நீ கவலை கொள்ளாதே. நான் பார்த்துக் கொள்கிறேன். அனந்தா! இதோ, என்னைப் பார் என்றார். அனந்தாழ்வான் தலையை உயர்த்தி ஸ்ரீ வேங்கடநாதனைப் பார்த்துப் பரவசமடைந்தார். தன் மேல் ஸ்ரீனிவாசனுக்கு இருக்கும் அன்பிற்கும் அபிமானத்திற்கும் நெகிழ்ந்தார். அப்படியானால் எனக்கு இரண்டு வரமருள வேண்டும் என்று வேண்டினார். ஸ்ரீகாந்தன் அப்படியே ஆகட்டும் என்றான். அனந்தாழ்வான் இவ்விதம் கோரிக்கை வைத்தார்.

என் முதல் கோரிக்கை என்னவென்றால், சுவாமி! உன்னை சங்கும் சக்கரமும் தரிக்கச் செய்த ஸ்ரீராமனுஜரின் திவ்ய வைஷ்ண தத்துவம், உன் திவ்ய தத்துவம், ஸ்ரீ குருவின் முக்கியத்துவம் ஆகியவற்றை உலகிற்கு உணர்த்த பகவத் ராமானுஜர் தான் தொட்டு, இதயத்தோடு அணைத்து, எனக்களித்த தம் யோக முத்திரையோடு கூடிய விக்ரக வடிவம் இன்று வரை என் வீட்டில் பூஜையை ஏற்று வருகிறது. அதனை உன் ஆலயத்தில் சம்பங்கி பிராகாரத்தில் உன்னை விட சற்று உயரமான இடத்தில் உன்னையே பார்த்திருப்பது போல் தெற்கு முகமாக பிரதிஷ்டை செய்ய உத்தரவிட வேண்டும் என்றார். அதைக் கேட்டதுமே ஆனந்தநிலையன், பலே, அனந்தா! உன் ஆச்சார்ய பக்தி மிகச் சிறந்தது. அவ்விதமே செய்வோம் என்றார்.

அனந்தாழ்வான் தோட்டத்தில் உள்ள புஷ்ப மண்டபம்

இனி இரண்டாவது வரம் என்ன என்று ஸ்ரீனிவாசன் கேட்டபோது, அனந்தாழ்வான், சுவாமி! வேங்கடநாதா! ஆசார்யர் என்ற சொல்லுக்கு உண்மையான அர்த்தமும் பரமார்த்தமுமாக வடிவெடுத்த நம் ஆசார்யர் பகவத் ராமானுஜரின் குண வர்ணனையோடு கூடிய பிரபன்ன காயத்ரியில் 108 செய்யுட்களை அல்லது பிரபந்தத்தை அத்யயன உற்சவங்களில் ஒரு நாள் கானம் செய்ய வேண்டும். நீயே வந்திருந்து கேட்டு மகிழ்ந்து உலகினரை ஆசீர்வதித்து உய்வடையச் செய்ய வேண்டும். அதேபோல் அத்யயன உற்சவங்கள் விதிப்படி நடக்கும்படியும் பார்த்துக் கொள்ளவேண்டும் என்று கூறவே ஆனந்தநிலையனான பரமாத்மா பரமானந்தமடைந்து, சரி என்றான். அனந்தாழ்வானுக்கு பரமன், தானே சடாரியும் தீர்த்த பிரசாதங்களும் அளித்து கௌரவித்தான்.

பிறகு ஸ்ரீ வேங்கடநாதனின் உத்தரவுப்படி அப்போது வரை தன்னிடம் இருந்து பூஜைகளை ஏற்றுவந்த ஸ்ரீ ராமானுஜரின் யோகமுத்திரை விக்ரஹத்தை மங்கள வாத்தியங்கள் முழங்க அர்ச்சக ஸ்வாமிகள் வேத கோஷங்களும் திவ்ய பிரபந்தங்களும் ஓத, ஊர்வலமாக எடுத்து வந்து ஆனந்தநிலையத்தின் இடது புறத்தில் இன்று ஸ்ரீவாரி உண்டியல் இருக்கும் இடத்திற்கு எதிரில் சம்பங்கி பிராகாரத்தில் யோக நரசிம்மன் ஆலயத்திற்கு ஒரு புறமாக யாமுநோத்தரைக்கு அருகில் பிரதிஷ்டை செய்து அதற்கு ஸ்ரீ ராமானுஜரின் சந்நிதி (பாஷ்யக்காரர் சந்நிதி) என்று பெயரிட்டார் நம் அனந்தாழ்வான்.

அதுமட்டுமல்ல. ஸ்ரீ ராமனுஜசாரியாரின் பாத முத்திரைகள் கொண்ட சடகோபம் ஒன்றையும் பிரதிஷ்டை செய்தார். அந்த பாத முத்திரைகளின் கீழ் தன் சிரம் இருக்கும் விதமாக, தான் ஸ்ரீ ராமானுஜருடைய பாதக் கமலங்களின் நிழல் வடிவம் என்பதாக எண்ணி, பாதுகா தத்துவத்தையும் அனுபவிக்க விரும்பி ஸ்ரீராமானுஜரின் பாத கமலங்களைப் போன்றதொரு பாதுகைகளுக்கு தன் பெயரை இட்டார்.

தனக்கும் தன் குருவுக்கும் இடையில் இருந்த தொடர்பு பற்றி மூன்று தனியன்களைப் (ஸ்லோகங்கள்) இயற்றி, தன் பெயரால் அவை வழங்கும்படிச் செய்தார்.

முதல் தனியன்

ஸ்ரீமத் ராமனுஜாசார்ய ஸ்ரீபாதாம்போருஹத்வயம்
சதுத்தமாங்க ஸந்தார்ய மனந்தார்ய மஹம்பஜே.

பொருள்

ஸ்ரீமத் பகவத் ராமாநுஜாசாரியாரின் பரம பவித்திரமான ஸ்ரீபாதங்களை தூய மனத்துடன் அனந்தார்யன் என்ற நான் என் சிரசின் மேல் தாங்கி பூஜிக்கிறேன்.

இரண்டாவது தனியன்

ராமானுஜ பதச்சாயா கோவிந்தாஹ்வான பாயினி
ததாயத்த ஸ்வரூபா ஸாஜீயான்மத்விஸ்ரமஸ்தலி.

பொருள்

எவ்விதமாக கோவிந்த பட்டாச்சாரியின் ஞானம் மலர்ந்த பின்னர் ஸ்ரீ ராமானுஜரின் பத்ம பாதத்தின் நிழலாக தானே ஆகி உள்ளதோ, அதேபோல் ஸ்ரீராமானுஜரின் பாத கமலங்களிலேயே நானும் ஒய்வெடுப்பேன்.

மூன்றாவது தனியன்

பாதுகே யதி ராஜஸ்ய கதயந்தி யதாஹ்வயா
தஸ்ய தாசரதே: பாதெள சிரசா தாரயாம்யஹம்.

பொருள்

யதிராஜ மூர்த்தியான தாசரதி அதாவது ஸ்ரீ ராமானுஜாசாரியாரின் பாதுகைகளை என் சிரசின் மீது சதா அலங்கரித்துக் கொள்கிறேன்.

அதனால்தான், திருமலையில் உள்ள ராமானுஜாசாரியரின் சந்நிதி சடகோபத்தை அனந்தாழ்வான் என்ற பெயரால் அழைக்கின்றனர்.

ஸ்ரீ வேங்கடநாதனின் அத்யயன உற்சவங்களில் தவறாமல் ஸ்ரீ ராமானுஜரின் குணச் சிறப்புகளை வர்ணிக்கும் 108 செய்யுட்களை (பிரபன்ன காயத்திரி) படிப்பதைக் கேட்பதற்கு விஷ்வக்சேனன் மற்றும் ராமானுஜரின் முன்னிலையில் ஸ்ரீ ஸ்ரீனிவாசன் இரு தேவிகளோடும் வந்திருந்து நின்று, கேட்டு ஆனந்தமடைகிறான். அப்படிப்பட்ட நேரத்தில் அனந்தாழ்வான் தானும் சூட்சும உருவில் தன் குருவின் அத்யயன பிரபந்த உற்சவங்களைக் கண்டும் கேட்டும் இன்றளவும் மகிழ்கிறார்.

இவ்விதம் ஸ்ரீமான் அனந்தாழ்வான் திவ்ய சரிதத்தில் ஜீயர் அமைப்பை ஏற்படுத்துவது, அத்யயன உற்சவம் தொடங்குவது, ஸ்ரீராமனுஜரின் திருமேனித் தியாகம், அனந்தாழ்வானுக்கு ஆனந்தநிலையன் ஆறுதல் கூறுவது என்ற பதின்மூன்றாம் அத்தியாயம் நிறைவடைந்தது.

கவனிக்க: பதின்மூன்றாம் அத்தியாயம் முழுவதும், அனந்தாழ்வான் தானே சுயமாக இயற்றிய ஸ்ரீ வேங்கடாசல இதிஹாச மாலையில் இருந்து எடுக்கப்பட்டது

பதிநான்காம் அத்தியாயம்

மோட்சத்தை அளிக்கச் செய்தலும் மோட்சத்தை அளித்தலும்

உலகைப் படைத்து காத்து ரட்சிப்பவன், தர்மத்தைப் பாதுகாப்பவன், சகல உயிர்களுக்கும் வீடுபேற்றை அளிப்பவன் ஸ்ரீ வைகுண்டநாதன். அவனே பூமியில் ஸ்ரீ வேங்கடநாதனாகத் தோன்றியவன். அப்படிப்பட்டவனே அனந்தாழ்வானைப் போன்ற நியமம், நிஷ்டை, கடமையுணர்வு, குரு வாக்கிய பரிபாலனம் கொண்டவனைப் பார்த்து ஆச்சர்யப்பட்டான். அனந்தாழ்வான் மீது அன்பு இருமடங்கானது. அனந்தாழ்வானுடைய சொற்களுக்கோ செயல்களுக்கோ ஸ்ரீவேங்கடநாதன் குறுக்கே நிற்க மாட்டான். அனந்தாழ்வான் என்றால் ஆனந்தநிலையனுக்கு அத்தனை மதிப்பு.

ஒருமுறை ஸ்ரீ ராமானுஜரின் சீடர்கள் திருமலைக்குப் புறப்பட்டனர். போகும் வழியில் வளர்த்தான் மங்கள முடையான் என்ற ஊரில் வளர்த்தான் மங்களமுடையான் என்ற ஒரு அந்தணர் அவர்களை வணங்கி அவர்கள் மூலம் விசிஷ்டாத்வைத அனுபவ சித்தாந்தத்திடம் ஈடுபாடு ஏற்பட்டு, திருமலையில் உள்ள ஸ்ரீ ராமானுஜரின் நெருங்கிய சீடரான அனந்தாழ்வானின் பக்தியையும் கீர்த்தியையும் கேள்விப்பட்டு தானும் அவர்களோடு கிளம்பி திருமலையை அடைந்தார்.

திருமலையில் அனந்தாழ்வானின் பூந்தோட்டத்திற்கு வந்த அவர்கள் அனைவரையும் குசலம் விசாரித்த போது அவர்கள் தம்மோடு வந்த 'வளர்த்தான் மங்கள முடையானை' அறிமுகம் செய்தனர். அவர் அனந்தாழ்வானுக்கு சாஷ்டாங்க நமஸ்காரம் செய்துவிட்டு எழுந்திருக்கும் வேளையில் அவருடைய முகத்தில் வீசிய ஒளியை கவனித்து, இவர் கச்சிதமாக எனக்கு சீடனாகக் கூடியவரே. இவருடைய பிறவி மோகங்களைத் தீர்க்க வேண்டும் என்று எண்ணினார். அவரிடம், சரி. நான் உன்னை சீடனாக ஸ்வீகரிக்கிறேன். ஆனால் நீ சம்பாதித்த செல்வங்கள் அனைத்தையும் பகவத் கைங்கர்யத்திற்கே செலவிடவேண்டும் என்று கூறினார். அவர் அப்படியே செய்கிறேன். என்னை சீடனாக ஏற்றுக் கொள்ளுங்கள் என்று

அனந்தாழ்வானை வேண்டினார். அனந்தாழ்வான் அவருக்கு ஸ்ரீ வைஷ்ணவதாசன் என்று பெயர் வைத்து சர்வ சாஸ்திரங்களின் மறைபொருளையும் பகவத் சம்பந்தமான விஷயங்களையும் விளக்கிக் கூறினார். சிறிது காலத்திலேயே ஸ்ரீ வைஷ்ணவதாசன் அனந்தாழ்வானுக்கு முக்கிய சீடரானார். குருவின் மனமறிந்து நடந்து கொண்டார்.

ஒரு நாள் அனந்தாழ்வான் ஸ்ரீ வைஷ்ணவ தாசனை அழைத்து நீ உன் ஊருக்குச் சென்று உன் பெற்றோருக்குச் சேவை செய்து கொண்டு அங்கேயே சிறிது காலம் இருந்து விட்டு வா என்ற அனுப்பினார். ஸ்ரீவைஷ்ணவ தாசன் தன் ஊருக்குச் சென்று பெற்றோருக்குப் பணிவிடை செய்து தன் செல்வம் அனைத்தையும் கணக்கிட்டு மூன்று பாகங்களாகச் செய்து இரண்டு பாகங்களை பெற்றோருக்கு அளித்து, மீதியுள்ள ஒரு பாகத்தை தான் எடுத்துவந்து தன் பந்தமெல்லாம் அறுந்து விட்டதென்றும் சுதந்திர ஜீவியானேன் என்றும் தனக்கு இனி செல்வம் எதுவும் தேவை இல்லை என்றும் கூறி, தனக்கு அருள் புரிய வேண்டுமென்று அனந்தாழ்வானை வேண்டி நின்றார்.

அவருடைய விண்ணப்பத்தைச் செவிமடுத்து அவருடைய பணிவிற்கு மகிழ்ந்து, அன்று ஸ்ரீனிவாசனுக்கு தான் அனுதினமும் செய்யும் பூமாலை கைகர்யத்திற்கு தன்னோடு கூட சீடனையும் ஸ்ரீவேங்கடநாதனிடம் அழைத்துச் சென்றார் அனந்தாழ்வான்.

குரு சீடர் இருவரும் ஸ்ரீ வேங்கடநாதன் ஸந்நிதியில் நின்றபோது அனந்தாழ்வான் ஸ்ரீகாந்தனிடம் இவ்வாறு கூறினார். வேங்கடநாதா! நான் கூறியபடியே என் சீடனான இந்த வைஷ்ணவ தாசன் தன் செல்வங்கள் அனைத்தையும் என் பாதத்தில் வைத்து விட்டான். நான் அதனை என்ன செய்வேன்? நீயே இந்த செல்வத்தை மூட்டை கட்டி ஸ்ரீவேங்கடபதியின் பதக் கமலங்களில் வை. சுவாமியின் உத்தரவுப்படி தெய்வ கைங்கர்யங்களுக்கும் உலக நன்மைக்கும் செலவிட்டு சுவாமியின் கிருபைக்கு பாத்திரமாகு என்று கூறி உன்னிடம் அழைத்து வந்தேன் என்று கூறி சீடனைப் பார்த்தார். அந்த சிறந்த சீடர், அனந்தாழ்வானைப் பார்த்து, குருநாதா, நீங்கள் கூறியபடியே நான் இந்த செல்வம் அனைத்தையும் ஸ்ரீவாரி பாதக் கமலங்களிடம் சேர்த்து விட்டேன். இதன் மூலம் நான் பூமியில் சம்பாதித்த செல்வம் அனைத்தும் நல்லவிதமாக பயன்பட வேண்டும் என்ற என் ஒரு கோரிக்கை தீர்ந்தது. இனி என் இரண்டாவது கோரிக்கை என்னவென்றால் பரம பதத்தை அடைந்து ஸ்ரீ மகாவிஷ்ணுவை அர்ச்சிக்க வேண்டும் என்பது. நீங்களே ஸ்ரீனிவாசனின் முன்னிலையில் அவரோடு பேசி அதனைத் தீர்க்கவேண்டும் என்றார். அதற்கு அனந்தாழ்வான், ஓ ஸ்ரீனிவாசா, கருணாசிந்து, தீனஜன பாந்தவா , யோகிகளின் இதயத்தின் இலக்கே, நீ இவரிடம், “மாஸுச:” (கலங்காதே) என்ற ஒரு வார்த்தையைக் கூற வேண்டும் என்றார். பரமானந்தமடடைந்த பரமாத்மா, சேஷாத்ரி நிவாசன், ஸ்ரீ கோவிந்தன், அனந்தா,

உன்னைப் போலவே உன் சீடனும் தேகத்தை விடும்போது துயரமின்றி உடலை உகுத்து வைகுண்டத்தை அடைந்து அங்கிருக்கும் எம்மை சேவிப்பான் என்று கூறியருளி, ஸ்ரீ வைஷ்ணவ தாஸரிடம் "மாஸுச:" என்றார். அவர்கள் இருவருக்கும் தீர்த்த பிரசாதம், சடகோபம் போன்ற மரியாதைகளை அர்ச்சகர்களைக் கொண்டு செய்வித்தான் பரமன்.

மிக மகிழ்ந்த குருவும் சீடரும் ஆனந்த நிலையத்தை விட்டு பூந்தோட்டத்திற்கு வந்தனர். மறுநாள் அனந்தாழ்வானுக்கு அளித்த வாக்குக்குக் கட்டுப்பட்டு, திருமலையப்பன், அனந்தாழ்வானின் வீட்டு வாயிலில் நின்று, ஸ்ரீ வைஷ்ணவ தாசனை அழைத்து, ஸ்ரீ வைஷ்ணவ தாசா, உனக்கு இதோ மோக்ஷம் அளிக்கிறேன் என்று கூறிய உடனே ஸ்ரீ வைஷ்ணவ தாசன் எந்த வித துயரமும் இல்லாதவராய் ஆனந்தமாக தேகத்தை உகுத்து பத்மநாபனின் சந்நிதியை அடைந்தார்.

பின்னர் அனந்தாழ்வான் தானே சுயமாக சீடனின் உடலுக்குச் செய்யவேண்டிய காரியங்களை எல்லாம் அருகிருந்து நிறைவேற்றினார். பார்த்தீர்கள் அல்லவா. குருவின் அருள் இருந்ததால் சாட்சாத் வைகுண்டநாதனே, ஸ்ரீ வேங்கடநாதனே, தானாக வந்து சீடனின் ஆத்மாவை துயரமேதுமின்றி வைகுண்டத்தில் தன் பாத பத்மங்களிடம் சேர்த்துக் கொண்டான். அதே போல் தன்னை நம்பி சரணடைந்து சேவித்து தரிக்க வேண்டும் என்று வந்த சீடனை, உண்மையான குருவான அனந்தாழ்வான் பரமபதத்தில் சேர்ப்பிதார்.

நித்திய சூரிகள்

நித்திய சூரிகளும் திருமலைவாசிகளே என்று கூறி எறும்புக் கூட்டத்தை மீண்டும் அனந்தார்யர் திருமலையில் சேர்ப்பித்த முறையைப் பற்றி அறிந்து கொள்வோம். ஒரு முறை அனந்தார்யர் தன் சீடர்களோடு சேர்ந்து கேரளா மாநிலத்திற்கு புறப்பட்டார். வழியில் உண்பதற்காக கொஞ்சம் ஆகார பதார்த்தங்களை மூட்டை கட்டிக் கொண்டு திருமலையில் இருந்து இறங்கி திருப்பதியைத் தாண்டி சற்று தூரம் சென்ற பின், அவருடைய சீடரான வரதார்யார், குருதேவா இங்கு சற்று தொலைவில் ஒரு வாய்க்கால் ஓடுகிறது. அதன் கரையில் அமர்ந்து கொஞ்சம் உணவுண்டு சற்று ஓய்வு எடுத்துக் கொண்டு மீண்டும் பிரயாணத்தைத் தொடரலாம் என்று பணிவோடு கூறினார். அதற்கு அனந்தாழ்வான் சரி என்றார். வாய்க்கால் கரையில் உணவு மூட்டையைத் திறந்து பார்த்தால் அதில் நிறைய மலை எறும்புகள் தென்பட்டன.

அதைப் பார்த்தவுடனே அனந்தாழ்வான், அடடா! எத்தனை பெரிய தவறு செய்து விட்டேன். பல பிறவிகளில் செய்த புண்ணியம் இருந்தால்தான் ஜீவன்கள் திருமலையில் பிறப்பதோ மரணிப்பதோ நடக்கும். அப்படிப்பட்ட இந்த நித்திய சூரிகள் (எறும்புகள்) தேவதைகளின் அம்சத்தோடு பிறந்தவர்கள். இந்த எறும்புகளை நான் இங்கே எடுத்து வந்து விட்டேனே என்று கூறி வருந்தி,

இவற்றை மீண்டும் திரும்ப திருமலையில் பத்மநாபனின் சந்நிதியிலேயே விட்டுவர வேண்டும் என்று கூறி மீண்டும் அந்த மூட்டையை முன்போலவே கட்டி பசியையும் தாகத்தையும் கணக்கில் கொள்ளாமல் திருமலையில் ஆனந்த நிலையனிடம் சென்று உணவு மூட்டையைத் திறந்து அதிலிருந்த ஏறும்புகளான நித்திய சூரிகளை திருமலையப்பனுக்குக் காட்டி அவிழ்த்து விட்டார். மீண்டும் திருமலையில் இருந்து கீழிறங்கி, கேரளா பயணத்தைத் தொடந்தார்.

அனைத்து உயிரினங்களிடமும் தயையும், மரம் செடி, புற்று, பாம்பு, எறும்பு, கண்ணுக்குத் தெரியாத உயிர்கள் என்று பிரபஞ்சத்தில் உள்ள அனைத்திலும் அந்தர்யாமியாக உள்ள பரமத்மாவைப் பார்ப்பது என்பது நம்மைப் போன்றவருக்கு இயலுமா? ஒரு அனந்தாழ்வானைத் தவிர.

அத்தகைய அனந்தாழ்வானின் வாழ்க்கை வரலாற்றைத் தெரிந்து கொள்வதற்கும் கேட்பதற்கும் படிப்பதற்கும் திருமலையில் உள்ள அனந்தாழ்வான் பூந்தோட்டம் அல்லது புரிசைவாரி தோட்டத்தில் கால் வைப்பதற்கும் நமக்கு அதிர்ஷ்டம் இருக்க வேண்டும். இல்லாவிடில் கோடிக்கணக்கான பக்தர்கள் திருமலைக்கு வந்து ஸ்ரீனிவாசனின் தரிசனம் செய்து கொண்டு திரும்பிச் செல்கிறார்களே தவிர அனந்தாழ்வான் தோட்டத்தில் அடி வைப்பதில்லை. அனந்தார்யரின் வரலாற்றைத் தெரிந்து கொள்ள முயற்சிப்பதும் இல்லை.

அதனால், ஒன்று மட்டும் நித்திய சத்தியம். யாருடைய கர்மவினை பக்குவம் அடைந்ததோ, யாருக்கு நல்ல காலம் வருமோ அவர்களுக்கு மட்டுமே ஸ்ரீவேங்கடபதியின் ஆக்ஞையும், அனந்தாழ்வானின் அங்கீகாரமும் கிடைத்து அனந்தார்யாரின் தோட்டத்தில் நுழைவதற்கும் அனந்தாழ்வானின் பிருந்தாவனத்தை தரிசிப்பதற்கும் பாக்கியம் கிடைக்கும். இல்லாவிடில் அது சாத்தியமில்லை.

புலிக்கு மோட்சம் அளித்தது

ஒருநாள் சூரிய உதயத்தின்போது சீடர்களோடு சேர்ந்து அனந்தாழ்வான் ஸ்நானம், சந்தியாவந்தனம் செய்வதற்காக ஸ்ரீ ஆதிவராஹ சுவாமி ஆலயத்தை ஒட்டியுள்ள ஸ்ரீசுவாமி புஷ்கரிணிக்குச் சென்ற போது, வழியில், அவருடைய தோளில் போர்த்தியிருந்த துண்டு நழுவி மரத்தின் கீழ் அமைதியாகக் கண் மூடி தூங்கிக் கொண்டிருந்த புலியின் காதுகளுக்கு இடையில் சிக்கிக் கொண்டது. எத்தனை முயற்சித்தாலும் துண்டை எடுக்க முடியவில்லை. அதோடு புலியும் சத்தமில்லாமல் படுத்திருந்தது. அசையவுமில்லை எழுந்திருக்கவும் இல்லை.

அதை கவனித்த சீடர்கள், ஐயா! இந்தப் புலி உங்கள் துண்டைப் போர்த்திக் கொண்டு கண்ணைத் திறக்கமால், தன்னைப் போர்த்தியுள்ள மாய மோகத்தின் திரைகளை நீக்கிக் கொள்ளப் பார்க்கிறது என்று கூற, அனந்தார்யர் சிரித்து,

அப்படியே ஆகட்டும். நீங்கள் விரும்பியபடியே அதன் ஆத்மாவைப் பிடித்த மாயையின் திரைகள் நீங்கி விடும் நேரம் நெருங்கிவிட்டது. இது தேகத்தைத் துறக்கும் நேரம் வந்து விட்டது என்று கூறினார். எப்படியோ ஒருவழியாகத் தன் துண்டை அதன் காதுகளின் இடையிலிருந்து மெதுவாக எடுத்துக் கொண்டு புஷ்கரிணிக்குச் சென்று குளித்து ஜபம், தவம் எல்லாம் முடித்துக் கொண்டு இல்லத்திற்குத் திரும்பி நடந்தார். ஆச்சர்யம் என்னவென்றால், வழியில் அரசமரத்தின் கீழ் புலி உயிரின்றி பிணமாகக் கிடந்தது. அதன் உடலின் இறுதி காரியங்களை அனந்தார்யர் தானே பார்த்துக் கொண்டார்.

பூந்தோட்டத்தில் உள்ள மலர்களைக் கொய்து எப்போதும் போல் மாலை தொடுத்து திரு வேங்கடநாதனுக்கு மலர் சேவை செய்யச் சென்று போது, அங்கு ஸ்ரீ வேங்கடபதியின் திவ்ய பாத கமலங்களில் இறந்த புலியின் ஆத்மாவை அனந்தார்யருக்குக் காட்டி, அனந்தா, எத்தனையோ பிறவிகள் எடுத்து பாவமும் புண்ணியமும் செய்தபடி, மீண்டும் மீண்டும் ஜனன மரண சக்கரத்தில் சுழன்று மோக்ஷ மார்க்கம் தென்படாத ஜீவிகளுக்குக் கூட இப்படித்தான் கண நேரத்தில் மோட்சத்தை அளிக்கிறேன். நான் பூலோகத்தில் அவதரித்ததே பாவிகளை தண்டித்து அதர்மர், அசுரர், அரிஷட் வர்க்கம் என்ற ஆறுவித விகாரங்களை நீக்கி, புண்ணியர்களுடைய மோட்ச யோக்கியதையை அறிந்து, எத்தனை பிறவிகள் எடுத்தாலும் கண்டுபிடிக்க முடியாத அவரவர் ஆத்மாக்களைப் பீடித்த அஞ்ஞானப் பேரிருளை நீக்கி மோட்சமளித்து சிருஷ்டி தர்மத்தை செவ்வனே நிறைவேற்றுவதற்குத் தானே.

நீ குருவின் ஆணைப்படி, எனக்கு பூ கைங்கர்யங்களைச் செய்து வருகிறாய். அவ்வளவுதானே தவிர, எல்லா இடத்திலும் எங்கும் விரலை நுழைத்து அஞ்ஞானப் பேரிருளை நீக்கி, ஜீவர்களுக்கு மோட்ச வழியைக் காட்ட வரவில்லை. சிருஷ்டிக்கு மாறான பணிகளைச் செய்வதை விட்டு நேராக உன் பணிகளை நீ செய்துவா. என் கடமைகளில் தலையிடப் பார்க்காதே. இல்லையென்றால் இப்போதே நீ போட்டது போட்டபடி, திருமலையிலிருந்து இறங்கிச் செல். எல்லாவற்றையும் நீயே பார்த்துக் கொள்ள நினைத்தால் பூலோகத்தில் என் தேவை என்ன இருக்கிறது? என்று கடினமாகக் கூறி, இது என் ஆணை. இதற்கு மாறாகச் செய்ய நினைத்தால் நான் விலகிச் சென்று விடுவேன். நீயே இந்த வேங்கட மலையில் இரு, என்று ஸ்ரீவேங்கடநாதன் கூறவே நம் அனந்தாழ்வான் எவ்வாறு பதிலளித்தாரோ பாருங்கள். சுவாமி! வேங்கடநாதா! ஸ்ரீநிவாசா! என்னை மலையிலிருந்து இறங்கிப் போகச் சொல்கிறீர். இந்த திருமலை உமக்குச் சொந்தமான சொத்தா? இங்கு கலியுக நீதியைப் பின்பற்ற வந்த நீங்களும், குரு ஆணையை நிறைவேற்ற வந்த நானும் கொஞ்சம் முன்னும் பின்னுமாக வாடகைக்கு வந்தவர்களே. தாம் ஸ்ரீஆதிவராஹ சுவாமியிடம் இருப்பதற்குக் கொஞ்சம் இடம் கொடுக்கும்படி வேண்டினீர். அந்த தெய்வம் நீங்கள் தங்குவதற்குக் கொஞ்சம் இடம் கொடுத்தார். தாங்கள் அந்த பூதானத்திற்கு பிரதிபலனாக முதல் தரிசனமும் நெய்வேத்யமும்

உனக்கு நடக்கும் என்று கூறி அவருக்கு ஆசை காட்டி பெரிதாக வளர்ந்து விட்டீர். தங்களின் வாமன ரூபத்தின் சிறப்பு குணங்களைக் காட்டி பக்தர்கள் கேட்ட கோரிக்கைகளைத் தீர்த்து தங்களின் புகழையும் ஏழுமலை அளவுக்கு விஸ்தீரணம் செய்து கொண்டீர். இப்போது எங்கும் எல்லாமும் என்னுடையதே என்று மிக இனிமையாக பேசக் கற்று விட்டீரே. நான் இங்கு இருப்பதற்கு தங்களின் சொந்த இடத்தைக் கொடுத்துள்ளீரா என்ன? நானும் உம்மைப்போல உம்மை விட கொஞ்சம் பின்னால் வந்து உம் ஆனந்த நிலையத்தின் எல்லையைத் தாண்டி வீட்டைக் கட்டிக் கொண்டு, சிறிதும் உறக்கமின்றி தங்களின் சேவையில் ஈடுபட்டுள்ளேன். என்னைப் போ என்று சொல்வதற்கு நீங்கள் யார்? போகச் சொல்வதற்கும் வரச் சொல்வதற்கும் நம் குருநாதரான பகவத் ராமானுஜருக்கு மட்டுமே உரிமையுள்ளது என்று பதிலளித்தார்.

ஆனந்த நிலையன் ஆச்சரியமடைந்து அனந்தார்யாரை வியந்து பார்த்துக் கொண்டிருந்தான். மீண்டும் அனந்தாழ்வான், ஐயா, ஸ்ரீனிவாசா! தாங்கள் எனக்களித்த வரம் பற்றி மறந்து விட்டீரா? எனக்கும் என் தொடர்புடையவருக்கும் அவருக்குத் தொடர்புடையவருக்கும் பூந்தோட்டத்தில் உள்ள மரம் செடி, கொடி, புழு, பூச்சி, எறும்பு முதல் அனைத்திற்கும் மோக்ஷம் உடனடியாக கிடைக்கச் செய்வேன் என்று நீங்கள் அளித்த வரம் என்னவாயிற்று? என்று புன்னகையோடு வாதாடினார். ஸ்ரீ வேங்கடாநாதன் தன் கோபமான நாடகத்தை விட்டு விட்டு பகபகவென்று சிரித்து, அனந்தா! உன் மனோதைரியமும், அனைத்து ஜீவன்களுக்கும் மோட்சமளிக்க வேண்டும் என்ற கவலையும் கருணையும் சுயநலமற்ற சிந்தனையும் என்னை பரமானந்தத்தில் ஆழ்த்துகின்றன. புத்தி கூர்மையான உன் பதில் என் ஆர்வத்தைத் தூண்டுகிறது என்று கூறி, அனந்தாழ்வானின் தோளைத் தட்டி, அணைத்துக் கொண்டு பரந்தாமன், திருவேங்கடநாதன் ஆனந்தகளுக்கெல்லாம் நிலையன், ஆனந்த ஊஞ்சலில் ஆடினான்.

இவ்விதம் ஸ்ரீமான் அனந்தாழ்வான் திவ்ய சரிதத்தில் மோட்சத்தை அளிக்கச் செய்தலும் மோட்சத்தை அளித்தலும் என்ற பதிநான்காம் அத்தியாயம் நிறைவுற்றது

பதினைந்தாவது அத்தியாயம்

ஸ்ரீ மகாலட்சுமியை சிறைபிடிப்பதும், திருவேங்கடநாதனுக்குத் திருமணம் செய்விப்பதும்

எல்லாவற்றிற்கும் மகுடமாக, சுவையான மதுர ரசத்தோடு கூடியதும், நாம் அருந்தி புண்ணியர்கள் ஆகக்கூடியதுமான மிக அதிக ஆனந்தத்தை அளிக்கும் யதார்த்தமான உண்மைக் கதையை இப்போது தெரிந்து கொள்வோம். கண்களை மூடி ஆத்மாவோடு இணைந்து அந்தரங்க கண்களால் பார்த்து அனுபவித்து உய்வோமாக.

அனந்தாழ்வானுக்கு வயது முதிரத் தொடங்கியது. ஆனாலும் பூந்தோட்டத்தை எப்போதும் போலவே மிகுந்த விருப்பத்தோடும் கவனத்தோடும் காவல் காத்து, பூக்களைக் கொய்து மாலை தொடுத்து எடுத்துச் சென்று திருவேங்கடனாதனை பல்வேறு விதமாக அலங்கரித்து மகிழ்ந்தார். அவரைப் பார்த்து தானும் மகிழ்ந்தார் நம் ஏழுமலையப்பன். தினமும் தன் தேவியர் இருவரிடமும் அனந்தாழ்வானுடைய பூந்தோட்டத்தின் சிறப்புகளையும் அனந்தாழ்வான் செய்யும் நித்திய புஷ்ப கைங்கர்யம் பற்றியும் உரையாடிக்கொண்டே தேவியர் இருவரும் அன்போடு பரிமாறும் உணவை உண்பான் நம் மலையப்பசுவாமி. இதையெல்லாம் கவனித்த பத்மாவதி தேவி, ஒரு நாள், ஸ்வாமி! தினமும் நீங்கள் கூறுவதும் நாங்கள் கேட்பதும் மட்டுமே நடக்கிறது. கேட்பதற்கே இத்தனை இனிமையாக உள்ளதே. பார்த்தால் கண்களுக்கு இன்னும் ரமணீயமாகத் தென்படும் அல்லவா அதனால் நீங்கள் என்ன செய்வீர்களோ எனக்குத் தெரியாது. நாம் இருவரும் இன்றிலிருந்து அந்த பூந்தோட்டத்தை சுற்றிப் பார்த்து அங்கேயே சற்று நேரம் ஓய்வெடுப்போம் என்று பிடிவாதம் பிடித்தாள். ஸ்ரீனிவாசன் சிரித்து சம்மதித்தான்.

அன்று இரவு இருவரும் மனித வடிவெடுத்து ஒளிவீசும் அரச குலத்தின் அழகு, சௌந்தர்யம், அலங்காரம் முதலானவற்றோடு அனந்தாழ்வானின் பூந்தோட்டத்திற்கு வந்தனர். அங்கிருந்த பெரிய பெரிய மரங்கள்., அவற்றில்

படர்ந்திருந்த மணம் வீசும் பூங்கொடிகள், பல விதமான செடிகள், அவற்றில் அழகு சொட்டும் வண்ண வண்ண மலர்கள் எல்லாவற்றையும் பார்த்து ரசித்து மணத்தை முகர்ந்து தோட்டமெங்கும் சுற்றித் திரிந்தனர். நல்ல நல்ல வண்ண மலர்களைப் பறித்து ஸ்ரீனிவாசன் பத்மாவதி தேவியின் கொண்டையில் சூட்டிச் சிரித்து மகிழ்ந்தார். இருவரும் அங்கு ஓடிப் பிடித்து விளையாடினார். ஒருவரை ஒருவர் துரத்திக் கொண்டு தோட்டம் முழுவதும் ஓடினர். தோட்டத்தில் இருந்த வெற்றிலைக் கொடியிலிருந்து வெற்றிலைகளைப் பறித்து தன் பத்ம ஹஸ்தங்களால் கிளிபோல் மடித்து, அவற்றைத் தன் பிரியபதியான ஸ்ரீவேங்கடாசலபதியின் வாயிலிட்டு மகிழ்ந்தாள் பத்மாவதி. இருவரும் மனமகிழ்ந்து அந்தப் பூந்தோட்டத்தில் விளையாடிய காட்சியை மனதில் நிறுத்தி பார்க்கும் போது பிருந்தாவனத்தில் ராதாகிருஷ்ணர் செய்ய சேட்டைகளும் ராச லீலைகளும் கட்டாயம் நம் கண் முன்னால் தோன்றும்.

சுப்ரபாத நேரத்தில் கணவனும் மனைவியும் திரும்ப ஆனந்த நிலையத்தை அடைந்தனர். காலையில் அனந்தாழ்வான் துயிலெழுந்து பார்க்கையில் தோட்டம் முழுவதும் கலைந்து கிடந்தது. செடிகள் காலால் மிதிக்கப்பட்ட சின்னங்கள், முறிந்த கிளைகள், நிலத்தில் உதிர்ந்த பூக்கள், கலைந்த மலர்க் கொடிகள், எச்சில் துப்பிய தாம்பூலக் கறைகள் எல்லாம் தென்பட்டன. அனந்தாழ்வான் கோபாவேசத்தோடு தன் சீடர்களிடம், யாரோ திருடன் வந்து தோட்டத்தை எல்லாம் நாசம் செய்து விட்டான் என்றார். இன்றிலிருந்து நீங்கள் அனைவரும் இரவில் தினம் சிலர் வீதம் தோட்டத்தை காவல் காத்து திருடனைப் பிடிக்கவேண்டும். அவனை நான் தண்டிக்காமல் விடமாட்டேன் என்றார். அன்றிரவு சீடர்கள் தூங்காமல் தோட்டத்தில் காவல் இருந்தனர்.

திருட்டுத்தனமாக பால் குடிக்கக் கற்றுக்கொண்ட பூனையால் பாலைக் குடிக்காமல் இருக்கமுடியாது என்பது போல, உரியில் இருந்து வெண்ணையைத் திருடித் தின்ற சின்னக் கண்ணனால் வெண்ணைக்காக அலைவதை நிறுத்த முடியாதது போல, அனந்தாழ்வான் பூந்தோட்டத்தில் உல்லாசமாக விளையாடி மகிழ்வதை பத்மாவதிதேவியால் நிறுத்த முடியவில்லை. மாலை ஆனவுடனே தன் பதியிடம் இனிமையாகப் பேசி அன்போடு உணவு பரிமாறிய பின் அன்றிரவும் அனந்தாழ்வானின் தோட்டத்திற்குச் செல்ல அனுமதி வேண்டினாள். அப்படியே ஆகட்டும் என்று ஸ்ரீனிவாசன் சம்மதித்தான். இருவரும் முதல் நாளைப் போலவே சரசங்களோடும், சம்பாஷணைகளோடும் பூந்தோட்டமெங்கும் அலைந்து திரிந்து மகிழ்ந்து சுப்ரபாத வேளையில் ஆலயத்திற்குத் திரும்பினர். காவல் காத்த சீடர் குழுவுக்கு இவர்கள் இருவரும் கண்ணில் படவில்லை.

இவ்வாறு எட்டு நாட்கள் கழிந்தன. திருடர்கள் பிடிபடவில்லை. அனந்தாழ்வானின் கோபம் அதிகமானது. படுத்தால் தூக்கம் வரவில்லை. இத்தனை ஆண்டுகளாக கஷ்டப்பட்டு தயார் செய்த பூந்தோட்டத்தை இந்த

திருடர்கள் யாரோ எட்டு நாட்களாக நாசம் செய்கிறார்கள். நான் திருமலைக்கு வந்து இத்தனை ஆண்டுகள் ஆயின. இதுவரை என்றுமே இப்படிப்பட்ட விபத்து நிகழவில்லை. இது யாரோ வேண்டுமென்றே செய்வது போல் தோன்றுகிறது. எது எப்படியாயனாலும் சரி இன்று நானும் காவல் காக்கப் போகிறேன். இன்றிரவு திருடர்களைக் கையும் களவுமாகப் பிடித்தே தீருவேன் என்று கூறி விரைவாக இரவு உணவை முடித்து தோட்டத்திற்குச் சென்று ஒரு மரத்தடியில் மறைந்து அமர்ந்து கொண்டார்.

அனந்தாழ்வானின் பக்தியையும், தனக்கு அவர் மீதும், அவருக்குத் தன் மீதும் உள்ள அன்பையும் உலகத்தாருக்கு உணர்த்த எண்ணினான் ஸ்ரீனிவாசன். அன்று இரவு தன் பிரிய மனைவியான ஸ்ரீ மகாலக்ஷ்மியின் அம்சமான பத்மாவதி தேவியோடு கூட அனந்தாழ்வானின் தோட்டத்திற்கு வந்து ஒருவர் கையை ஒருவர் பிடித்துக் கொண்டு தோட்டமெங்கும் அலைந்து திரிந்து விளையாடினர். அனந்தாழ்வனுக்குத் தென்படுகிறாற்போல் அவர் ஒளிந்திருந்த மரத்தருகில் வந்தனர். அவர்களைப் பாரத்ததும் ஏழடிப் பாம்பு ஒரேயடியாக எம்பியது போல கோபமும் ஆவேசமுமாக மரத்தடியில் இருந்து அனந்தாழ்வான் எழுந்து இருவரின் கைகளையும் சேர்த்து பிடித்துக் கொண்டார்.

அதை கவனித்த ஸ்ரீனிவாசன் ஒரு உதறலில் தன் கைகளை விடுவித்துக் கொண்டு ஆனந்த நிலையத்தை நோக்கி ஒரே ஓட்டமாக ஓடினான். அதற்கு முன் தன்னை அனந்தாழ்வான் கடப்பரையால் தாடையில் அடித்தது நினைவுக்கு வரவே, பத்மாவதி தேவியை அங்கேயே விட்டு விட்டு தான் ஒருவனே ஆலயத்திற்குள் புகுந்தான்.

அனந்தாழ்வான், தன் கையில் சிக்கிய ஸ்ரீ மாஹலக்ஷ்மியின் அம்சமான ஸ்ரீ பத்மாவதி தேவியை அப்படியே பிடித்தபடி, தோளில் இருந்த துண்டால் இறுக்கக் கட்டி பெரிய சம்பங்கி மரத்தில் படர்ந்திருந்த பூங்கொடிகளால் அந்த சம்பங்கி மரத்தோடு சேர்த்துக் கட்டி அவளை சிறைப் பிடித்தார். அதன் பின் அவளிடம் கேள்வி கேட்கத் தொடங்கினார். நீ யார்? ஏன் இவ்வாறு செய்கிறீர்கள்? நீங்களாகவே இங்கே வருகிறீர்களா? அல்லது யாராவது உங்களை அனுப்புகிறார்களா? எத்தனை சிரமப்பட்டு ஸ்ரீ வேங்கடநாதனின் புஷ்ப கைங்கர்யத்திற்காக பல ஆண்டுகள் கஷ்டப்பட்டு உழைத்து, குரு ஆணையை நிறைவேற்றி பூந்தோட்டம் அமைத்து பூ மாலை தொடுத்து ஸ்ரீனிவாசனுக்கு அலங்காரம் செய்கிறேன். இன்றைக்கு எட்டு நாட்களாக திருவேங்கட நாதனுக்கு பூக்கள் கிடைக்காமல் மாலை தொடுத்து அலங்கரிக்கவேயில்லை. உங்களுக்கு எந்த ஊர்? உன்னோடு வந்தவன் யார்? எங்கே இருக்கிறான்? என்று வினவினர். அவள், ஐயா, என்னை விட்டு விடுங்கள். எல்லா ஊரும் எங்களுடையவே. என்னோடு வந்தது என் கணவர். அவர் எல்லா இடத்திலும் திரிந்து கொண்டிருப்பார். எங்கே இருப்பார் என்று நான் எவ்விதம் சொல்வேன்? என் கணவரோடு சேர்ந்து நானும் அலைகிறேன் என்று

பதிலளித்தாள். உன் கணவனின் பெயர் என்ன என்று கேட்டார். அதற்கு அவள், ஐயா, நீர் என் தந்தையைப் போன்றவர். நான் உங்கள் வீட்டுப் பெண். என்னை தயவு செய்து அவிழ்த்து விடுங்கள். எந்தப் பெண்ணாவது தன் கணவனின் பெயரைச் சொல்வாளா? சாஸ்திரம் அறிந்தவர் போலுள்ளீர். எங்களை யாரும் அனுப்பவில்லை. உங்கள் தோட்டத்தின் அழகைப் பற்றி என் கணவர் சொன்னதால் நான் அதைப் பார்க்க வேண்டும் என்று வந்தேன் என்று கூறி, இனி மேல் இதுபோல் செய்ய மாட்டேன். ஒரு வேளை வந்தாலும் உம் அனுமதியைப் பெற்று வருகிறோம். என்னை விட்டு விடுங்கள். நான் என் கணவரிடம் போக வேண்டும் என்றாள். அம்மா! என்னைப் பார்த்தால் பைத்தியக்காரனைப் போல் தோன்றுகிறதா? யாராவது கையில் சிக்கிய திருடனை விடுவார்களா? என் தோட்டத்தை நாசம் செய்து, என் சிரமத்தை எல்லாம் சாம்பலில் கொட்டிய பன்னீர் போல் வீணடித்த நீங்கள் இருவரும் தண்டனைக்குரியவர்கள். உன் கணவன் அழகான குணவதியான உன்னைத் தேடி கட்டாயம் வருவான். வந்து உன்னை விடுவித்துக் கொண்டு போகும் வரை எத்தனை நாட்கள் ஆனாலும் நீ இப்படியே சிறைப்பட்டிருக்க வேண்டும். ஒரு வேளை உன் கணவன் வராவிட்டால் திருமலையில் யாராவது உன்னைத் தெரியும் என்று கூறி உறுதிப் பத்திரம் கொடுத்தால்தான் உன்னை விடுவேன். என்னை எரிச்சலூட்டதே. உனக்குத் துணையாக வந்தவன் வந்து உன்னை விடுவிப்பான். காத்திரு என்று கூறிவிட்டு காலை விடியும் வரை கண்ணை மூடாமல் அவளுக்கு எதிராக அமர்ந்து விவாதித்துக் கொண்டு உறக்கமின்றி காவல் காத்தார்.

சுப்ரபாத வேளையில் சந்நிதி கொல்ல மிராசு, அர்ச்சகர், ஜீயர்கள் அனைவரும் வந்து ஆனந்த நிலையத்தின் கதவுகளைத் திறந்தபோது அதிர்ந்து போயினர். ஏனென்றால் பகவத் ராமானுஜர் ஸ்ரீனிவாசனின் கழுத்தில் போட்ட ஸ்ரீலக்ஷ்மி ஆபரணத்தில் ஸ்ரீ மகாலட்சுமியின் முத்திரை வடிவத்தைக் காணவில்லை அவர்கள் அனைவரும் ஒருவர் முகத்தை ஒருவர் பார்த்துக் கொண்டு, ஒருவரை ஒருவர் குற்றம் சாட்டிக் கொள்ளத் தொடங்கினர். அவர்களுக்கு அச்சத்தால் நடுக்கம் ஏற்பட்டது. தங்களுக்கு தண்டனை கிடைக்குமே என்று எண்ணி, கோவிந்தா! ஸ்ரீனிவாசா! ஸ்ரீ வேங்கடநாதா! திருமலையப்பா! என்ன நடந்ததோ எங்களுக்குத் தெரியவிலையே. இதில் எங்கள் தவறு எதுவும் இல்லை சுவாமி. நீதான் எங்களைக் காப்பாற்றவேண்டும் என்று வருந்தித் துதித்தனர். கருணை பொருந்திய கமலாக்ஷன், தீன தயாளன், ஸ்ரீ வேங்கடாநாதன் ஒரு அர்ச்சகரின் மேல் எழுந்தருளி, இவ்வாறு கூறினான்.

நீங்கள் ஒருவரையொருவர் நிந்தித்துக் கொள்ளாதீர்கள். நீங்கள் யாரும் அஞ்ச வேண்டாம். நேற்று இரவு நானும் பத்மாவதி தேவியும் சேர்ந்து அனந்தாழ்வானின் பூந்தோட்டத்தை சுற்றிப்பார்த்து வரச் சென்றோம். அனந்தாழ்வான் எங்களைத் திருடன் என்று எண்ணி பிடித்துக் கட்ட நினைத்தார். நான் எப்படியோ தப்பித்து ஓடி ஆனந்த நிலையத்திற்கு வந்து விட்டேன். ஆனால் பத்மாவதி தேவி அனந்தாழ்வானின் கையில் சிக்கி விட்டாள். அவளை அங்கேயே ஒரு சம்பங்கி

மரத்தில் கட்டி வைத்துள்ளார். என் மனைவியை அழைத்துச் செல்ல நான் மறுபடியும் தோட்டத்திற்கு வருவேன். என்னையும் பிடித்து தண்டிக்கலாம் என்று காத்திருக்கிறார் அனந்தாழ்வான். இப்போதே நீங்கள் அனந்தாழ்வனிடம் சென்று நடந்ததை விவரமாகக் கூறி அனந்தாழ்வானிடம் தன் வீட்டில் கட்டி வைத்துள்ள பெண்ணை பூக்கூடையில் வைத்து அழைத்து வந்து எனக்கு திருமணம் செய்யச் சொல்லுங்கள் என்றார். உடனே அர்ச்சகர்கள், ஜீயர்கள் அதிகாரிகள், பக்த ஜனங்கள் அனைவரும் அனந்தாழ்வான் தோட்டத்திற்குச் சென்று அங்கு சம்பங்கி மரத்தில் கட்டி வைத்திருந்த பத்மாவதி தேவியைப் பார்த்து ஆச்சரியமடைந்து, ஸ்ரீ வேங்கடாநாதன் கூறிய விதமாக அனந்தாழ்வானிடம் கூறி, அது போல் செய்ய வேண்டுமென்று விண்ணப்பித்தனர்.

அதைக் கேட்ட அனந்தாழ்வான், ஐயோ, இது என்ன விந்தை? உலகங்களை ஆளும் என் தாயையே நான் சிறைப்பிடித்தேனா? என்று எண்ணி வருந்தினார். நேற்று இரவு இந்த அன்னை, என்னை உன் மகளாக எண்ணி விட்டு விடுங்கள் என்றாள். என்னை வாயார என் தந்தை போன்றவர் நீங்கள் என்றாள் என்று எண்ணி எண்ணி மகிழ்ந்து ஸ்நானம், சந்தியாவந்தனம் போன்ற கிரியைகளைச் செய்து, நிறைய மலர்களைப் பறித்து கூடையில் நிறைத்து, மரத்தில் கட்டப்பட்டிருந்த தேவியை விடுவித்து, அவளுடைய அனுமதியைப் பெற்று பூக்கூடையில் அமரச் செய்து சகல ராஜ உபசாரங்களோடு புஷ்பாபிஷேகம் செய்து அஷ்டோத்தர சத நாமங்களால் அர்ச்சனை செய்து, வேத பண்டிதர்களின் வேத கோஷங்கள் விண்ணை முட்ட, ஸ்ரீபத்மாவதி அம்மன் சிறு கன்னிப் பெண்ணாக மாறி அமர்ந்திருந்த மலர்க் கூடையை அனந்தாழ்வான் தலையில் வைத்துத் தாங்கி ஆனந்த நிலையத்தில் ஸ்ரீனிவாசனின் சந்நிதியை அடைந்து மன்னிக்கும்படி வேண்டிக் கொண்டு, தன் வீட்டு கன்னிகையை ஏற்கும்படி வேண்ட, அப்படியே என்று கூறிய ஸ்ரீ வேங்கடநாதன், மாமா அனந்தாழ்வான்! என்று அவரை அன்புடன் விளித்தான். உன் வீட்டுக் கன்னிகையை நான் ஏற்று என் வீட்டு இல்லத்தரசியாக மணம் செய்து கொள்கிறேன். மாமனாரான உமக்கு நான் கொடுக்கும் எதிர்ஜாமீன் என்னவென்றால், என் தோளில் இருக்கும் துண்டை உன் கழுத்தில் அலங்கரிக்கப் போகிறேன். ஏற்றுக் கொள்ளுங்கள் என்று கூறி தன் கழுத்திலிருந்த அங்கவஸ்திரத்தை அனந்தாழ்வன் கழுத்தில் போட்டு, அனந்தாழ்வான் கழுத்தில் இருந்த துண்டைத் தன் தங்கக் கைகளால் எடுத்து தன் கழுத்தில் போட்டுக் கொண்டான்.

இவ்விதம் அனந்தாழ்வான் கன்னிகாதானம் செய்த உடன், அனைவரும் பார்த்துக் கொண்டிருக்கும் போதே, அந்தச் சிறிய பெண் மறைந்து, ஸ்ரீவாரி கழுத்து ஆபரணத்தில் முன்பு போலவே ஸ்ரீ மகாலட்சுமி ரூபிணியாக நிலையாக அமர்ந்து பிரகாசித்தாள். அன்றிலிருந்து ஸ்ரீனிவாசனை அனந்தாழ்வானின் மாப்பிள்ளை என்றும் அனந்தாழ்வானை ஸ்ரீனிவாசனுக்குப் பெண் கொடுத்த மாமனார் என்றும் திருமலைவாசிகள் அழைக்கத் தொடங்கினர்.

கேட்டீர்களா! பார்த்தீர்களா! எத்தகைய மகாபாக்கியம் செய்தவரோ நம் அனந்தாழ்வான். சாக்ஷாத் ஸ்ரீ மகாவிஷ்ணுவின் அவதாரமான ஸ்ரீனிவாசனுக்கே கன்யாதானம் செய்யும் அதிர்ஷ்டம் அவருக்குக் கிடைத்தது. இத்தகைய மகாபாக்கியம் முன்பு சமுத்திர ராஜாவுக்குத் தன் மகளான ஸ்ரீ மகாலட்சுமியை ஸ்ரீமன் நாராயனனுக்கு கன்யாதானம் செய்த போது கிடைத்தது. திரேதா யுகத்தில் ஜனக மகாராஜாவுக்குத் தன் மகள் ஜானகி தேவியை ஸ்ரீ ராமச்சந்திர மூர்த்திக்கு கன்னிதானம் செய்த போது கிடைத்தது. துவாபர யுகத்தில் பீஷ்மகனுக்குத் தன் மகள் ருக்மிணி தேவியையும், சத்ராஜித்துக்குத் தன் மகள் சத்திய பாமாவையும், ஜாம்பானுக்குத் தன் மகள் ஜாம்பவதியையும் ஸ்ரீ கிருஷ்ணருக்கு கன்யாதானம் செய்த போது கிடைத்தது. அதே போல் கலியுக ஆரம்பத்தில் அத்தகைய அதிர்ஷடத்தை ஆகாச ராஜா தன் மகள் பத்மாவதி தேவியை ஸ்ரீனிவாசனுக்கு அளித்து கன்யாதானம் செய்த போது பெற்றார். அவர்கள் தன்யர், புண்ணியர் மோக்ஷலப்யர் ஆனார்கள். மீண்டும் இன்று கலியுகத்தில் அனந்தாழ்வானுக்குத் தன் வீட்டுப் பெண் ஸ்ரீ மகாலட்சுமியை ஸ்ரீனிவாசனுக்கு கன்யாதானம் செய்யும்

மகாபாக்கியம் கிடைத்தது. தன் வீட்டுப் கன்னிப் பெண் பத்மாவதி தேவியின் பத்ம ஹஸ்தங்களை நீல மேக ஷ்யாமளனான ஸ்ரீனிவாசனின் நீலத் தாமரை மலர் போன்ற ஹஸ்தங்களில் வைத்து கன்யாதானம் செய்தார். ஸ்ரீரங்கத்தில் ஸ்ரீஆண்டாளை ஸ்ரீரங்கநாதனுக்கு அளித்து கன்யாதானம் செய்து புகழ்பெற்ற பெரியாழ்வார் விஷ்ணுசித்தரைப் போலவே அனந்தாழ்வான் தானும் புகழ்பெற்றார். ஒரேயடியாக திருமலைநாதனுக்கே கன்யாதானம் செய்து திருமலையில் யாரும் அடைய முடியாத கீர்த்தியை அடைந்து ஸ்ரீ ராமானுஜரின் சீடராக ஒளியோடு பிரகாசித்து என்றைக்குமாக புகழின் உச்சியில் நிலைத்து விட்டார்.

எத்தகைய அதிர்ஷ்டசாலியோ நம் அனந்தாழ்வான்! ஜெயஹோ, ஜெய, ஜெயஹோ, அனந்தார்யா! ஸ்ரீ மகாலட்சுமியை சிறைபிடித்தவரே! ஸ்ரீ ஸ்ரீனிவாசனுக்கு கன்யாதானம் செய்தவரே! ஜெயஹோ ஜெயஹோ!

இவ்விதம் ஸ்ரீமான் அனந்தாழ்வான் திவ்ய சரிதத்தில்
ஸ்ரீ மகாலட்சுமியை சிறைபிடிப்பதும், திருவேங்கடநாதனுக்குத் திருமணம் செய்விப்பதும் என்ற பதினைந்தாம் அத்தியாயம் நிறைவடைந்தது.

பதினாறாம் அத்தியாயம்

வைஷ்ணவ தத்துவ போதனைகள்

ஸ்ரீ பகவத்ராமானுஜர் தம் திருமேனியைத் தியாகம் செய்வதற்கு முன்பே தம் சீடர்களில் ஒருவருக்கு வைஷ்ணவ பீடாதிபதி பதவியை அளிக்க வேண்டுமென்று கருதி, வயதில் சிறியவராகவும் ஞானத்தில் உயர்ந்தவராகவும் இருந்த ஸ்ரீ பராசர பட்டாசாரியார் என்பவரை அழைத்து, தனக்குப் பின் வைஷ்ணவத்தையும் வைஷ்ணவ தத்துவத்தையும் பரப்ப வேண்டுமென்று உத்தரவிட்டார். சிறிது காலத்தில் ஸ்ரீ ராமானுஜர் தம் திருமேனியை உகுத்தார். ஸ்ரீ குருவின் ஆணைப்படி பராசர பட்டர் ஸ்ரீரங்கத்தில் வசித்து தனக்கு ஒப்படைத்த கடமைகளை நிர்வகித்து வந்தார்.

ஒரு முறை ஸ்ரீ ராமானுஜர் தம் திருமேனியை உகுப்பதற்கு முன் சிறுவனான பராசர பட்டரை ஒரு பண்டித வேதாந்தியை வாதத்தில் வெல்வதற்காக ஸ்ரீரங்கத்திலிருந்து அனுப்பினார். வழியில் அனந்தாழ்வானின் பிறந்த ஊரான சிறுபுத்தூரை வந்தடைந்தார். அப்போது அங்கேயே இருந்த அனந்தாழ்வான் ஸ்ரீ பராசர பட்டாசாரியாரை சென்று பார்த்து வணங்கி, “அஸ்மதீய ஸ்ரீ வைஷ்ணவ குல ப்ரபோ” (ஒப்புவமை இல்லாத புகழ்பெற்ற ஸ்ரீ வைஷ்ணவ குலத்தை உத்தரிக்கக் கூடிய பிரபுவே) என்று கூறி அணைத்துக் கொண்டு தன் மடியில் படுக்கவைத்துக் கொண்டு மழையிலிருந்தும் வெயிலில் இருந்தும் காப்பாற்றி சேவை செய்தார். அபாரமான ஞானச் செல்வராகத் தான் இருந்தும் தன் குருவுக்குப் பிரியமானவர் பராசர பட்டாச்சாரியார் என்பதால் தனக்கும் அவர் பிரியமானவரே என்று கருதி பணிவோடு சேவை செய்தார். வயதில் பராசர பட்டாசாரியார் தன்னை விடச் சிறியவர் என்றாலும் கூட, தான் ஸ்ரீ குருவுக்கும் ஸ்ரீ வேங்கடநாதனுக்கும் பிரியமானவன் என்பதையோ தன் வயதையோ அனந்தாழ்வான் பொருட்படுத்தவில்லை. பார்த்தீர்களா நம் அனந்தாழ்வான் எத்தகைய பணிவிற்சிறந்தவரோ. கர்வமற்றவரோ.

அதேபோல் ஸ்ரீ பராசர பட்டாரியருக்கும் அனந்தாரியரிடம் மிகவும் அன்பு, கௌரவம், அபிமானம் கொண்டிருந்தார். அனைத்தையும் விட முக்கியமாக

அவர் தன் ஸ்ரீ குருவின் பிரியமான முக்கிய சீடர் என்றும் திருமலையை புஷ்ப மண்டலமாகச் செய்து அதன் பெயருக்கு அர்த்தம் ஏற்படுத்தினார் என்றும் வைஷ்ணவ லட்சணங்கள் நன்றாகத் தெரிந்தவர் என்றும் வேத விஞ்ஞானச் சுரங்கம் என்றும் ஸ்ரீ ராமானுஜரிடமிருந்து அறிந்திருந்தார். அதனால் பராசர பட்டரும் அனந்தாழ்வானிடம் அதே அளவு அன்போடும் பணிவோடும் அபிமானத்தோடும் கௌரவத்தோடும் நடந்து கொண்டார்.

இத்தனை ஏன்? தன் ஸ்ரீகுருவான ஸ்ரீ ராமானுஜருக்கு யார் யார் மேல் அன்பும் கௌரவமும் இருந்ததோ தானும் அவர்கள் அனைவரிடமும் அதே போல் நடந்து கொண்டு கடைப்பிடித்தார். அவ்விதம் தன் குருபக்தியை வெளிப்படுத்தினார் அனந்தாழ்வான்.

இதற்கு ஒரு சிறிய உதாரணம் இங்கு பார்ப்போம்.

ஒரு முறை அனந்தாழ்வான் சீடர்களோடு சேர்ந்து ஸ்ரீகோதை நாச்சியார் பிறந்த இடமான ஸ்ரீவில்லிபுத்தூருக்குச் சென்று அங்கு ஸ்ரீ ஆண்டாள் ஸ்நானம் செய்த குளத்தில் இறங்கிக் குளிக்கும் போது கைகளால் எதையோ தேடினார். சீடர்கள் என்ன தேடுகிறீர்கள் என்று கேட்டனர். இந்த குளத்தில் நம் தாய் ஆண்டாளம்மா தினமும் தன் சேடிகளோடு சேர்ந்து உடல் முழுவதும் மஞ்சள் அரைத்துப் பூசி குளிப்பாள். அந்த மஞ்சள் துகள் துளியாவது கட்டாயம் குளத்தின் அடியில் படிந்து இருக்கும் என்பதால் அதனைத் தேடுகிறேன் என்றார் அனந்தாழ்வான். சீடர்கள் வாயடைத்துப் போயினர். ஆகா! அனந்தாழ்வானுக்கு எத்தகைய குருபக்தி என்று வியந்தனர். இது உண்மையாக நடந்த சம்பவம் என்பதற்கு திருநாயாரணன் என்பவர் எழுதிய நூலிலும் திருப்பாவையிலும் சான்றுகள் உள்ளன.

எனவே ஸ்ரீ ஆண்டாள், ஸ்ரீ ரங்கநாதர் இருவரிடமும் தன் குருவான ஸ்ரீ ராமானுஜருக்கு எத்தனை அன்பு இருந்ததோ, நம் அனந்தாழ்வானுக்கு அதை விட அதிகம் அன்பு இருந்தது. இங்கு இன்னொரு சந்தேகம் எழலாம். அது என்னவென்றால் அனந்தாழ்வான் என்றால் ஸ்ரீ ராமானுஜருக்கும், ஸ்ரீராமானுஜர் என்றால் அனந்தாழ்வானுக்கும் பிரிக்கமுடியாத தொடர்பும் பகுக்க முடியாத அன்பும் இருக்கையில் ஸ்ரீகுரு, பராசர பட்டரைத் தனக்குப் பிறகு ஆச்சார்ய பீடத்திற்கு வாரிசாக அறிவித்தாரே தவிர, அனந்தாழ்வானுக்கு ஏன் அளிக்கவில்லை?

இதற்கான விடை, நாம் சரியாக ஆலோசித்தால் நமக்கே கிடைத்து விடும். அது என்னவென்றால், அவரவர் பிறவியின் ரகசிய கடமைகள். ஸ்ரீ ராமானுஜர் ஸ்ரீ அனந்தாழ்வான் இருவரும் ஆதிசேஷனின் அம்சத்தோடு அவதரித்தவர்களாலும் அவர்கள் செய்து முடிக்க வேண்டிய பொறுப்புகள் வெவ்வேறு. ஸ்ரீ ராமானுஜர் தோன்றியது வைணவ மத சித்தாந்த தத்துவங்களைப் பிரசாரம் செய்வது,

ஞானோபதேசம் செய்வது, வைணவ ஆலயங்களை புனர் நிர்மானம் செய்வது, அவற்றுக்குப் பூர்வ வைபவங்களை ஏற்படுத்திக் கொடுத்து உலக அளவில் விசிஷ்டாத்வைத சித்தாந்தத்தை வேரூன்றச் செய்து, பக்தர்களை உய்விப்பது என்பவை. அனந்தாழ்வானின் கடமைகளில் குரு, சீடன், தெய்வம் மூவரின் உறவைத் தவறாமல் தானே கடைப்பிடித்து உலகிற்கு வெளிப்படுத்துவது, குரு ஆணையை நிறைவேற்றுவது, தெய்வ கைங்கர்யமும் தெய்வ அனுக்ரகமும் பெற்று சாஸ்வதமான தெய்வ ஸ்தானத்தை அடைவது, அதன் மூலம் மோக்ஷ பயன் கிடைக்கிறது என்பதை நிரூபிப்பது ஆகியவை பிரதானமானவை.

இன்னொரு காரணம் என்னவென்றால், ஸ்ரீ குருவின் ஆணையை நிறைவேற்றுபவனாக அனந்தாழ்வான் திருமலைக்குச் சென்று புஷ்ப கைங்கர்யத்தை அனுதினமும் ஆனந்தநிலையனுக்குத் தானே சுயமாக செய்து வைத்தார். அவ்விதமாக அனந்தாழ்வானின் தேவை திருமலைக்கு உள்ளதென்று உணர்ந்திருந்த ஸ்ரீ ராமானுஜர், ஸ்ரீரங்கத்தில் தன்னிடம் உள்ள ஸ்ரீ பராசர பட்டருக்குத் தன் இடத்தை அளித்தார். லோக கல்யாணத்திற்காக இவ்வாறு செய்தாரே தவிர இதில் வேறு ரகசியம் எதுவும் இல்லை.

அதே போல் அனந்தாழ்வான் தன் மாப்பிளையான ஸ்ரீனிவாசனை விட்டுத் தன்னால் வாழ முடியாதென்ற திட நிச்சயத்தோடு ஸ்ரீ வேங்கடநாராயணனைத் தன் இறுதிக் காலத்தில் மட்டுமின்றி அதற்குப் பிறகு கூட தான் திருமலையை விட்டுப் பிரிந்து இருக்கமுடியாது என்பதை அறிந்திருந்ததால், அவர் ஒருநாளும் குருபீடத்தில் அமர விரும்பவில்லை. மேலும், யாருக்கு எந்த பதவியை எந்த இடத்தை, கொடுக்க வேண்டும் என்று குருவான ஸ்ரீ ராமானுஜருக்குத் தெரியாதா என்ன? தம் குருவின் நிர்ணயமே தலையாயது என்று எண்ணி அவ்விதமே ஏற்று வாழ்ந்து வந்தார் அனந்தாழ்வான்.

ஒரு நாள் ஸ்ரீ பராசர பட்டரை ஸ்ரீ ராமானுஜர் தன்னோடு அழைத்துக் கொண்டு ஆலயத்திற்குள் சென்றார். ஸ்ரீ ரங்கநாயகி தேவிக்கு பட்டரைக் காண்பித்து, அம்மா! இவன் உன் தத்தபுத்திரன். எனக்குப் பிறகு என் இடத்தில் அமரக் கூடிய சமர்த்தன். அதனால் இவனை நீ காப்பாற்றி வரவேண்டும் என்று பிரார்த்தனை செய்து கொண்டார். தேவதேவியான ஸ்ரீ ரங்கநாயகிதேவி, சரி என்று கூறினாள். அத்தகைய மேதைமை பொருந்திய தீரர் ஸ்ரீ பராசர பட்டர்.

அதன் பின் ஸ்ரீ ராமானுஜரின் உத்தரவுப்படி, பராசர பட்டர், அனந்தாழ்வானோடு சேர்ந்து மேற்கு தேசத்தில் இருந்த வேதாந்தி என்ற பெயர் கொண்ட கனபாடிகள் ஒருவரை வாதத்தில் வென்று அவரை ஸ்ரீ வைஷ்ணவராக மாற்றித் தன் சீடனாக ஏற்று, திரும்பி வந்தார், ஸ்ரீ பராசர பட்டர் ஸ்ரீரங்கத்திற்கும், அனந்தாழ்வான் சிறுபுத்தூருக்கும் சென்றனர். அனந்தாழ்வானும் பராசர

பட்டரும் சந்தித்ததற்கு அடையாளமாக அனந்தாழ்வானின் பிறந்த ஊரான சிறுபுத்தூரில் அனந்தாழ்வான் ஆலயத்தையும் ஸ்ரீ பராசர பட்டரின் பெயரில் ஒரு புஷ்கரிணியையும் அமைத்துள்ளனர். தினமும் அங்கு அனந்தாசாரியாருக்கு வேத பண்டிதரான அந்தணர் ஒருவர், பூஜை, நெய்வேத்யம் போன்ற கைங்கர்யங்களைச் செய்து வருகிறார்; அது மட்டுமல்ல திருமலையில் அனந்தாழ்வான் தோட்டத்தில் அனந்தாழ்வானின் வம்சத்தவர் (26 வது தலைமுறை) ஒவ்வொரு ஆண்டும் வைபவமாக அனந்தாழ்வான் ஜயந்தியை கொண்டாடிய பின்னர் அனந்தாழ்வான் பிறந்த ஊரிலும் அனந்தாழ்வான் பிறந்தநாள் கொண்டாட்டங்களை விமரிசையாக நடத்தி வருகின்றனர். (இது மைசூருக்கு அருகில் ஸ்ரீரங்கபட்டணத்திலிருந்து சுமார் மூன்று கி.மீ. தொலையில் மேல்கோட்டைக்குச் செல்லும் வழியில் உள்ளது. இது இன்று கிரங்கனூர் என்று அழைக்கப்படுகிறது)

பின்னர் ஸ்ரீ பராசர பட்டரால் தோற்கடிக்கப்பட்ட வேதாந்தி (நஞ்சீயர்) விரக்தியடைந்து தான் சம்பாதித்த செல்வத்தை மூன்று பகுதிகளாகப் பிரித்து தன் இரு மனைவிகளுக்கும் சமமாகப் பிரித்துக் கொடுத்து, தன்னிடம் ஒரு பகுதியை வைத்துக் கொண்டு சன்யாசம் ஏற்று, ஸ்ரீரங்கத்திற்குச் செல்லும் வழியில் சிறுபுத்தூர் வந்து அனந்தாழ்வானை சந்தித்து அவருக்கு சாஷ்டாங்க நமஸ்காரம் செய்தார். அனந்தாழ்வான் நகைத்து, ஐயா, நஞ்சீயர்! ஸ்ரீ வைஷ்ணவத்தைப் பின்பற்றி சன்யாசம் ஏற்று, ஆஸ்ரமங்களையும் க்ஷேத்திரங்களையும் சென்று பார்த்து வர வேண்டும். இல்லாவிட்டால் மோட்சம் கிடைக்காது என்று உனக்கு யார் சொன்னார்? இதோ பார். உனக்கு மட்டுமின்றி வைணவர்கள் அனைவருக்கும் மோட்சம் கிடைப்பதற்கான மார்க்கம் ஒன்றே ஒன்றுதான். அது என்னவென்றால் வியர்வை வழிந்தால் குளிக்க வேண்டும். பசித்தால் சாப்பிட வேண்டும். உடம்பில் அழுக்கை எவ்விதம் சுத்தம் செய்து கொள்கிறோமோ அதேபோல் மனதிற்குள் படிந்த மலினங்களை அப்போதைக்கப்போது நீக்கிக் கொண்டு. பவசாகரத்தில் நீந்தி, அவரவர் குருவின் பாத கமலங்களை விடாமல் ஒவ்வொரு கணமும் அந்தரங்கத்தில் நினைத்தபடி, ஜபம் செய்து, குருபாத சேவையோடு, எட்டெழுத்து திரு மந்திரத்தை மறக்காமல் ஜபம் செய்து கொண்டு வரவேண்டும். அதனால் கிடைக்கும் ஆத்ம ஞானத்தைக் கைப்பற்றி, இக, பர மோட்சங்களை சாதித்து தன்யராக வேண்டும். புரிந்ததா? போ. போய் திருவரங்கத்தில் உள்ள உன் ஸ்ரீ குருவான பராசர பட்டரின் சரணங்களைப் பிடித்துக் கொண்டு ஸ்ரீமன் நாராயணனின் ஓம் நமோ நாராயணாய என்ற எட்டெழுத்து மந்திரத்தை விடாமல் ஓதி உய்வடையப் பாரும்! என்று நஞ்சீயரை (வேதாந்தி) ஆசீர்வதித்து திருவரங்கத்தில் பராசர பட்டரின் பாத சன்னிதிக்கு அனுப்பிவைத்தார்.

பார்த்தீர்களா! அனந்தாழ்வான் கூறிய ஞான நிதியான சொற்களை நாமும் கடைப்பிடித்து உய்வடைவோமாக! வாழ்க்கை என்னும் பரமபத சோபான (பாம்பும் ஏணியும்) விளையாட்டில் பாவிகளாக பாவச்செயல்களைச் செய்தும், பாம்பின் வாய்கள் எனப்படும் காமம், குரோதம், லோபம், மோகம், மதம், மாச்சர்யம் என்ற

ஆறுவித விஷங்களின் பிடியில் சிக்கி வழுக்கி விழாமல் அனந்தார்யார் கூறிய விதமாக ஒரு சத்குருவைத் தேர்ந்தெடுத்து அவருடைய பாதக் கமலங்களைப் பற்றி சேவை செய்து சதா ஸ்ரீ வேங்கடநாதனை ஓம் நமோ வேங்கடேஸாய என்ற எட்டெழுத்து மந்திரத்தை மறவாமல் நெஞ்சில் நிறுத்தி, அலுப்பும் சலிப்பும் இன்றி அந்தரங்கத்தில் நிரந்தரம் ஜப சாதனையைச் செய்து, அனந்தாழ்வான் தோட்டத்திற்குச் சென்று, வைகுண்டத்தில் இருக்கும் ஸ்ரீனிவாசன், ஸ்ரீ மகாவிஷ்ணுவின் பாதங்களில் சேர்க்கத் தயாராக இருக்கும் அனந்தாழ்வான் எனற சத்குருவின் பாதங்களைப் பற்றி, சேவைசெய்து, பிறவிக் கடலைத் தாண்டச் செய்யும் 'புரிசைவாரி தோட்டம்' எனப்படும் அனந்தாழ்வான் தோட்டத்தில் வைத்துள்ளள ஏணியில் ஏறி அசையாத மனத்தோடு வேறெந்த ஆசையுமின்றி ஸ்ரீ வைகுண்டத்தை அடைவோம். அனந்தாழ்வான், பராசர பட்டரின் சீடருக்கு வைஷ்ணவ தத்துவம், வைஷ்ணவ குணங்கள் போன்றவற்றை விவரித்த முறை மிக அற்புதமானது. இனி இந்த அத்தியாயத்தில் அது எப்படிப்பட்டது என்பதைப் பார்ப்போம்.

ஒருமுறை ஒரு ஸ்ரீவைஷ்ணவர், பராசர பட்டருக்கு நமஸ்காரம் செய்து, குருதேவா! எனக்கு நீங்கள் ஸ்ரீவைஷ்ணவ குணங்களை போதிக்க வேண்டும். அதே போல் ஸ்ரீவைஷ்ணவன் என்பவன் எவ்வாறு வாழ்க்கை நடத்த வேண்டும், உண்மையில் ஸ்ரீவைஷ்ணவனின் லட்சணங்கள் எப்படி இருக்கும் முதலான சிறப்பான விவரங்களை எனக்கு எடுத்துக் கூற வேண்டும் என்றார். அதற்கு பராசர பட்டர் புன்னகைத்து, ஸ்ரீவைஷ்ண சிஷ்ய சிகாமணியே! நீ ஒரு வேலை செய். உடனே திருமலைக்குச் சென்று அங்கு மலையப்ப ஸ்வாமிக்கு புஷ்ப கைங்கர்யங்களை தடையின்று செய்து வரும் ஸ்ரீ அனந்தாழ்வானை சரணடைந்து வணங்கு. அவர் உனக்கு விவரமாக போதிப்பார் என்று கூறி ஆசீர்வாதம் செய்தார். அந்த வைணவர் திருமலைக்குப் புறப்பட்டார். அந்த வைணவர் வேங்கடாச்சலத்தை அடைந்து அனந்தாழ்வானை தரிசித்து சாஷ்டாங்க நமஸ்காரம் செய்து, தான் ஸ்ரீரங்கத்திலிருந்து ஸ்ரீ பராசர பட்டர் அனுப்பி வந்ததாகக் கூறினார். தனக்கு ஸ்ரீ வைஷ்ணவ தத்துவ லட்சணங்களை போதிக்கும்படி வேண்டினார். அனந்தாழ்வான் அதற்கு சம்மதித்து விவரமாகவும் புரியும்படியும் விளக்கினார். ஆனால் நீ சிறிது காலம் இங்கேயே இருக்கவேண்டும் என்று கூறினார். அதற்கு அந்த வைஷ்ணவரும் சம்மதித்தார். அவ்விதம் ஆறுமாத காலம் கடந்தது.

ஒருநாள் அனந்தாழ்வான் அந்த வைணவரை சோதிக்க எண்ணினார். அதற்காக ஒரு விருந்து ஏற்பாடு செய்தார். அன்றைய நாட்களில் அனந்தாழ்வான் தோட்டத்தில் நித்திய அன்னதானம், சந்தர்ப்பணம், வேதகோஷ்டி, வாதங்கள் போன்றவை தினமும் நடந்து வந்தன. அவரவருடைய ஞான யோக்கியதையின் உயர்வைப் பொறுத்து வரிசைக் கிரமத்தில் இடம் நிர்ணயிக்கப்பட்டு அதற்கேற்ப உணவு பந்தியில் அமர வைத்து அவர்களுக்குப் பரிமாறுவதும் கௌரவ மரியாதை செய்வதும் நடந்தது. இவை அனைத்தையும் அந்த வைணவர் தினமும்

கவனித்து அதற்கேற்ப அனுசரித்து குருவின் உத்தரவுப்படி தன் நேரம் வரும்வரை காத்திருந்து, தனக்கு ஒதுக்கப்பட்ட இடத்தில் அமர்ந்து விருந்து உண்பார்.

ஒருநாள் விருந்து ஏற்பாடுகள் முடிந்தவுடனே என்றுமில்லாத விதமாக அந்த ஸ்ரீவைஷ்ணவருக்கு பசி அதிகமாக எடுத்தது. அதனால் அவர் முதல் பந்தியில் சென்று அமர்ந்துவிட்டார். நீ முதல் பந்தி முடிந்த பிறகு சாப்பிடலாம் என்று அனந்தாழ்வான் கூறினார். அவர் சரி என்று எழுந்து, மீண்டும் இரண்டாவது பந்தியில் போய் அமர்ந்தார். அப்போதும் அனந்தாழ்வான் அடுத்த பந்தியில் அமரலாம் என்று கூறவே அந்த வைஷ்ணவர் அவ்விதமே செய்தார். மூன்று, நான்கு, ஐந்து பந்திகளிலும் அவரை அனந்தாழ்வான் அவ்விதமே கூறி எழுப்பி விட்டார். பசியின் பாதிப்பு அதிகமாக இருந்தாலும் குருவின் உத்தரவைக் கடைப்பிடிப்பதே தன் கடமை என்று எண்ணி சற்றும் வருத்தப்படாமல் அனந்தாழ்வான் கூறியபடி செய்தார்.

அதைப் பார்த்து அனந்தாழ்வான் மகிழ்ந்து, திருப்தியடைந்து கடைசி பந்தியில் சீடனை தம் அருகில் அமரவைத்து தானே உபசாரம் செய்து பரிமாறச் செய்தார். தானும் போஜனம் செய்தார். சாப்பாடு முடிந்தபின் நிகழ்ச்சிகள் அனைத்தையும் முடித்துக் கொண்டு ஸ்ரீவைஷ்ணவரை அழைத்து, நீ ஸ்ரீரங்கத்திலிருந்து வந்து ஆறு மாதங்கள் ஆகி விட்டன். உனக்கு இனி சொல்லிக் கொடுப்பதற்கு எதுவும் இல்லை. நீ ஸ்ரீரங்கத்திற்குத் திரும்பிச் சென்று ஸ்ரீ பராசர பட்டருக்குச் சேவை செய்து தன்யனாகு என்று அனந்தாழ்வான் கூறினார். அதற்கு அந்த வைஷ்ணவர், ஐயா! வைஷ்ணவ லட்சணங்களை நீங்கள் எனக்கு இன்னும் போதிக்கவேயில்லை என்று தயக்கத்தோடு கூறினார். ஸ்ரீவைஷ்ணவா! அப்படியானால் கேள். முக்கியமான குணங்கள் மூன்று உள்ளன. அவை என்ன வென்றால், கொக்கு, கோழி, உப்பு. இவற்றின் தத்துவ சாரத்தை அறிந்து நடந்து கொண்டால் நீயே உண்மையான வைஷ்ணவன். இனி சென்று வா. போய் நான் என்ன சொன்னேன் என்பதை பட்டரிடம் கூறு அவர் உனக்கு தத்துவத்தின் அர்த்தத்தை போதிப்பர். அவற்றை அப்படியே கேட்டு அதிலிருக்கும் சாரத்தை உணர்ந்து உண்மையான வைஷ்ணவனாக ஜீவனம் செய். இறுதியில் ஸ்ரீ விஷ்ணுவின் இடத்தைச் சென்றடைவாய் என்று கூறி அவரை ஸ்ரீரங்கத்திற்கு அனுப்பிவைத்தார். ஸ்ரீரங்கத்தைச் சென்றடைந்த ஸ்ரீவைஷ்ணவன், பராசர பட்டரிடம் சென்று அனந்தாழ்வான் தோட்டத்தில் ஸ்ரீஅனந்தாழ்வான் நடத்திய சத்சங்கம், தனக்குக் கிடைத்த அன்பான ஆதரவு, தான் பெற்ற ஞான போதனை எல்லாவற்றையும் விவரித்தார். குருதேவா! உங்களிடம் சென்று தான் கூறிய மூன்று வைஷ்ணவ லட்சணங்களை அதாவது கொக்கு, கோழி, உப்பு என்பவற்றின் பொருளை அறியும்படியும் அதிலுள்ள தத்துவத்தின் ரகசியத்தை அம்ருதமாக பானம் செய்யும்படியும் கூறினார். அவற்றை எனக்கு விளக்கி அருளுங்கள் என்று வேண்டவே. மகிழ்ச்சியோடு பராசர் பட்டார் இவ்விதமாக விவரித்தார்.

1. கொக்கு

(அ) எவ்விதமாக கொக்கு நீர் நிலைகளில் அல்லது நீர் நிறைய இருக்கும் இடங்களில் சஞ்சரிக்குமோ, அதே போல் ஸ்ரீவைஷ்ணவன் தீர்த்தங்களின் அருகிலும் நீர் நிறைய இருக்கும் இடங்களிலும் மட்டுமே சஞ்சரிக்க கற்றுக்கொள்ள வேண்டும்.

(ஆ) எவ்விதமாக கொக்கின் உடல் வெண்மையாக சுத்தமான நிறத்தோடு இருக்குமோ அதே போல் ஸ்ரீவைஷ்ணவனும் உள்ளும் புறமும் சுத்தமான மனதுடன் சீலத்தொடு விளங்க வேண்டும்.

(இ) கொக்கு பசி எடுத்தாலும் சிக்கிய சின்ன மீன்களைத் தின்று தன் பசியைப் போக்கிக்கொள்ள முயலாமல், ஒரேயடியாக பெரிய மீன் கிடைத்தவுடன் லபக்கென்று விழுங்கி தன் பசியைத் தீர்த்துக் கொள்ளுமோ, அதே போல் ஸ்ரீவைஷ்ணவனும் தன்னைச் சுற்றிலும் சேரும் ஜனங்களைப் பற்றி கவலைபப்டாமல் தன் ஆத்மாவைப் பீடித்துள்ள பல ஜென்ம மாயையின் மோகத் திரைகளை நீங்கிக் கொள்ள பார்த்து, ஆத்மானந்தம் அளிக்கும் மகாத்மா அல்லது குருவையே தேடியலைந்து, கிடைத்தவுடன் அவரைச் சரணடைந்து சேவை செய்து அவர் செய்யும் தத்துவார்த்த போதனையின் சாரத்தை கிரகித்து, கடைப்பிடித்து, சேவித்து இறுதியில் தேகத்தை விடும் வரை அந்த மகநீயரின் சத்சங்கத்தை விடாமல் காப்பற்றிக் கொள்ள வேண்டும்.

(ஈ) எவ்விதமாக கொக்கு மின்னலுக்கும் இடிக்கும் பயந்து அமைதியான நீர்நிலையை அடைந்து சுகமாக இருக்குமோ, அதேபோல் ஸ்ரீவைஷ்ணவனும் தகுதியான, அமைதியான ஒரு திவ்ய தேசத்திற்குச் சென்று நிவாசம் அமைத்துக் கொண்டு பக்தி பிரபத்தியோடு ஸ்ரீமன் நாராயணனை நெஞ்சில் நிறுத்தி மறவாமல் அஞ்சாமல் உயிருள்ளவரை ஜபம் செய்து வாழ்ந்து வர வேண்டும்.

2. கோழி

கோழி எவ்விதமாக குப்பை கூளங்களையும் சாணியையும் கிளறி அவற்றில் கிடைக்கும் சத்துள்ள பதார்த்தங்களைத் தான் கொத்தித் தின்று, அதிக ஊட்டச்சத்துள்ள பொருட்களைத் தேர்ந்தெடுத்து தன் குஞ்சுகளுக்கு ஊட்டி விடுமோ, அதே போல் குருநாதர் வேத சாஸ்திரங்களை கடைந்து அதில் கிடைக்கும் வேதாந்த சாரத்தை கிரகித்து, மீண்டும் சம்சார சாகரத்தில் ஒவ்வொரு கணமும் சிக்கிக் கொள்ளப் பார்க்கும் தம் சீடர்களுக்கு அருந்தவும் உண்ணவும் கொடுப்பார். ஜனன மரண சக்கரத்திலிருந்து தப்புவிக்கும் ஸ்ரீசக்ர தாரி, ஸ்ரீமன் நாராயணனின் எட்டெழுத்து மந்திரமான ஓம் நமோ நாராயணாய என்பதை கற்றுத் தந்து மறவாமல், படிக்கச் செய்யும் அப்படிப்பட்ட ஸ்ரீகுருவின் சேவையையே உனக்கு ஸ்ரீஅனந்தாழ்வான் சொல்லி அனுப்பியுள்ளார். அதனைக் கடைப்பிடித்து

ஞான மலர்ச்சியை சாதித்து பரமானந்தத்தை அடைந்து ஸ்ரீ மகாவிஷ்ணுவின் பாதக் கமலங்களைச் சேர்பவரே உண்மையான ஸ்ரீவைஷ்ணவர்.

3. உப்பு

உப்பின் முக்கியத்துவத்தைப் பற்றி பிரத்தியேகமாகக் கூறத் தேவையில்லை. ஏனென்றால் சமையலில் ருசிக்காக நாம் உபயோகிக்கும் உப்பின் அளவைப் பொறுத்து பதார்த்தங்களின் ருசி மாறுவதைப் போலவே ஸ்ரீவைஷ்ணவர் ருசியற்ற இந்தப் பிறவி எனப்படும் சம்சாரத்தின் மீது சமநிலையோடு விளங்கி லாபம் கிடைத்தால் சந்தோஷப்படாமல் நஷ்டம் ஏற்பட்டால் துயரப்படாமல் சமமான உள்ளத்தோடு பகைவன், நண்பன் என்ற வேறுபாடு காண்பிக்காமல் சஞ்சரித்து தன் ஸ்ரீ குருவின் பாத சேவையில் உய்ந்து புனிதமாக வேண்டும். அதேபோல் யாரவது மகா பாகவதரின் இல்லத்திற்குச் சென்று, அந்த பாகவத உத்தமர் காண்பித்த இடங்களில், குறிப்பிட்ட நேரங்களில் பகவானின் ஆலயங்களை தரிசித்து, மானம், அவமானம் என்பவற்றைப் பற்றி எண்ணாமல் கர்வமின்றி அவர் அளித்த அல்லது அவர் பகிர்ந்த தீர்த்த பிரசாதங்களை ஏற்று மிகவும் பணிவுள்ளவராய் நடந்து கொள்ளவேண்டும்.

இவையே உண்மையான ஸ்ரீ வைஷ்ணவ லக்ஷணங்கள் என்றும் தத்துவார்த்தம் என்றும் ஸ்ரீபராசர பட்டர் ஸ்ரீ வைஷ்ணவனோடு கூட அங்கிருந்த மீதி சீடர்களுக்கும் அனந்தாழ்வான் கூறியனுப்பிய வைஷ்ணவ தத்வார்த்த சாரம் என்னும் அமிர்தத்தை அருந்தி மகிழச் செய்து அந்த ஸ்ரீவைஷ்ணவனை ஆசீர்வதித்து அவற்றைக் கடைப்பிடித்து உய்வடையும்படி கூறினார். அன்று அனந்தாழ்வான் ஸ்ரீ பராசர பட்டரின் மூலம் ஸ்ரீவைஷ்ணவனுக்குத் தெரிவித்த ஸ்ரீவைஷ்ணவ லக்ஷணம் மற்றும் தத்துவார்த்த சாரம்சத்தை கிரகித்து இன்று நாம் நடந்து கொள்ளக் கற்று, நம் உள்ளத்தில் மறைந்துள்ள உண்மையான ஸ்ரீவைஷ்ணவ லட்சணங்களை மீண்டும் மேலெழச் செய்து, அனந்தாழ்வானை குருவாக ஏற்று, ஸ்ரீமன் நாராயணன், ஸ்ரீவேங்கடேசனின் எட்டெழுத்து மந்திரமான ஓம் நமோ வேங்கடேசாய என்பதை மிகவும் அன்போடு கூறி நம் குருவின் பாத சேவை செய்து, மறவாமல் ஸ்வப்ன, சுஷுப்தி அவஸ்தைகளிலும் நிறுத்தாமல் செய்தபடி இறுதிக் காலத்தில் ஸ்ரீ வேங்கடநாதனின் திவ்ய பாதக் கமலங்களிடம் சேருவோமாக.

இவ்விதம் ஸ்ரீமான் அனந்தாழ்வானின் திவ்ய சரிதத்தில் வைஷ்ணவ லக்ஷணமும் தத்துவ போதனையும் என்ற பதினாறாவது அத்தியாயம் நிறைவடைந்தது.

பதினேழாம் அத்தியாயம்

அனந்தாழ்வான் இயற்றிய நூல்கள், பாட சாலை, போதனைகள், பரமபதமடைதல், மகிழ மரத்தின் வடிவில் இருத்தல்

ஒருபுறம் புஷ்ப கைங்கர்யம் செய்தபடி, இன்னொரு புறம் ஜீயர்களின் அமைப்பை நிலைபெறச் செய்து, கடமைகளைச் சரியாக நிறைவேற்றச் செய்து, தன் குருநாதர் கூறிய வழியில் திருமலை ஆலயத்தின் நிர்வாக அமைப்பை தேவைக்கேற்ப அவ்வப்போது சரி செய்தபடி, நேரம் கிடைக்கும் போதெல்லாம் நல்ல நூல்களை எழுதி, குருவின் ஆணைப்படி அவ்வப்போது சீடர் குழுவோடு சேர்ந்து மேற்கு தேசத்தில் பயணித்து பகவான் தொடர்பான விஷயங்களை விளக்கி தன் பொறுப்பை நிஷ்டையோடும் நேரம் தவறாமலும் செய்து வந்தார்.

அனந்தாழ்வான் எழுதிய முக்கியமான நூல்கள்

1. *ஸ்ரீ வேங்கடாசல இதிஹாச மாலை*
2. *ஸ்ரீ கோதா சதுஸ்லோகி*
3. *மதுரகவி திவ்ய சூரி ப்ரபந்தம்*
4. *ஸ்ரீ ராமானுஜ சதுஸ்லோகி*

இத்தனை வேலைகளையும் ஒருவராகவே எவ்விதம் செய்தாரோ, எந்த விதமாக கண்காணித்தாரோ அனந்தாழ்வான் மற்றும் ஸ்ரீனிவாச பெருமாளே அறிவர். ஒரு முறை அனந்தாழ்வான் தன் சீடர் கூட்டத்தோடு கேரளா தேசத்திற்குச் சென்ற போது யதுகிரி ஆலயத்தில் (மேல்கோட்டை) கொலுவீற்றிருந்த யதுகிரி ஸ்ரீ திருநாராயணனை தரிசனம் செய்தார். அப்போது யதுகிரி ஸ்ரீ திருநாராயணன் திருவேங்கடநாதனாக அனந்தாழ்வானுக்கு தரிசனமளித்தர். அவருக்கு சாஷ்டாங்க நமஸ்காரம் செய்து அனந்தாழ்வான் இவ்வாறு கூறினார். சுவாமி! திருவேங்கடநாதா! என்னை விட முன்னதாக எனக்கு அருள் புரிவதற்காக நீ

வந்து சேர்ந்துள்ளாய். ஆஹா, என் பாக்கியம் எத்தகையது! என்று மகிழ்ந்தார். அவர் கண்களில் ஆனந்தக் கண்ணீர் வழிந்தது. சீடர்களிடம், பாருங்கள்! நம் திருவேங்கடநாதன் நம்மை விட முன்பாக இங்கு வந்து இந்த யதுகிரி பெருமாளின் இடத்தில் நின்றுள்ளான் என்று கூறனார். அதுவரை யதுகிரிநாதனகத் தென்பட்ட திருநாராயனைனின் இடத்தில் திருவேங்கடநாதன் தோன்றவே சீடர்கள் அனைவரும் நமஸ்கரித்து ஆனந்தத்தோடு, அனந்தாழ்வானுடைய பாக்கியமே பாக்கியம்! இந்த அனந்த்தனை விட்டுப் பிரிய முடியாமல் திருமலையில் தோன்றிய ஆனந்த சொரூபம், ஸ்ரீ வேங்கட நாராயணன் நம்மை விட முன்பாகவே வந்து தன்னை வெளிப்படுத்திக் கொள்கிறான் என்று கூறி, அனந்தார்யாருக்கும் ஸ்ரீ வேங்கடநாதனுக்கும் இடையில் உள்ள உறவை வாயாரப் புகழ்ந்தனர். இந்த மாமாவுக்கும் மாப்பிள்ளைக்கும் இடையில் அத்தனை உயர்ந்த உறவு.

தன் சொற்களாலும் செயல்களாலும் சீடர்களின் மனதில் மாற்றத்தை உருவாக்கி தெய்வத்தின் பக்கம் பார்வையைத் திருப்பினார் அனந்தாழ்வான். அதற்கு ஒரு உதாரணத்தைப் பார்ப்போம்.

ஒரு முறை சீடர்கள் சிலர் தாம் புறப்படுவதற்குத் தயாராக இருப்பதாகவும் தமக்கு திவ்ய உபதேசம் செய்யவேண்டும் என்றும் தாம் தேகத்தை விட்டு நீங்கும் வரை எவ்வாறு நடந்து கொள்ள வேண்டும் என்பதைப் பற்றியும் உண்மையான வைஷ்ணவர்களாக தாம் விஷ்ணு பாதத்தை எவ்வாறு சேர்வது என்பது பற்றியும் கூற வேண்டுமென்றும் அனந்தாழ்வானை வேண்டினர். நீங்கள் இவ்வாறு நல்ல நடத்தையோடு வாழ்ந்து உண்மையான வைஷ்ணவர்களாக மகாவிஷ்ணுவின் பாதங்களைச் சேர வேண்டுமென்றால் பக்தி மட்டுமே போதாது. சாதுக்களின் சகவாசமும் மிக அவசியம். நல்ல மனிதர்களின் சாங்கத்தியம் நம்மை சன்மார்கத்தில் நடக்கும்படி உற்சாகப்படுத்தும். கீழானவர்களோடு சேர்வது தீமையை விளைவிக்கும். யாரோடு சேர்கிறோம் என்பதைப் பொறுத்து நம் குணம், நடத்தை, சொல், செயல் அனைத்தும் பாதிக்கப்படும். அது எவ்வாறு என்பதை உங்களுக்கு தெளிவுபடுத்துகிறேன். கேளுங்கள். முன்பு சௌனகர் முதலான முனிவர்கள் ஒரு தெய்வீகமான இடத்திற்கு காட்டு வழியே பயணம் செய்து கொண்டிருந்தனர். ஏழு இரவுகள் நிற்காமல் காற்றும் மழையுமாக இருந்ததால் மேற்கொண்டு செல்ல இயலாமல் எங்காவது ஒதுங்குவது நல்லது என்றெண்ணித் தேடியபோது, அருகில் ஒரு வேட்டைக்காரர்களின் கிராமம் தென்பட்டது. அங்கு சென்றனர்.

வேடுவர்கள் வேட்டைக்காக சென்றிருந்தனர். அவர்கள் ஒரு கிளியை வளர்த்தனர். அந்த கிளி தங்கள் கிராமத்திற்குள் நுழைந்த முனிவர்களைப் பார்த்து, சீ சீ யாரடா நீங்கள், இது வேடர்களின் கிராமம். இங்கு முனிவர்களுக்கோ மகரிஷிகளுக்கோ இடமில்லை. பார்ப்பதற்கு நீங்கள் அனைவரும் தாடிவளர்த்த திருடர்களைப் போலுள்ளீர்கள். வெட்கம், மானம் எதுவும் உங்களுக்கு இல்லையா?

என்று இன்னும் காதால் கேட்க இயலாத சொற்களைப் பேசியது. அவர்கள் என்ன செய்வதென்று தெரியாமல் வேறு எங்காவது தங்கலாம் என்று திருப்பி விட்டனர்.

தேடியபோது அங்கு சற்று தொலைவில் முனிவர்களின் ஆசிரமம் ஒன்று தென்பட்டு அங்கு சென்றனர். அங்கேயும் ஒரு கிளி இருந்தது. அது இவர்களைப் பார்த்து, மகரிஷிகளே, நீங்கள் எங்கிருந்து வருகிறீர்கள்? உமக்கு என் நமஸ்காரங்கள். தாங்கள் அர்க்கியம், பாத்தியம், ஆச்சமனம் முதலாவற்றை முடித்துக் கொண்டு இங்கு அமர்ந்து உணவுண்டு எங்களை தன்யர்களாகச் செய்யுங்கள் என்று கூறியது. முனிவர்களுக்கு வியப்பு ஏற்பட்டது. முனிவர்கள், ஓ வளர்ப்புக் கிளியே! இங்கு வருவதற்கு முன்பு நாங்கள் ஒரு வேடர்களின் கிராமத்திற்குச் சென்றோம். அங்கிருந்த கிளி எங்களை வெறுத்து, சொல்லக் கூடாத சொற்களைச் சொல்லியது. நாங்கள் மனம் வருந்தி அந்த கிராமத்தை விட்டு இங்கு வந்தோம். அதே இனத்தைச் சேர்ந்த நீ, இத்தனை நல்ல இனிமையான சொற்களால் எங்களை வரவேற்கிறாய். நீங்கள் இருவரும் கிளிகளாக இருந்தும் உங்கள் நடத்தையும் சுபாவமும் இத்தனை வேறுபட்டிருப்பது எவ்விதம்? என்று வினவினர். அந்த கிளி, முனிவர்களே! தாங்கள் இதற்கு முன்பு வேட்டுவ கிராமத்தில் சந்தித்த கிளியும் நானும் சகோதரர்கள். எங்களுடைய பெற்றோர் ஒருவரே. ஆனால் நாங்கள் வளர்ந்த இடங்கள் வேறு வேறு. என் சகோதனை கிராதகனான வேடுவன் ஒருவன் எடுத்துச் சென்றான். அவர்களின் சாங்கத்தியத்தால் அது அவ்வாறு நடந்து கொண்டது. என்னை அதிருஷ்டவசமாக முனிவர்கள் வளர்த்தனர். அவர்களின் சத்சங்கத்தால் நான் இவ்விதம் நடந்து கொள்கிறேன். அதனால்தான் எங்கள் குணமும் சுபாவமும் நடத்தையும் இவ்வாறு வேறுபடுகின்றன என்று பதிலளித்தது.

வைஷ்ணவ சீடர்களே! சாதுக்களுடனான சேர்க்கை எப்போதும் பகவானின் அருளைப் பெற்றுத் தரும். தீயவர்களின் சாங்கத்தியம் அனர்த்தங்களை ஏற்படுத்தி நம்மை பிறவிச் சுழற்சியில் சிக்க வைக்கும் என்று கூறி, தன் சீடர்களை ஆசீர்வதித்து, குரு பக்தியில் சிறந்தவர்களாக ஸ்ரீமன் நாராயணனின் ஓம் நமோ நாராயணாய என்ற எட்டெழுத்து மந்திரத்தை இறுதி மூச்சு உள்ள வரை விடாமல் ஜபித்துக் கொண்டு வைகுந்தத்தைச் சேரும்படி வாழ்த்தி அனுப்பினார்.

எத்தனை சிறந்த விஷயத்தை எத்தனை சுலபமாக விளக்கிக் கூறினாரோ பார்த்தீர்களா? வைகுண்டத்தை அடைய மிக எளிதான வழியை போதித்தார் அனந்தாழ்வான். அவருடைய பாடசாலை அத்தனை உயர்ந்தது. நாமும் அதே போல் சாதுக்களின் சகவாசமும், நல்ல புத்தியும் பெறுவதற்கு, சரியான குருவைச் சரணடைந்து அவருக்கு சேவை செய்து ஸ்ரீவேங்கடநாதனின் நாம சங்கீர்த்தனம், பஜனை, நாம ஸ்மரணை போன்றவற்றை விடாமல் கடைப்பிடித்தால், ஸ்ரீ வேங்கடநாதனின் திவ்ய பாத கமலங்களை எளிதாகச் சென்றடையலாம். இவ்விதமாக நாட்கள், வாரங்கள், மாதங்கள், ஆண்டுகள் கழிந்தன.

அனந்தாழ்வானுக்கு 84 வயது நிறைந்தது. வயது முதிர்ந்தாலும் தன் பணிகளைத் தானே செய்து கொண்டு ஸ்ரீ வேங்கடநாதனின் புஷ்ப கைங்கர்யம் முதலான சேவைகளை நிறுத்தாமல் செய்து வந்தார்.

அனந்தாழ்வான் தன்னின் தானாக இவ்விதம் சொல்லிக் கொண்டார். என் குருநாதர் பகவத் ராமானுஜரும் திருமேனியைத் துறந்து வைகுண்டபுரிக்குச் சென்றுவிட்டார். உடல் நிலையானதல்ல. என் காலமும் நெருங்கிவிட்டது. நானும் இந்த என் ஆதிசேஷ அவதாரத்தை நிறைவு செய்ய வேண்டும். திரேதாயுகத்தில் ஆதிசேஷ அவதாரமான இலடசுமணன், ராமனை விட முன்பாக, தானே வைகுண்டத்திற்குச் சென்றான். துவாபர யுகத்தில் பலராமனும் ஸ்ரீ கிருஷ்ணனை விட்டு முன்பாகவே வைகுண்டத்தை அடைந்தான். என்னை விட்டு என் குருதேவர் ஸ்ரீ ராமானுஜரும் சென்று விட்டார். இனி இங்கு நான் தனியாக இருந்து என்ன செய்யப் போகிறேன்? என்று எண்ணி, மீண்டும் உடனே, அதற்கு முன்பு என்னை ஒரு விஷ சர்ப்பம் கடித்தது. நான் ஸ்ரீ வேங்கடநாதனிடம். பாம்பு கடித்து விஷம் பரவியபின் அந்த வைகுண்டபுரியை அடைந்து விரஜா நதி தீரத்தில் இருக்கும் ஸ்ரீ மகாவிஷ்ணுவை சேவிப்பேன். அல்லது உயிரோடிருந்தால் இங்கேயே பூலோக வைகுண்டமான திருமலை விரஜாதீரஸ்தனான உன்னை சேவிப்பேன் என்று கூறினேனே என்று நினைவு படுத்திக் கொண்டு கவலையடைந்தார்.

இவ்விதமாக தன்னில் தானாக யோசித்துக் கொண்டு தன் குருவின் நாமத்தை உச்சரித்தவண்ணம் காலத்தை பாரமாக கடத்திக் கொண்டு மௌனமாக இருந்தார். அனந்தாழ்வானில் அதற்கு முன்பிருந்த விளையாட்டு புத்தி, சுறுசுறுப்பு, வேங்கடாசலபதியோடு குறும்பாக உரையாடுவது போன்றவை எல்லாம் சிறிது சிறிதாகக் குறையத் தொடங்கின. இதையெல்லாம் கவனித்த ஸ்ரீ வேங்கடாநாதன், ஒரு நாள் அனந்தாழ்வான் ஆனந்த நிலயத்திற்கு வந்தவுடனே, மாமா! அனந்தா, என்ன ஆயிற்று உங்களுக்கு? ஏன் ஒரு மாதிரி உள்ளீர்? உடல்நிலை சரியில்லையா? வைத்தியர்களை அழைக்கட்டுமா? நாமிருவரும் விளையாட்டாகப் பேசி மகிழ்ந்து எத்தனை நாட்கள் ஆயிற்று? நீங்கள் இப்படி இருந்தால் எனக்கும் திருமலையை விட்டு உன்னை அழைத்துக் கொண்டு கருடவாகனத்தில் ஏறி அந்த வைகுண்டத்தை அடைந்து நிலைபெறலாம் என்று தோன்றுகிறது. இப்போதே கருடனை வரச் சொல்கிறேன் என்றார். அந்தாழ்வான் இவ்விதம் பதிலுரைத்தார்.

சுவாமி! திருவேங்கடாசலாபதி! நீ கலியுகத்தில் பூமியில் மக்களை உய்வடையச் செய்வதற்காக வந்துள்ளாய். இப்போது எனக்காக நீ வைகுண்டத்திற்கு திரும்பிபோகிறேன் என்று சொன்னாலும், கலியுகத்தில் பூமியில் உள்ள உயிரினங்களை உன்னை அப்படி விட்டுவிடுவார்களா என்ன? எப்போதோ கடைசியில் முடிய வேண்டிய யுகம், அனந்தாழ்வானின் சுயநலமான கோரிக்கையால் இப்போதே முடிந்தது என்று ஈரேழு பதினான்கு உலகங்களும் என்னைக் குறைகூற வேண்டும் என்று பார்க்கிறாயா? உன் பரமபத சோபான

விளையாட்டும் சாமர்த்தியமும் எனக்குத் தெரியாதா, சுவாமி! திருவேங்கடநாதா! என் கவலை என்னைப் பற்றியதல்ல. ஏதோ ஒருநாள் நான் தேகத்தைத் துறக்க வேண்டியதுதானே! நான் இந்த தேகத்தை விட்டு வைகுண்டத்திற்கு சென்ற பின் இங்கு திருமலையில் நின்றுள்ள உனக்கு புஷ்ப கைங்கர்யங்களும் சேவையும் யார் செய்வார்கள்? யாராவது செய்தாலும் நான் என் கண்ணார உன்னைக் காண்பது எங்ஙனம்? ஆதமானந்தத்தை அடைவது எவ்விதம்? அதுமட்டுமல்ல, என்னை விட்டு, என் மாப்பிள்ளையான நீ எவ்வாறு இருப்பாய்? ஸ்ரீனிவாசா! நான் வளர்த்த பூந்தோட்டத்தில் அலைந்து திரியாமல் உன்னால் இருக்க முடியுமா? என்று சிந்தித்துக் கொண்டிருக்கிறேன் என்றார்.

மலையப்ப சுவாமி ஆச்சரியமடைந்து இவ்வாறு கூறினான். அனந்தா! பக்தர்கள் அனைவரும் என்னை மோக்ஷத்தை அளிக்கும்படியும் வைகுண்டத்திற்கு அழைத்துச் செல்லும்படியும் வேண்டிக் கொள்கிறார்கள். ஆனால் நீயோ என் சந்நிதியே உனக்குப் பெரிய நிதி என்று அழகாக உரைத்தாய். உண்மையில் உன்னைப் பிரித்து என்னாலும் இருக்க முடியாது. ஆனால் நான் உதவியற்ற நிலையில் உள்ளேன். என்னை என்ன செய்யச் சொல்கிறாய் என்று அனந்தாழ்வானிடம் கேட்டார்.

அதற்கு அனந்தாழ்வான், கோவிந்தா! நான் செய்யும் புஷ்ப கைங்கர்ய சேவைகள் நிற்காமல் கலியுகம் முடியும் வரை உனக்கு நடக்கவேண்டும். இந்த தோட்டத்திலிருந்து பறித்த துளசி மற்றும் மலர்களால் தினமும் உனக்கு முதல் பாத பூஜை நடக்க வேண்டும். அதைப் பார்ப்பதற்கு ஆனந்தநிலையத்தில் குலசேகராழ்வார் குலசேகரப்படியாக மாறியது போல திருமலையில் நான் அமைத்த பூந்தோட்டதிலேயே என் தேகத்தைத் துறக்க வேண்டும். நான் இங்கேயே இருந்து உனக்கு நடக்கும் அத்யயன உற்சவம் போன்ற நிகழ்ச்சிகளையும் பிரம்மோற்சவம் போன்ற உற்சவங்களையும் வைஷ்ணவ கைங்கர்யங்களையும் காண வேண்டும் அதே போல் நான் தேகத்தைத் துறந்த நாளுக்கும், கடப்பாரையால் உன்னை அடித்த நாளுக்கும் அடையாளமாக நீ பூந்தோட்டத்திற்கு வந்து வீட்டு மாப்பிளையாக என் வம்சத்தாருக்கு ஆலய மரியாதைகளைச் செய்து ஆசீர்வதிக்க வேண்டும்.

பிரம்மோற்சவத்தின் இறுதி நாளில் திருவீதிகளில் ஊர்வலம் வரும் போது, என் வீட்டுக்கு அருகில் நின்று ஆரத்தி ஏற்றுக் கொள்ள வேண்டும். இவை உனக்குச் சம்மதமா? என்று கேட்டார். ஆனந்த நிலையன் ஆனந்தத்தோடு அனந்தா, எனக்கு அது சம்மதமே. நான் பூமியில் நடமாடும் வரை, நீ அமைத்த தோட்டத்தில் உன் பிருந்தாவனத்தில் நீ ஆத்ம சொரூபனாக நிலைத்திருந்து, எனக்குப் பிரியமான மகிழமர வடிவத்தில் ஒளிவீசுவாய் என்று ஆனந்த நிலையன் அனந்தாழ்வானை பரம ஆனந்தத்தோடு அணைத்து மகிழ்ந்து, நான்கு புஜங்களோடு சங்கு சக்ரம் பத்மம் கதாயுதத்தோடு ஸ்ரீமகா விஷ்ணுவாக ஸ்ரீ வேங்கடநாதனின் இடத்தில் தரிசனம் அளித்தான். ஆத்மானந்தம் அடைந்த அனந்தாழ்வான் (1138 ம் ஆண்டு)

தன் 85 ம் வயதில் தன் திருமேனியைத் துறந்தார்.

முக்கிய விஷயம் என்னவென்றால், அனந்தாழ்வான் தேகத்தைத் துறந்த நாளன்று ஸ்ரீஆண்டாள் ஜயந்தி வருகிறது. பூரம் நட்சத்திரம் ஆடி மாதம், கர்காடக ராசி, திருவாடிப் பூரத்தன்று அனந்தாழ்வான் தேகத்தைத் துறந்தார். அதனால் இன்றும் அனந்தாழ்வான் தோட்டத்தில் நடக்கும் திருவாடிப் பூரம் உற்சவத்திற்கு மலையப்ப சுவாமி தன் தேவிகள் இருவரோடும் வந்து பிருந்தாவனத்தில் உள்ள அனந்தாழ்வானை ஆதரித்து, கௌரவித்து அவருடைய வம்சத்தவருக்கு மரியாதை செய்து வருகிறான்.

எப்போதும் இல்லாதவிதமாக, திருவேங்கடநாதன், ஒரு அர்ச்சகரின் மேல் ஆவஹித்து, அனந்தாழ்வானுக்குத் தான் அளித்த வாக்குறுதியைக் கூறி, அனந்தாழ்வானின் தேகத்தை தோட்டத்திலேயே புதைத்து, பிருந்தாவனம் கட்டச் செய்து அதன் மீது ஒரு மகிழஞ்செடியை நடும்படிச் செய்தான். இன்றும் ஆனந்தநிலையத்திற்கு மேற்கு திசையில் மாடவீதியும் தெற்கு மாடவீதியும் சேரும் மூலையில் அனந்தாழ்வான் தோட்டத்தையும் (டபிள்யூ ஒன் கேட்), அதில் அமைந்துள்ள பிருந்தாவனத்தையும் அதன் மேல் மகிழ மர சொரூபமாகத் தென்படும் அனந்தாழ்வானையும் நாம் தரிசிக்க முடியும். அதனால்தான் ஸ்ரீ வேங்கடநாதனுக்கு மகிழம்பூ என்றால் விருப்பம் அதிகம். மகிழ மலர்கள் எல்லாம் தன் பிரியமான பக்தன் அனந்தாழ்வானின் சொரூபம் என்று நினைப்பதால் இன்றும்

எத்தனை மலர் மாலைகள், தங்க ஆபரணங்கள் அணிவித்தாலும் மகிழாத ஸ்ரீமுகுந்தன் மகிழம்பூ மாலையை அணிவித்தவுடன் மகிழ்வான். இதில் எந்த ஐயமும் இல்லை. இதற்கு சாட்சாத் அனந்தாழ்வானின் வம்சத்தாரின் சொற்களே சான்று.

ஒரு சாமானியனாக, சுயநலமின்றி, தன் குருவின் ஆணையை ஏற்று திருமலைக்கு வந்து அநேக கஷ்டங்களைப் பொறுத்துக் கொண்டு ஸ்ரீவேங்கடநாதனுக்கு சேவை செய்து அனுதினமும் அவனோடு உரையாடி,, கர்வமின்றி தன் ஒப்பற்ற திறமையால் திருமலையில் மட்டுமின்றி, ஸ்ரீவேங்கடாசலபதியிடமும் தனக்கென்று ஒரு நிலையான இடத்தை ஏற்படுத்திக் கொண்டார் நம் அனந்தாழ்வான்.

**இவ்விதம் ஸ்ரீமான் அனந்தாழ்வான் திவ்ய சரிதத்தில்
அனந்தாழ்வான் இயற்றிய நூலகள், பாடசாலை, போதனைகள்,
பரமபதமடைதல், மகிழ மரத்தின் வடிவில் இருத்தல் என்ற
பதினேழாம் அத்தியாயம் நிறைவடைந்தது.**

பதினெட்டாம் அத்தியாயம்

அனந்தாழ்வான் தோட்டத்தில் நடக்கும் உற்சவங்கள்

அனந்தாழ்வானின் இறுதி நாட்களில் ஸ்ரீ வேங்கடநாதன் அளித்த வாக்கின்படி, ஒவ்வொரு ஆண்டும் இரு முறை தன் மாமாவான அனந்தாழ்வானின் தோட்டத்திற்கு வந்து அங்கு மகிழ மரத்தின் வடிவில் எழுந்தருளியுள்ள அனந்தாழ்வானுக்கும், அவருடைய வம்சத்தவருக்கும், தொடர்புடையவர்களுக்கும் ஆலய மரியாயதைகளை நடத்தி, அந்த தோட்டத்தில் அந்த உற்சவ நாட்களில் தோட்டதிற்கு வரும் பக்த ஜனங்களை ஆசீர்வதித்து, ஸ்ரீவேங்கடநாதன் சுயமாக அருகில் இருந்து எவ்விதமாக மேற்பார்வை பார்த்து நடத்தி வருகிறான் என்பதை இப்போது தெரிந்து கொள்வோம்.

தான் அளித்த வாக்குறுதிக்கு கட்டுப்பட்டு தன் பக்தர்களைப் பாதுகாத்து அருளும் ஆர்த்த ஜன ரக்ஷகன், தீன ஜன பாந்தவன், ஆபத்துகளை விலக்கி அபயமளிக்கும் கடி, வரத ஹஸ்த முத்திரைகளைக் கொண்ட முகுந்தன், ஸ்ரீ வேங்கடநாதன் நம் விஷயத்திலேயே இத்தனை சிரத்தை காட்டுகிறானே, இனி, தன் பிரியமான தோழன், மகளை மணமுடித்துக் கொடுத்த மாமன், அனந்தாழ்வானுக்குத் தான் அளித்த வாக்கைத் தவறுவானா? தன் மாமனான அனந்தாழ்வான் விஷயத்தில் ஆண்டிற்கு இருமுறை ஆனந்த நிலையதிலிருந்து அனந்தாழ்வான் தோட்டத்திற்குத் தானே சுயமாக வந்து இன்னும் சிரத்தையோடு விழாக்களை நடத்துகிறான்.

அனந்தாழ்வான் தோட்டத்தில் நடக்கும் உற்சவங்கள்
1. திருவாடிப்பூர உற்சவம்
2. பாக் சவாரி
3. திவ்யபிரபந்த படனம்

1. திருவாடிப்பூர உற்சவம்

அறிஞர்களான வாசகர்களுக்கு நினைவிருக்கும். இல்லாவிடில் ஒரு முறை நினைவுபடுத்திக் கொள்ளுங்கள். அனந்தாழ்வான் தேகத்தைத் துறப்பதற்கு முன் ஸ்ரீ வேங்கடநாதனிடம் சில வாக்குறுதிகளை வாங்கினார். அதற்கு ஸ்ரீ வேங்கடநாதன் சரி அதே போல் நிறைவேற்றுவேன் என்று கூறினான். உடனடியாக அனந்தாழ்வான் தேகத்தைத் துறந்தார் அல்லவா?

வேத பண்டிதர்களும், அர்ச்சகர்களும், அனந்தாழ்வான் உடலைத் துறந்த கணத்தில் இருந்த கிரக நிலைகளைக் கணித்து வியப்படைந்தனர். ஏனெனில், ஆடி மாதம் கடக ராசி பூரம் நட்சத்திரம், சரியாக ஸ்ரீ ஆண்டாள் பிறந்த நாளில் அதே நாழிகையில் அனந்தாழ்வான் பரமபதத்தை அடைந்தார்.

இதனை ஆதாரமாகக் கொண்டு திருவாடிப் பூரம் அல்லது ஆடிப்பூரம் என்ற பெயரில் அனந்தாழ்வான் தோட்டத்தில் ஒவ்வொரு ஆண்டும் உற்சவம் நடத்தத் தொடங்கினர். திருவாடிப் பூரத்தன்று காலையிலேயே அனந்தாழ்வானின் திருவுருவப் படத்தை நன்கு அலங்கரித்து அவரது பிருந்தாவனத்தில் மகிழ மரத்தடியில் வைத்து, ஸ்ரீ வேங்கடநாதன் அனுப்பிய சேஷ வஸ்திரத்தை மகிழமரத்தின் வடிவத்தில் உள்ள அனந்தாழ்வானுக்கு சாற்றி, தூபம் தீபம் நெய்வேத்தியம் போன்ற திருவாராதனங்களை சமர்பித்து அனந்தாழ்வானின் வம்சத்தாரையும் ஜீயர் சுவாமிகளையும் வரவேற்று அவர்களின் முன்னிலையில் பிரபந்த கோஷ்டி நடத்தி ஜீயர் சுவாமிகளுக்கு சன்மானம் செய்வர்.

பின்னர் அனந்தாழ்வானின் திருமாளிகையிலிருந்து திட்டப்படி ரவா கேசரி தயார் செய்வதற்குத் தேவையான சாமான்கள் அனைத்தையும் ஸ்ரீவாரி மடைப்பள்ளியில் கொண்டு சேர்ப்பர். அன்று மாலை தன் இல்லத்திற்கு வரும் வீட்டு மாப்பிள்ளை இந்திராரமணனான ஸ்ரீ வேங்கடநாதனுக்கு அனந்தாழ்வான் இல்லத்து உபயம் இது.

மதியம் அன்னதானம் விமரிசையாக நடக்கும்.

அனந்தாழ்வான் தோண்டிய ஸ்ரீ ராமானுஜ புஷ்கரிணியின் சுற்றுப்புறம், அனந்தாழ்வான் பிருந்தாவனம், அனந்தாழ்வான் பூமாலை கட்டிய கல் மண்டபம், ஸ்ரீ வேங்கடநாதன் வருகை தரும் மார்க்கங்கள் போன்ற எல்லா இடங்களிலும் அழகிய பலவித மலர் அலங்காரங்கள், மின்விளக்கு அலங்காரங்கள் ஆகியவற்றோடு ஒளிமயமாக விளங்கச் செய்து, பல வண்ணக் கோலங்களை இட்டு, அனந்தாழ்வான் தோட்டமெங்கும் மிக சுந்தரமாக அலங்கரித்து மண்டபத்தில் தூபம், தீபம் போன்ற திரு ஆராதனங்களை பக்தியோடு செய்து ஸ்ரீவேங்கடநாதனின் வருகைகாக அனந்தாழ்வன் வம்சத்தாரும் பக்த ஜனங்களும் கண்ணிமைக்க மறந்து காத்திருப்பர். அதற்குள் பொட்டுவில் (மடைப்பள்ளி)

இருந்து நெய்சீரா எனப்படும் அனந்தாழ்வான் இல்லத்து உபயமான ரவா கேசரியும், ஆனந்தநிலையனில் தரப்பிலிருந்து லட்டு, வடை முதலான நிவேதனங்களும், பக்த ஜனங்கள் கொண்டு வந்த முந்திரிப்பருப்பு, காய்ந்த திராட்சை, பேரீச்சம்பழம், வாழை, மாதுளம், மா, ஆப்பிள் முதலான பல ரகப் பழங்களும், பதார்த்தங்களும் தாம்பாளங்களில் வைத்து மண்டபத்தைத் தயார் செய்வர்.

அதன் பின்னர் ஆலயத்திலிருந்து இரு அர்ச்சகர்கள் கிளம்பி வருவர். அவர்களில் ஒருவர் மண்டபத்திற்கு வருவார். இன்னொருவர் புஷ்கரிணியில் ஸ்நானம் செய்து அனந்தாழ்வானின் வீட்டு வாயிலில் வந்து நிற்பார்.

அனந்தாழ்வானின் வம்சத்தவர் ஆரத்தி கற்பூரம், வெற்றிலை பாக்குத் தாம்பூலம், பழங்கள் ஆகியவற்றை ஏழு தாம்பாளங்களில் ஏந்தி வருவர். ஸ்ரீ தேவி பூதேவி சமேதராக மலையப்ப சுவாமி புறப்பட்டவுடன், பக்தர்களின் கோவிந்த நாம சங்கீர்த்தனம் மாட வீதிகளில் எதிரொலிக்க, மங்கள வாத்தியங்கள் முழங்க, யானைகள், ஆலய அர்ச்சகர்கள், அதிகாரிகள் மற்றும் தீவட்டி பிடித்தவர்கள் முதலில் நடந்து வர, ஒய்யாரமாக நம் சிங்கார ஸ்ரீனிவாசன் அனந்தாழ்வான் தோட்டத்திற்கு அருகில் வந்தவுடன் அனந்தாழ்வானின் வம்சத்தவர் வீட்டு மாப்பிள்ளையை வரவேற்று முதலில் கற்பூர ஆரத்தி காட்டுவர்.

ஆனந்தநிலையன், அனந்தாழ்வான் தோட்டத்திற்குள் அடி எடுத்து வைத்தவுடன் இரண்டாம் முறையும், பிருந்தாவனத்தின் அருகில் வந்தவுடன் மூன்றாம் முறையும், ராமானுஜ புஷ்கரிணியின் கரையிலுள்ள கல் மண்டப வாயிலில் நான்காம் முறையும் கற்பூர ஆரத்தி அளிப்பர். அனந்தாழ்வான் நிர்மித்த பூமாலை தொடுக்கும் மண்டபத்தில் ஸ்ரீதேவி பூதேவி சமேத ஸ்ரீமலையப்ப ஸ்வாமியின் உற்சவ விக்ரகங்களை பல்லக்கின் மீதே சுகமான ஆசனத்தில் அமர வைத்து, அனந்தாழ்வன் இல்லத்து உபயத்தை அர்ச்சகர்கள் நிவேதனம் செய்வர். பின்னர் ஆலயத்தின் பொட்டுவிலிருந்து வந்த லட்டு, வடை முதலான பிரசாதங்களையும், பக்தர்கள் சமர்ப்பித்த பலவித நிவேதனங்களையும் ஸ்வாமிவாருக்கு நிவேதனம் செய்து அனந்தாழ்வான் வம்சதவருக்கும் ஆலய அதிகாரிக்கும் ஆலய மரியாதைகளாகிய பரிவட்டம், சடகோபம் அளித்து வேத பண்டிதர்கள் ஆசீர்வசனங்களைச் செய்வர்.

அதன் பின்னர் அனந்தாழ்வானின் வம்சத்தவர் ஐந்தாவது கற்பூர ஆரத்தி நீராஜனம் அளித்த பின்னர், பல்லக்குத் தூக்குவோர் பல்லக்கை மண்டபத்தின் வெளியில் எடுத்து வருவர். அப்போது ஆறாவது ஆரத்தி அளித்து ஆனந்தநிலையனை அனந்தாழ்வானுடைய பிருந்தாவத்தின் அருகில் எடுத்து வந்து ஸ்ரீவேங்கடநாதனின் சங்குக் கழுத்தில் இருக்கும் துண்டு, பூமாலை போன்றவற்றை எடுத்து அனந்தாழ்வானின் சூட்சும சொரூபமான மகிழ மரத்திற்கு அலங்காரம் செய்து சடகோபம் அளித்து ஏழாவது கற்பூர ஆரத்தியை

அனந்தாழ்வான் வம்சத்தவர் அளிப்பர். அதன் பின்னர் அனந்தாழ்வான் இல்லத்திற்கு வெளியில் 'லகு சம்ப்ரோக்ஷணம்' முதலான நிகழ்ச்சிகளைச் செய்து முடித்த பின்னர் அனந்தாழ்வானின் வம்சத்தார் திருவேங்கடநாதனை ஆனந்த நிலையத்திற்கு வழியனுப்பி வைப்பர். அதுவரை வெளியில் காத்திருக்கும் அர்ச்சகர் தான் எடுத்துவந்த புண்ணிய புஷ்கரிணி ஜலத்தால் புண்ணியாவசனம் செய்து 'லகு சம்ப்ரோக்ஷணம்' முதலான கிரியைகளை பூர்த்தி செய்த பின், அந்தப் புனித ஜலத்தை அனந்தாழ்வானின் வம்சத்தவரும் பக்த ஜனங்களும் ஆலய அதிகாரிகளும் பல்லக்குத் தூக்குவோரும் அர்ச்சகர் மற்றும் மீதியுள்ள சிப்பந்திகளும் தலையில் தெளித்துக் கொண்டபின்னர், அந்த அர்ச்சகர் அதற்கடுத்த தன் விதிகளைச் செய்வதற்குச் செல்வார்.

இந்த திருவாடிப்பூர உற்சவத்தைக் காண இரண்டு கண்கள் போதாது. இது திருமலைக்கு வரும் ஒவ்வொரு பக்தரும் கண்டு களித்துத் தீரவேண்டிய திருவிழா. இன்றைக்கும் அனந்தாழ்வானின் புகழ் குறித்தும், ஸ்ரீ வேங்கடநாதனுக்கும் அனந்தாழ்வானுக்கும் உள்ள உறவு பற்றியும் அறிந்த பக்தர்கள் உலகில் பல இடங்களில் இருந்தும் வந்து தரிசித்துப் பயனடைகின்றனர்.

கடந்த இருபது ஆண்டுகளாக இங்கே தோட்டத்தில் நிலைபெற்று வசித்து வரும் அனந்தாழ்வானின் 26 வது வம்சத்தைச் சேர்ந்த ஸ்ரீ டி.ஏ.பி. ரங்காச்சாரி அவர்கள் அனந்தாழ்வான் வம்சத்தின் தரப்பில் இந்த திருவாடிப்பூர உற்சவ ஏற்பாடுகளைக் கண்காணித்து, அனைவரையும் ஒன்று திரட்டி, தன் எண்பத்தொன்றாம் வயதிலும் மிகவும் உற்சாகத்தோடு நிர்வகித்து அனந்தாழ்வானின் வம்சத்தவராக, ஆலய மரியாதைகளை ஏற்று ஸ்ரீ வேங்கடநாதனால் கௌரவிக்கப்படுகிறார். அதே போல் அனுதினமும் அனந்தாழ்வான் தோட்டத்திலிருந்து துளசி மற்றும் மலர்களைப் பறித்து வாழை இலையில் வைத்துக் கட்டி, ஸ்ரீ வேங்கடநாதனின் அரச்சனைக்கு தானே சுயமாக ஆனந்த நிலையத்திற்கு எடுத்துவந்து ஜீயர் மற்றும் அர்ச்சகரின் கைகளால் ஸ்ரீநிவாசனுக்கு பிரதம அர்ச்சனையின் போது சமர்ப்பணம் செய்கிறார். தினமும் ஸ்ரீ வேங்கடநாதனை தரிசித்து உபயம் சமர்பித்து சஹஸ்ர தீபாலங்கரணம் முடிந்த பின் நான்கு மாட வீதிகளில் ஸ்ரீதேவி, பூதேவி சமேதராக மலையப்ப சுவாமி ஊர்வலம் சென்று வரும் நேரத்தில் ஆனந்த நிலையத்திற்கு மேற்கு திசையில் உள்ள மேல மாட வீதியில் டபிள்யூ ஒன் கேட் அருகில் உள்ள 'ஹாரதி ஹைச் பாயிண்ட்' அருகில் கற்பூர நீராஜனம் சமர்ப்பித்து வருகிறார்.

இங்கு பக்த ஜனங்களுக்கு நான் மனதாரச் செய்யும் விண்ணப்பம் ஒன்று உண்டு. நீங்கள் அனைவரும் அனந்தாழ்வான் தோட்டத்தை தரிசிக்கும் போது அங்கேயே வசித்து தன் வாழ்க்கையை ஸ்ரீநிவாசனின் கைங்கர்யத்திற்கே அர்ப்பணித்து வரும் அனந்தாழ்வான் வம்சத்தவரான ஸ்ரீ டி.ஏ.பி. ரங்காச்சாரி அவர்களின் திவ்ய ஆசிகளையும் தீர்த்த பிரசாதங்களையும் சுவீகரித்து தன்யர்களாக வேண்டும் என்று வேண்டிக் கொள்கிறேன்.

ரதோற்சவத்தின் போது தேங்காயும் ஆரத்தியும் ஸ்வீகரித்தல்

ஒவ்வொரு பிரம்மோற்சவத்தின் போதும் சக்ர ஸ்நானத்தின் முதல் நாள் நடக்கும் ரதோற்சவத்தில் திருமலையின் நான்கு மாட வீதிகளிலும் ஸ்ரீனிவாசன் எங்குமே ஆரத்தியோ நிவேதனமோ ஏற்காமாட்டார்.

ஆனால் ஒரே ஒரு அனந்தாழ்வான் தோட்டத்தின் முன்பாக அதாவது மேற்கு மாடவீதியின் தெற்கு மூலையில் ஸ்ரீ ஸ்ரீனிவாசப் பிரபுவின் ரதம் நின்றவுடனே அனந்தாழ்வான் வம்சத்தவர் தம் வீட்டு மாப்பிளைக்கு மூன்று தேங்காய்களும் மூன்று ரூபாய்களும் வரதட்சணையாக சமர்ப்பித்து கர்பூர நீராஜன ஆரத்தி அளிப்பார். அதன் பின்னர் சுவாமியின் ரதம் மேலே நகரும்.

மஹாதுவாரத்திலிருந்து புறப்படும் ஸ்ரீவாரி ரத உற்சவம், மீண்டும் மகாதுவாரத்திற்கு வந்து சேரும் வரை அனந்தாழ்வான் தோட்டத்தைத் தவிர வேறு எங்குமே ஸ்ரீவேங்கடநாதன் ஆரத்தியோ நிவேதனமோ அன்று ஏற்கமாட்டான்.

2. பாக் (Bagh) சவாரி அல்லது பேக் (Back) சவாரி

பிரம்மோற்சவம் முடிந்த மறுநாள் ஸ்ரீ மலையப்பசுவாமி ஒருவரே ஆனந்த நிலையத்தில் இருந்து புறப்பட்டு கிழக்கு மாட வீதி, வடக்கு, மேற்கு வீதிகளின் வழயாக அனந்தாழ்வான் தோட்டத்திற்கு வந்து அப்பிரதக்ஷிணமாக, அதாவது மேற்கு வீதியில் உள்ள தெற்கு மூலை வழியாக அனந்தாழ்வான் தோட்டத்திலிருந்து கிழக்கு மாட வீதியை அடைந்து, மகா துவாரத்தின் வழியே ஆனந்த நிலையத்திற்குள் செல்வான். அதாவது ஆன்ட்டி கிளாக் வைஸ் டைரக்ஷனில் திருமலையப்பன் திரும்பிச் செல்வான்.

சாதாரண நாட்களில் சுவாமியின் பல்லக்கு கிழக்கு மாடவீதியில் இருந்து கிளம்பி தெற்கு மாடவீதி, மேற்கு, வடக்கு மாட வீதிகள் வழியாக புஷ்கரிணி அருகில் கும்ப ஆரத்தியை ஸ்வீகரித்து மகா துவரத்தின் வழியே ஆனந்தநிலையத்தை வந்தடையும். அதாவது கிளாக் வைஸ் டைரக்ஷனில்.

காரணம் என்னவென்றால் அனந்தாழ்வான் ஸ்ரீ ராமானுஜ புஷ்கரிணியைத் தோண்டியபோது, ஸ்ரீவேங்கடநாதன் ஒரு சிறுவனின் உருவில் வந்து மண் கூடையைத் தூக்கி உதவி செய்ததைப் பார்த்து கோபம் கொண்ட அனந்தாழ்வான் கையிலிருந்த கடப்பாரையைத் தூக்கிப் பிடித்துக் கொண்டு அந்த பாலகனைத் துரத்திச் சென்று அடிக்கப் போக, அந்த சிறுவன் ஆனந்த நிலையத்திற்கு மேற்கு திசையாக தென் மூலையில் இருந்து ஓட்டமாக ஓடி, அனந்தாழ்வான் வீசிய கடப்பாரை தாடையைத் தாக்கி ரத்தம் ஒழுக, கிழக்கு பக்கம் இருக்கும் ஆனந்தநிலையத்தின் மகா துவாரத்தைத் திறந்து கொண்டு உள்ளே நுழைந்து கதவைத் தாழ் போட்டுக் கொண்டான். அதாவது ஆனந்த நிலையன் அனந்தாழ்வான் தோட்டத்திலுள்ள ராமானுஜ புஷ்கரிணியில் இருந்து அப்பிப்ரதக்ஷிணமாக

பின்திரும்பி ஓட்டமெடுத்தான் என்பதால் அனந்தாழ்வான் தோட்டத்தில் நடக்கும் இந்த உற்சவத்திற்கு பேக் சவாரி அல்லது பாக் சவாரி என்று பெயர் ஏற்பட்டது. அனந்தாழ்வானின் கடப்பாரை தாக்கி திருவேங்கடநாதனின் தாடை உடைந்து ரத்தம் வழிந்தாலும் அவ்வாறு அடித்துவிட்டேனே என்று பின்னர் பச்சதாபத்துடன் அனந்தாழ்வான் சுவாமியின் தாடைக்கு பச்சைக் கற்பூரம் தடவிய காரணத்தால் அனந்தாழ்வானின் ஒப்புவமையற்ற தைரியத்தையும், காரிய நிஷ்டையையும், குரு ஆணையைக் கடைப்பிடிக்கும் தீக்ஷையையும் மெச்சி ஒவ்வொரு ஆண்டும் தான் அப்பிரதக்ஷிணனமாக பின்னால் ஓடியதற்கு அடையாளமாக தானே நேரடியாக வந்து அனந்தாழ்வானின் வம்சத்தாருக்கு ஆலய மரியாதைகளை அருகிலிருந்து பகவான் நடத்திக் கொடுக்கும் உற்சவமே பாக் சவாரி அலது பேக் சவாரித் திருவிழா.

ஹிந்தியில் தோட்டத்தை பாக் (BAGH) என்று அழைத்தனர். பல்லக்கில் ஏறி ஸ்வாமிவாரு வருவதை சவாரி என்று அழைத்தனர். இந்த உற்சவங்கள் அனந்தாழ்வானின் தோட்டத்தில் நடந்ததால் மஹந்துகளின் காலத்தில் இந்த உற்சவத்திற்கு பாக் சவாரி என்று பெயரிட்டனர். அந்தப் பெயரே நிலைத்துவிட்டது. ஆங்கிலேயர் காலத்தில் இந்த பல்லக்கு உற்சவம் அப்பிரதக்ஷிணமாக வருவதை கவனித்து இதனை பேக் சவாரி என்று அழைத்தனர்.

இந்த பேக் சவாரி உற்சவத்தில் மலையப்ப சுவாமி மட்டுமே அனந்தாழ்வானின் தோட்டத்திற்கு வருவார். திருமலையப்ப சுவாமி வரும்போது திருவாடிப்பூர உற்சவங்களில் நடப்பது போலவே அனந்தாழ்வான் தோட்டத்தை பலவிதமாக அழகுபடுத்தி அலங்கரித்து, கல் மண்டபத்தில் தீப தூபங்களை ஏற்றி, ஏழு ஆரத்திகளை அளித்து வீட்டு மாப்பிளையை வரவேற்பதற்கு தயார் செய்து கொண்டு அனந்தாழ்வான் வம்சத்தார் காத்திருப்பார்.

வழக்கமாக திருவாடிப்பூர உற்சவத்தில் செய்வது போலவே, அனந்தாழ்வான் இல்லத்தின் வாயிலுக்கு திருமலையப்ப சுவாமி வந்ததும், கற்பூர நீராஜனம் அளித்து முதல் ஆரத்தியால் வரவேற்பர். பின்னர், தோட்டத்தில் அடி எடுத்து வைத்ததும் இரண்டாவது ஆரத்தியும், மண்டபத்தின் எதிரில் வந்ததும் மூன்றாவது ஆரத்தியும், மண்டபத்தில் அமர்ந்து உபயங்களையும், பொட்டிலிருந்து (மடைப்பள்ளி) வந்த நிவேதன பிரசாதங்களையும், பக்தர்கள் எடுத்து வந்த பிரசாதங்களையும் நிவேதனமாக ஏற்று உற்சவ ஏற்பாடுகளைச் செய்து சரிபார்க்கும் ஆலய அதிகாரிக்கும், அனந்தாழ்வன் வம்சத்தவருக்கும் பரிவட்டம், சடகோபம் முதலான் ஆலய மரியாதைகளைச் செய்து நான்காவது ஆரத்தி அளித்த பின், மண்டபத்திலிருந்து ஸ்வாமிவாரு கிளம்பி, அனந்தாழ்வானின் பிருந்தாவனத்தை அடைந்து, அனந்தாழ்வானின் சூட்சும சரீர சொரூபமான மகிழ மரத்திற்குத் தம் கழுத்திலிருக்கும் துண்டையும் பூமாலையையும் சாற்றி சடகோபம் அளித்து ஐந்தாவது ஆரத்தியை ஏற்று, தோட்டத்தின் வெளியில் ஆறாவது ஆரத்தியைப்

பெற்று, தென் மூலையில் இருந்து கிளம்பி அப்பிரதக்ஷிண வழியில் ஆலயத்தின் மகா துவாரத்தை அடைந்து, அங்கு தனக்காக காத்திருக்கும் ஸ்ரீதேவி பூதேவி இருவரும் எதிர்வர, சற்று ஓய்வு எடுத்துக் கொண்டு கற்பூர நீராஜனங்களை ஏற்று ஆலய மஹா துவாரத்தின் வழியாக ஆனந்தநிலையத்திற்குள் செல்வான்.

இவ்விதமாக அனந்தாழ்வான் தோட்டத்தில் ஒவ்வோர் ஆண்டும் இரு முறை அதாவது திருவாடிப்பூரம் மற்றும் பாக் சவாரி உற்சவங்களில் பங்கு கொண்டு நடத்தி, அனந்தாழ்வானுக்குத் தான் அளித்த வாக்கை நிறைவேற்றி வருகிறான் கலியுக பிரத்தியக்ஷ தெய்வமான திருவேங்கடாநாதன். இவன் சத்திய வாக்கு பரிபாலகன், வைபவத்தோடு நடக்கும் இந்த திருவிழாக்களைப் பற்றி படித்து மகிழ்வதை விட பார்த்து மகிழ்ந்து உய்வடைவது பலனளிக்குமல்லவா?

3. திவ்ய பிரபந்த கோஷ்டி

அனந்தாழ்வானுக்கு பிரபந்தங்கள் என்றாலும் தெய்வ சிந்தனை, பகவத் கைங்கர்யம் என்றாலும் விருப்பம் அதிகம். அதனால் அனந்தாழ்வானின் அவதார தின உற்சவத்தின் போது அனந்தாழ்வானின் 950 வது திருநட்சத்திரத்தில் அதாவது 2004 ம் ஆண்டிலிருந்து அனந்தாழ்வான் வம்சத்தார் திவ்யபிரபந்த கோஷ்டியை நடத்தத் தொடங்கினர். இதனை ஒவ்வோர் ஆண்டும் அனந்தாழ்வான் பிறந்த நட்சத்திரத்தில் ஆடம்பரமின்றியும் தடையின்றியும் அனந்தாழ்வான் வம்சத்தார் இன்றளவும் நடத்திவருகின்றனர். அனந்தாழ்வானை நினைவுகூரும் விதமாக 'திருமலை புரிசைவாரி வம்சத்தார்' பல சிரமங்களுக்கிடையில் இவற்றை நடத்திவருகின்றனர்.

அனந்தாழ்வானின் அவதார தின உற்சவத்தன்று அனந்தாழ்வானின் சித்திரப்படத்தை நன்கு அலங்காரம் செய்து பிருந்தாவத்தின் மீது வைத்து தீபம் தூபம் நிவேதனங்களை சமர்ப்பித்து, பல விதங்களிலும் அர்ச்சனை செய்து தேசத்தின் பல இடங்களிலிருந்து தம் அழைப்பை ஏற்று வந்த ஜீயர் சுவாமிகள், ஸ்ரீ வைஷ்ணவ பீடாதிபதிகள், ஸ்ரீ வைஷ்ணவ சீடர்கள் அனைவரோடும் கூடி, நாலாயிர திவய பிரபந்தத்தை படித்து, அனந்தாழ்வானுக்கும் ஸ்ரீ ராமானுஜருக்கும் ஸ்ரீ வேங்கடநாராயணனுக்கும் உள்ள தொடர்பை வர்ணித்து, செவிக்கு இனிமையாக கானம் செய்வர். அதைக் கண்டும் கேட்டும் பிருந்தவனத்தில் மகிழ மரத்தின் வடிவில் இருக்கும் அனந்தாழ்வான் மகிழ்ச்சி அடைவார்.

இந்த பிரபந்த படனம் தமிழில் நடந்தாலும் அவற்றைக் கேட்டு நம் மனம் அமைதியடைகிறது. நாம் படும் அத்தனை கஷ்டங்களும் குரு அனந்தாழ்வானின் ஆசிகளால் உடனடியாக விலகி, மிக எளிதாக பிறவிக் கடலைத் தாண்டி ஸ்ரீமன் நாராயணனின் திவ்ய பாத கமலங்களை நாம் சென்றடைவது நிச்சயம். அதேபோல் ஸ்ரீமகாவிஷ்ணு மற்றும் ஸ்ரீவேங்கடநாதனின் நாம சங்கீர்த்தனங்களும் ஆழ்வார்களின் சிறப்பு குறித்த சொற்பொழிவுகளும் திருமலை திருப்பதி

தேவஸ்தான திவ்ய பிரபந்த பிராஜெக்டின் வழிகாட்டுதலின் கீழ் அனந்தாழ்வான் திருமாளிகையில் நடத்தப்படுகின்றன. அதனால் நாம் அனைவரும் தகுந்த நேரத்தில் ஏற்பாடு செய்து கொண்டு ஸ்ரீவேங்கடநாதனை தரிசித்தபின் அனந்தாழ்வான் தோட்டத்தில் நடக்கும் திவ்ய பிரபந்த உற்சவங்களில் பங்கேற்று உய்வடைய வேண்டும். திருமலையில் நடக்கும் அநேக கைங்கர்யங்களும் சீரமைப்புகளும் அனந்தாழ்வான் தம் குருவின் ஆணையை சிரமேற்கொண்டு அறிமுகப்படுத்தியவையே. திருமலையில் நடக்கும் புஷ்ப யாக மகோற்சவமும் அனந்தாழ்வான் அறிமுகப்படுத்தியதே.

பின்னர், காலக்கிரமத்தில் தி.தி.தே. நிர்வாகிகளின் வழிகாட்டுதலின் கீழ் இவை நடந்து வருகின்றன. அன்று அனந்தாழ்வான் ஒருவராகவே அனைத்தையும் அமைத்தார். பூந்தோட்டத்தை அமைத்து பூஞ்செடிகளை வளர்த்தார். இன்று அவற்றை கண்காணிப்பதற்கு ஒரு துறையே ஏற்படுத்தப்பட்டுள்ளது. சில ஆயிரம் பேருக்கு இதில் பணிபுரிவதற்கு வாய்ப்பு கிடைத்துள்ளது. பரிபூரணமான பக்தியோடு நாம் அனந்தாழ்வானின் திவ்ய சரிதத்தைப் படித்து, அறிந்து கொண்டு, பலரையும் படிக்கச் செய்து, அனந்தாழ்வானின் திவ்ய சரிதத்தை பிரச்சாரம் செய்ய வேண்டும். இல்லாவிடில் பல வேங்கடநாதனின் பக்தர்களின் சரித்திரத்தைப் போலவே, தம் வாழ்வையே பணயம் வைத்து எந்த பலனையும் எதிர்பார்க்காமல் ஸ்ரீ வேங்கடநாதனுக்கு கைங்கர்யம் செய்த அனந்தாழ்வானின் வரலாறும் மறைந்து போகும். இத்தகைய சேவைகள் செய்து, குருவின் ஆணையைக் கடைபிடித்தவரின் தெய்வீக வரலாறு மறைந்து போகும்படி செய்தால் நம் ஹைந்தவ சம்பிரதாயத்திற்கே பெரும் களங்கமாகி விடும்.

அதுமட்டுமின்றி, அனந்தாழ்வானின் திவ்ய சரிதத்தை பாராயணம் செய்வதால் குரு, சிஷ்யன், தெய்வம் இந்த மூவரின் சம்பந்தம் எவ்வாறு இருக்கும் என்பதும், உண்மையில் குருவும் சீடரும் எவ்வாறு நடந்து கொள்வார்கள் என்பதும் குருவின் மூலம் சீடர் தெய்வத்தை எப்படி அடைவார், எவ்விதம் சேவை செய்வார், எவ்விதம் உய்வடைவார் போன்ற அனைத்தையும் உடனடியாக அறிந்து கடைபிடிக்க முடியும். அனந்தாழ்வான் போன்ற நிஜ குருமார்களை சரணடைந்து தெய்வமான ஸ்ரீ வேங்கடநாதனின் பரமபாவனமான பாத கமலங்களை அடைந்து மோட்சத்தை பெறமுடியும்.

திருமலையில் மலர் சூடுவது

திருமலை திவ்ய க்ஷேத்திரத்தில், வேதங்களே மணல் துகள்களாக,, யக்ஷர் கின்னரர், கிம்புருஷர், முனிவர் போன்றோர் பல விதங்களில் சூட்சும வடிவத்தில் சஞ்சரிப்பதும், முப்பத்து முக்கோடி தேவதைகளும் மகிழ்ந்து வந்து நிற்கின்றனர். திருமலையில் பூக்கும் மலர்கள் அனைத்தும் ஸ்ரீ திருமலை நாதனின் சேவைக்காகவும் அலங்காரத்திற்காகவும் மட்டுமே ஏற்பட்டவை. மானுடர்களான நாம் திருமலையில் மலர்களைப் பறிப்பதோ, அங்குள்ள பூந்தோட்டங்களின்

செடிகளைப் பிடுங்கி நம் வீடுகளுக்கு எடுத்துச் செல்வதோ, மலர்களை தலையில் சூடிக் கொள்வதோ மிகபெரும் பாவச் செயல்களாக நம்மைச் சூழ்ந்து நம்மை கஷ்டத்தில் ஆழ்த்தும். இதன் பின்னணியில் மறைந்துள்ள கதைகளை உங்களுக்கு விவரமாக தெரிவிப்பதை என் கடமையாக எண்ணி இங்கு கொடுத்துள்ளேன்.

ஒரு நாள், ஸ்ரீசைல பூர்ணரின் சீடன் ஒருவன் ஸ்ரீ வேங்கடநாதனுக்கு அலங்காரம் செய்த போது, மிக அழகான புஷ்ப மாலையின் சுகந்தமான மணத்தில் தன்னை மறந்து. அந்த பூமாலையை எடுத்து அவன் தன் தலையில் சூடிக் கொண்டான். அன்று இரவு ஸ்ரீசைல பூர்ணனின் கனவில் ஸ்ரீவேங்கடநாதன் தோன்றி, ஸ்ரீசைல பூர்ணார்யா! உன் சீடன் இயற்கைக்கு வசமாகி, என்னிடம் பரிமள துரோகம் செய்தான். இது பெரிய குற்றம். அப்படிப்பட்ட மாலையை நான் ஏற்கமாட்டேன் என்று கூறி மாயமானார்.

உடனடியாக விழித்தெழுந்த ஸ்ரீசைல பூர்ணர் ஸ்ரீ பகவானிடம் சென்று நின்று, சுவாமி, ஸ்ரீனிவாசா! இன்று முதல் திருமலை சிகரத்தில் பூக்கும் மலர்கள் அனைத்தும் உன் சேவைக்கே, உனக்கு அலங்காரம் செய்வதற்கே பயன்படுத்துவோம். நிர்மால்யத்தை யாரும் மிதிக்காத, தொடாத இடத்தில் பத்திரமாக இடுவோம் என்றார். உடனே ஸ்ரீ வேங்கடநாதன், நான் அணிந்த பூமாலைகளை பரிவார தேவதைகளுக்கு அளிப்பதோ, அல்லது கிணறு முதலியவற்றில் போடுவதோ ஏற்புடையதாக இருக்கும் என்று தெளிவாக உத்தரவிட்டார். அதனால் பக்தர் பெருமக்களே, திருமலை யாத்ரீகர்களே, கைகூப்பி ஸ்ரீ வேங்கடநாதனை வணங்கி, உங்களிடம் விண்ணப்பித்துக் கொள்வது என்னவென்றால், எந்தச் சூழ்நிலையிலும் திருமலையில் மலர்களைச் சூடுவதோ, மலர்களால் அலங்காரம் செய்து கொள்வதோ செய்யாதீர்கள். திருமலையில் இருந்து செடிகள், பூக்கள், பூமாலைகள் எதையும் வீட்டுக்கு எடுத்துச் செல்ல வேண்டாம். யாராவது அவர்களின் சுய லாபத்திற்கு ஆசைப்பட்டு உங்கள் தலையில் கட்டப் பார்த்தாலும் அதற்கு இசைய வேண்டாம். தெரிந்தே பாவத்தைச் செய்ய வேண்டாம்.

நாம் செய்யும் திருமலை தரிசனம், நம் பூர்வ பாவச் செயல்களின் மூட்டைகளை விலக்கிக் கொள்வதற்காகவே. புதிய பாவங்களை வாங்கிக் கொள்வதற்காக அல்ல என்பதை அறிந்துகொண்டு நல்ல புத்தியோடு, ஸ்ரீவேங்கடநாதனை கோவிந்த நாமங்களால் போற்றித் துதித்து, உடலும் உள்ளமும் தூய்மையாகி, உய்வடைய வேண்டும். அனந்தாழ்வான் தோட்டத்தை தரிசித்து, நம் முற்பிறவி தீவினைகளை எரிக்கச் செய்து கொண்டு, இலக்கில் கருத்தை நிறுத்தி, கலியின் பிடியில் சிக்காமல், கமலநாதனின் பாதங்களில் தலைவைத்து, அர்ச்சனை செய்து ஸ்ரீ மகாவிஷ்ணுவின் சந்நிதியைச் சேருவோமாக!

அன்யதா சரணம் நாஸ்தி த்வமேவ சரணம் மம
தஸ்மாத் காருண்ய பாவேன ரக்ஷ ரக்ஷ ஸ்ரீ வேங்கடநாத பிரபோ.
திருவேங்கடமுடையான் திருவடிகளே சரணம்.

இவ்விதம் ஸ்ரீமான் அனந்தாழ்வான் திவய சரிதத்தில்
அனந்தாழ்வான் தோட்டத்தில் நடக்கும் உற்சவங்கள் என்ற
பதினெட்டாம் அத்தியாயம் நிறைவடைந்தது.

ஸ்ரீமான் அனந்தாழ்வான் திவ்ய சரிதம் சம்பூர்ணம்.

சர்வே ஜனா: சுகினோ பவந்து. ஸ்ரீமதே ராமானுஜாய நம:
ஓம் நமோ வேங்கடேசாய.

ஜீயர் ஸ்வாமிகளால் ஸ்ரீமான் அனந்தாழ்வான் திவ்ய சரிதம் முதல் நூல் வெளியீடு அனந்தாழ்வான் தோட்டத்தில்
(தேதி: 01-03-2020)

பாக் சவாரி உற்சவம்

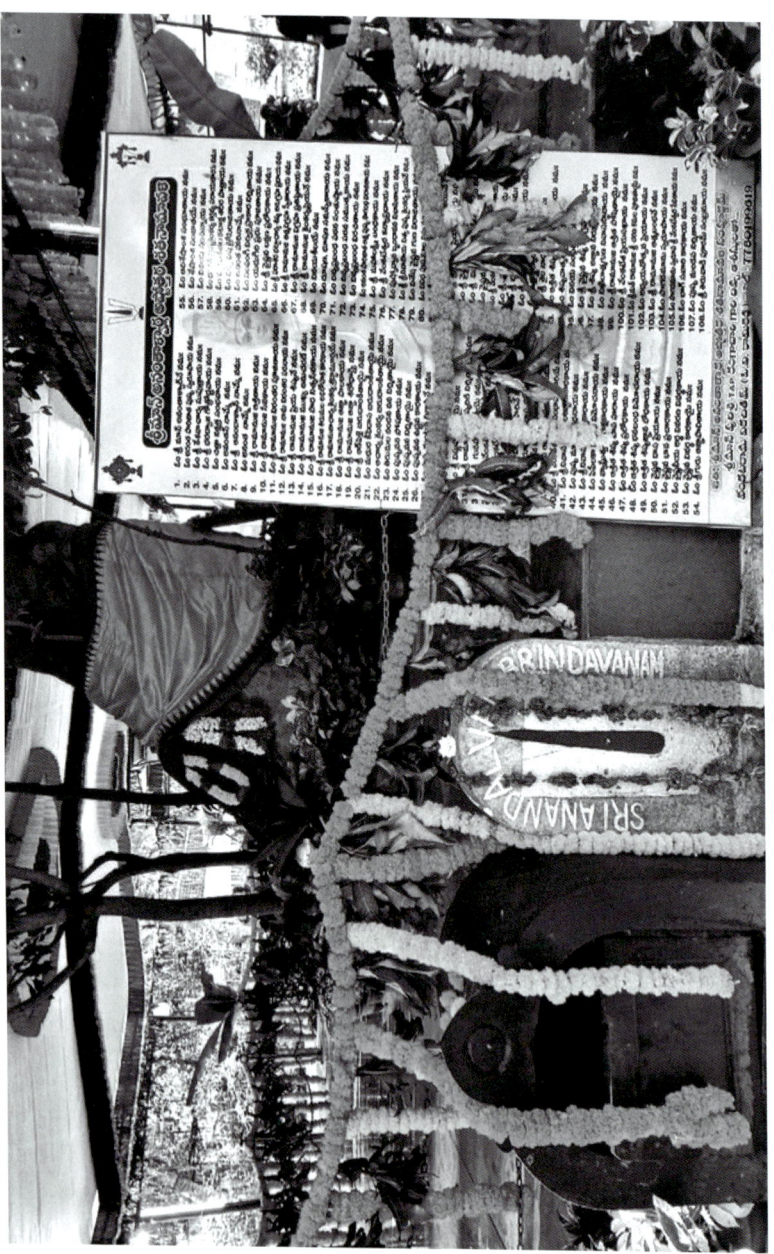

திருவாடிப்பூர உற்சவம்

ஸ்ரீ ராமானுஜ சதுஸ்லோகி

1. அநிமம் பஜதாம் அநந்ய பாஜம் சரணாம் போருஹ மாதரேண பும்ஸாம் !
விதரனு நிப்ரூதம் விபூதி மிஷ்டாம் ஜய ராமானுஜ ரங்க தாம்னிநி நித்யம்

2. புவி நோ விமதாம்ஸ்த்வதீய ஸூக்தி: குலிஸீபூய குத்ருஷ்டி பிஸ்ஸமேதாந் !
சகலீகுருதே விபஸ்சதீட்யா ஜய ராமாநுஜ சேஷ சைல ஸ்ருங்கே

3. ஸ்ருதி ஸ்ம்ருதிஷு ப்ரமாண தத்வம் க்ருபயாலோச்ய விசுத்தயா ஹி புத்யா !
அக்ருதா: ஸ்வத ஏவ பாஷ்ய ரத்னம் ஜய ராமாநுஜ! ஹஸ்தி தாம்ரி நித்யம்

4. ஜயமாயி மதாந்தகார பாநோ! ஜய பாஹ்ய ப்ரமுகாடவிக்ருஸானோ ! ஜய
ஸம்ஸ்ரித ஸிந்து ஸீத பாநோ! ஜய ராமாநுஜ! யாதவாத்ரி ஸ்ருங்கே.

ராமாநுஜ சது: ஸ்லோகீம் ய: படேந்நியத: ஸதா
ப்ராப்னுயாத் பரமாம் பக்திம் யதிராஜ பதாப்ஜயோ:

ஸ்ரீ கோதா சதுஸ்லோகி

1. நித்யா பூஷா நிகம சிரஸாம் நிஸ்ஸமோத்துங்க வார்தா
காந்தோயஸ்யா: கசவிலுலிதை: காமுகோ மால்யரத்நை:
ஸூக்த்யா யஸ்யா: ஸ்ருதிசுபகயா சுப்ரபாதா தரித்ரீ
ஸைஷா தேவீ ஸகல ஜனனீ ஸிஞ்சதான்மாம பாங்கை:

2. மாதா சேத்துலஸீ பிதாயதி தவ ஸ்ரீவிஷ்ணுசித்தோ மஹாந்
ப்ராதா சேத்யதி சேகர: ப்ரியதம: ஸ்ரீரங்கதாமா யதி
ஜ்ஞாதாரஸ்தனயா ஸ்த்வதுக்தி ஸரஸ ஸ்தன்யேன ஸம்வர்த்திதா:
கோதா தேவி கதம் த்வமந்ய மனிசம் சாதாரணா ஸ்ரீரஸி

3. கல்பாதௌ ஹரிணா ஸ்வயம் ஜனஹிதம் த்ருஷ்டேன ஸர்வாத்மனாம்
ப்ரோக்தம் ஸ்வஸ்யச கீர்த்தனம் ப்ரபதனம் ஸ்வஸ்மை பிரஸூனார்பணம்
ஸர்வேஷாம் ப்ரகடம் விதாது மனிஸம் ஸ்ரீதந்வி நவ்யே புரே
ஜாதாம் வைதிக விஷ்ணுசித்த தநயாம் கோதாமுதாராம் ஸ்தும:

4. ஆகூதஸ்ய பரிஷ்க்ரியாமநுபமாமா சேசநம் சக்ஷுஷோ
ரானந்தஸ்ய பரம்பராமநுகுணாமாராம சைலேசிது:
தத்தோர்மத்ய க்ரீடகோடி கடித ஸ்வோச்சிஷ்ட கஸ்தூரிகா
மால்யாமோத ஸமேதிதாத்ம விபவாம் கோதா முதாரம் ஸ்தும:

ச்வோச்சிஷ்ட மாலிகா பந்த கந்த பந்துர ஜிஷ்ணவே
விஷ்ணுசித்த தனூஜாயை கோதாயை நித்ய மங்களம்

மாத்ருசா கிஞ்சன த்ராண பத்த கங்கண பாணயே
விஷ்ணுசித்த தனூஜாயை கோதாயை நித்ய மங்களம்.

ஸ்ரீமான் திருமலை அனந்தான்பிள்ளை புரிசை ஸ்ரீ ரங்காசார்ய ஸ்வாமி

ஒவ்வொரு வியாழக்கிழமையும் திருமலையில் திருப்பாவாடை சேவையில் முதலில் படிப்பது ஸ்ரீனிவாச கத்யம். ஒவ்வொரு வெள்ளிக்கிழமையும் திருச்சானூர் ஸ்ரீஅலர்மேல் மங்கைத் தாயார் சந்நிதியில் படிப்பது ஸ்ரீலக்ஷ்மீ கத்யம். இவற்றை இயற்றியவர் வேறுயாருமல்ல. சாட்சாத் அனந்தாழ்வான் வசத்தவரான ஸ்ரீமான் திருமலை அனந்தான்பிள்ளை புரிசை ஸ்ரீ ரங்காசார்ய ஸ்வாமிகளே.

ஸ்ரீமான் திருமலை அனந்தான்பிள்ளை புரிசை ஸ்ரீ ரங்காசார்ய ஸ்வாமிகள் நான்கு சாஸ்திரங்களையும் நன்கு கற்ற அறிஞர். பல மொழிகளில் புலமை படைத்தவர். தினமும் ஒரு லட்சம் சுதர்சன மகா மந்திர ஜபம் செய்யும் மகநீயர். தற்போது திருமலா திருப்தி தேவஸ்தானத்தின் எஸ்.வி.பி.ஸி. சேனலில் லக்ஷ்மீ கத்யம், ஸ்ரீனிவாச கத்யம் இரண்டையும் நேரடி ஒளிபரப்பு செய்து வருகிறார்கள். சது:சாஸ்த்ர மஹாவித்வான் உ.வே. ஸ்ரீமான் அனந்தான்பிள்ளை புரிசை ஸ்ரீரங்காசார்ய ஸ்வாமி இயற்றிய ஸ்ரீலக்ஷ்மீ கத்யம் மற்றும் ஸ்ரீனிவாச கத்யம்.

ஸ்ரீ லக்ஷ்மீ கத்யம்

I. ஸ்ரீவேங்கடேச மஹிஷீ ஸ்ரித கல்பவல்லீ
பத் மாவதீ விஜயதாமிஹ பத் மஹஸ்தா !
ஸ்ரீவேங்கடாக்ய தரணீ ப்ருது பத்யகாயாம்
யா ஸ்ரீசுகஸ்ய நக ரே கமலாகரே பூத் !!

1. பகவதி ஜய! ஜய! பத்மாவதி ஹே !
2. பாகவதநிகர பஹுதர பயகர பஹுலோத்யம யமஸத் மாயதி ஹே !
3. பவிஜந பயநாஸி பாக் யபயோராசி வேலாதிகலோல விபுலதரோல்லோல வீசிலீலா வஹே !
4. பத் மஜப வயவதி ப்ரமுகா மரயுவதி பரிசாரகயுவதி விததி ஸரதி ஸதத விரசித பரிசரண சரணாம்போரு ஹே !
5. அகுண்ட வைகுண்ட மஹாவிபூதிநாயகீ !
6. அகிலாண்ட கோடி ப் ரஹ்மாண்ட நாயகீ !
7. ஸ்ரீவேங்கடநாயகீ !
8. ஸ்ரீமதி! பத் மாவதீ!
9. ஜய விஜயீபவ !

II. க்ஷீராம்போராஸிஸாரை: ப்ரபவதி ருசிரைர்யத்ஸ்வரூபே ப்ரதீ பே
சேஷாண்யேஷாம்ருஜீஷாண்யஜநிஷதஸ்ஸுதா கல்பதே வாங்க நாத் யா: !
யஸ்யாஸ்ஸிம்ஹாஸநஸ்ய ப்ரவிலஸதி ஸதா தோரணம் வைஜயந்தீ ஸேயம்
ஸ்ரீவேங்கடாத்ரி ப்ரபு வர மஹிஷீ பாது பத்மாவதீ ஸ்ரீ: !!

1. ஜய ஜய ஜய ஜக தீஸ்வர கமலாபதி கருணாரஸ வருணாலயவேலே !
2. சரணாம்பு ஜ சரணாகத கருணாரஸ வருணாலய முரபா தன கரபோதன ஸபலீக்ருத ஜநதாக மவேலே !
3. கிஞ்சிது த ஞ்சித ஸுஸ்மிதபஞ்ஜித சந்த் ரகலாமத ஸூசிதஸம்பத விமல விலோசந ஜிதகமலாநந ஸக்ருத வலோகந ஸஜ்ஜந து ர்ஜந பேத விலோபந லீலாலோலே !
4. ஸோபநஸீலே!
5. சுப கு ணமாலே !
6. ஸுந்த ர பாலே !
7. குடிலநிரந்தர குந்தலமாலே !
8. மணிவரவிரசித மஞ்ஜுளமாலே!
9. பத் ம ஸுரபி கந்த மார்தவ மகரந்த பலிதாக்ருதி ப ந்த பத்மிநீ பா லே !
10. அகுண்ட வைகுண்ட மஹா விபூதி நாயகீ !
11. அகிலாண்ட கோடி ப் ரஹ்மாண்ட நாயகீ !
12. ஸ்ரீவேங்கடநாயகீ !
13. ஸ்ரீமதி பத்மாவதி !
14. ஜய விஜயீபவ !!

III. ஸ்ரீசைலானந்த சூரே: ஸதவமுபவனே சோரலீலாம் சரந்தீ
சாம்பேயே தேந ப த் தா ஸ்வபதிமவரயத்தஸ்ய கன்யா ஸதீ யா !
யஸ்யா: ஸ்ரீசைலபூர்ணம் ஸ்வஸுரதி ச ஹரேஸ்தாதபாவம் ப்ரபந்ந:
ஸேயம் ஸ்ரீ வேங்கடாத் ரிப்ரபு வரமஹிஷீ பாது பத்மாவதீ ஸ்ரீ: !!

1. கர்வீபவத தி க ர்வீக்ருத குருமேர்வீஸகி ரி முகோர்வீத ரகுல த ர்வீகரத யிதோர்வீதர சிகரோர்வீ பணிபதி கு ர்வீஸ்வரக்ருத ராமானுஜமுனி நாமாங்கித ப ஹுபூமா ஸ்ரய ஸுரதாமாலய வர நந்தனவன சுந்த ர தரானந்த மந்தி ரானந்த கு ருவனாநந்த கேளித நிஹ்ருததர விஹ்ருதி ரத லீலாசோர ராஜகுமார நிஜபதி ஸ்வைரஸ ஹவிஹார ஸமய நிப்ருதோஷித பணிபதி கு ருபக்தி பாச வசம்வத நிக் ருஹீதாராம சம்பகநிப த் தே !
2. பக்த ஜனாவன ப த் த ஸ்ரத்தே !
3. பஜன விமுக பஜந பக வது பஸத ந ஸமய நிரீக்ஷண ஸந்தத ஸந்நத்தே !
4. பாக தேயகு ரு பவ்ய சேஷகு ரு பா ஹுமூல த்ருத பா லிகாபூதே !
5. ஸ்ரீவேங்கடநாத வரபரிக்ருஹீதே !
6. ஸ்ரீவேங்கடநாத தாதபூத ஸ்ரீசைலபூர்ணகு ரு க் ருஹஸ்னுஷாபூதே !

7. அகுண்ட வைகுண்ட மஹாவிபூதிநாயகீ !
8. அகிலாண்ட கோடி ப் ரஹ்மாண்ட நாயகீ ! :
9. ஸ்ரீவேங்கடநாயகீ !
10. ஸ்ரீமதி பத் மாவதீ !
11. ஜய விஜயீபவ !!

IV. **ஸ்ரீசைலே கேளிகாலே முநிஸமுபக மே யா பயாத் ப்ராக் ப்ரயாதா**
தஸ்யைவோபத்யகாயாம் தத நு சுகபுரே பத் மகாஸாரமத்யே !
ப்ராது ர் பூதாரவிந்தே விகசத லசயே பத்யுருக் ரைஸ்தபோபி:
ஸேயம் ஸ்ரீவேங்கடாத் ரிப்ரபு வரமஹிஷீ பாது பத் மாவதீ ஸ்ரீ: !!

1. பத்ரே !
2. பக்த ஜனாவந நிர்நித் ரே !
3. பகவத் த க்ஷிண வக்ஷோலக்ஷண லாக்ஷாலக்ஷித ம்ருது பதமுத் ரே !
4. பஞ்ஜித பவ்யநவ்ய த ரத லித த ளம்ருது ள கோகநதமத விலஸ தத ரோர்த்வ விந்யாஸ ஸவ்யாபஸவ்யகர விராஜத நிதர ஸரண பக்த கண நிஜசரண ஸரணீகரணாபய விதரண நிபுண நிரூபண நிர்நித் ரமுத் ரே !
5. உல்லஸதூ ர்த்வதராபர கரசிகரயுக ள சேகர நிஜமஞ்ஜிம மத பஞ்ஜன குஸலவதன விதுமண்டல விலோகன் விதீ ர்ண ஹ்ருத யதா ப்ரமதர த ரவிதலித தல கோமல கமலமுகுல யுக ள நிரர்க ள வினிர்க லத் காந்தி ஸமுத் ரே !
6. ஸ்ரீவேங்கட சிகர ஸஹமஹிஷீ நிகர காந்தலீலாவஸர ஸங்க தமுநி நிகர ஸமுதி த ப ஹுளதர பயலஸத பாஸாரகேளி ப ஹுமாந்யே !
7. ஸ்ரீசைலாதீஸரசித தீ னாதீஸ பி ம்ப ரமாதீஸ விஷய தபோஜந்யே !
8. ஸ்ரீசைலாஸந்ந சுகபுரீஸம்பந்ந பத் மஸரோ உத்பந்ந பத்மிநீகந்யே !
9. பத்மஸரோவர்ய ரசிதமஹாஸ்சர்ய கோரதபஸ்சர்ய ஸ்ரீஸுகமுனிதுர்ய காமித வதான்யே !
10. மானவ கர்மஜால து ர்மல மர்ம நிர்மூலன லப் த வர்ண நிஜஸலிலஜவர்ண நிர்ஜித து ர்வர்ண வஜ்ரஸ் படிக ஸவர்ண ஸலில ஸம்பூர்ண ஸுவர்ணமுகரீ ஸைகத ஸஞ்ஜாத ஸந்தத மகரந்த பி ந்து ஸந்தோ ஹ நிஷ்யந்த ஸந்தா நிதாமந்தானந்த மிளிந்த ப்ருந்த மதுரதர ஜங்காரரவ ருசிரஸந்தத ஸம்புல்ல மல்லீமாலதீ ப்ரமுக வ்ரததி விததி குந்தகுரவக மருவக த மநகாதி குல்மகுஸும மஹிம குமகுமித ஸர்வ தி ங்முக ஸர்வதோமுக மஹநீயா மந்த மாகந்தா விரல நாரிகேள நிரவதிக க்ரமுக ப்ரமுக தருநிகரவீதி ரமணீய விபுலதடோத் யான விஹாரிணீ !
11. மஞ்ஜுளதர மணிஹாரிணீ !
12. மஹநீயதர மணிஜிததரணி மகுடமநோஹாரிணீ !
13. மந்தரதர ஸுந்த ரக தி மத்தமராள யுவதிஸுக தி மதா பஹாரிணீ !
14. கலகண்ட யுவாகுண்ட கண்டநாத கலவ்யாஹாரிணீ !
15. அகுண்டவைகுண்ட மஹா விபூதி நாயகீ !

16. அகிலாண்ட கோடி ப் ரஹ்மாண்ட நாயகீ !
17. ஸ்ரீவேங்கடநாயகீ !
18. ஸ்ரீமதி பத் மாவதி !
19. ஜய விஜயீபவ !!

V. **யாம் லாவண்ய நதீ ம் வத ந்தி கவய: ஸ்ரீமாத வாம்போநிதிம்**
கச்சந்தீம் ஸ்வவஸங்க தாம்ஸ்ச தரஸா ஜந்தூந் நயந்தீமபி !
யஸ்யா மானந நேத்ர ஹஸ்த சரணாத் யங்கானி பூஷாருசீ:
அம்போ ஜான்ய மலோஜ்ஜ்வலம் ச ஸலிலம் ஸா பாது பத்மாவதீ !!

1. அம்போருஹவாஸிநீ !
2. அம்போருஹாஸன ப்ரமுகாகில பூதானுஸாஸிநீ !
3. அநவரதாத்மநாத வக்ஷ: ஸிம்ஹாஸநாத் யாஸிநீ !
4. அங்க் ரியுகா வதார பத ஸந்தத ஸங்கா ஹமாந கோரதராபங்கு ர ஸம்ஸார கர்ம ஸந்தப்த மநுஜ ஸந்தாபநாஸிநீ !
5. ப ஹுள குந்தலவதன மண்ட ல பாணிபல்லவ ருசிரலோசன ஸுபக கந்தர பா ஹுவல்லிகா ஜகந நிதம்ப மண்ட லமய விததசைவால ஸம்புல்ல கமல குவலய கம்புகமலிநீ நாளோத்துங்க விபுலபுலிந ஸோபிநீ !
6. மாதவ மஹார்ணவகா ஹிநீ !
7. மஹிதலாவண்ய மஹாவாஹிநீ !
8. முகசந்த் ர ஸமுத் யத பாலதலவிராஜமான கிஞ்சிது தஞ்சித ஸூக்ஷ்மாக் ர கஸ்தூரீதிலக சூல ஸமுத் பூதபீதி விஸீர்ணஸமுஜ்ஜித ஸம்முகபாக பரிஸர யுக ளஸரபஸ விஸ்ருமரதிமிர நிகர ஸந்தே ஹஸந்தா யி ஸஸீமந்த குந்தல காந்தே !
9. ஸ்படிக மணிமய கந்த ர்ப த ர்பண ஸந்தே ஹ ஸந்தோ ஹி ஸகல ஜனஸம்மோஹி பலவிமல லாவண்ய லலித ஸததமாதி த முதித முகமண்ட லே !
10. மஹிதம்ரதி ம மஹிம மந்த ஹாஸாஸஹிஷ்ணு தது த ய ஸமுதி த க்லமோதீர் ணாருணவர்ண விப்ரமத விடம்பி த பரிணத பி ம்பவித் ரும விலஸதோஷ்ட யுக ளே !
11. பரிஹஸித த ரஹஸித கோகனத குந்தரத மந்தரதரோத் க த்வர விஸ்ருத்வர காந்திவீசி கமநீயா மந்த மந்த ஹாஸ ஸதனவத னே !
12. ஸமுஜ்ஜ்வலதர மணிதர்ஜித தரணிதாடங்க நிராடங்க கந்தலித காந்திபூர கரம்பி த கர்ணஸஷ்குலீவலயே !
13. ப ஹிருபக த ஸ்புரணாதி க தாந்தரங்க ண பூஷணக ண வத ன கோஸஸதன ஸ்படிக மணிமய பித்தி சங்காங்குரண சணப்ரதிபலித கர்ணபூர கர்ணாவதம்ஸ தாடங்க குண்ட ல மண்ட ன நிக நிகா ய மான விமல கபோலமண்ட லே !
14. நிஜப்ருகுடீ படீபூத த்ர்யக்ஷா ஷ்டாக்ஷத்வாத ஸாக்ஷி ஸஹஸ்ராக்ஷ ப்ரப்ருதி ஸர்வஸுபர்வ ஸோபன ப்ரூமண்டலே !
15. நிடலபலக ம்ருக மததிலகச்சல விலோக லோகவிலோசன தோஷவிரசித விதளந வதனவிது மண்ட ல விக லித நாஸிகா ப்ரணாளிகா நிகூட நிஸ்த்ருதா

நாஸாக் ரஸ்தூல முக்தா பலச்ச லாபிவ்யக்த வதனபி லநிலீந கண்ட நாளீகாந்த: ப்ரவ்ருத்த க் ரீவாம த்யோச்ச பாக க்ருத விபாக க் ரீவாக ர்த விநி:ஸ்ருத ப்ருதுல விலஸது ரோஜ சைலயுக ள நிர்ஜர ஜரீபூத க ம்பீரநாபி ப்ரதா வகா ட விலீந தீ ர்கதர ப்ருதுல ஸுதா தாரா ப்ரவாஹ யுக ள விப்ரமாதார விஸ்பஷ்ட வீக்ஷ்யமாண விஸுத் த ஸ்தூல முக்தாபல மாலா வித்யோதித திகந்தரே !

16. ஸகலாபரண கலாவிலாஸக்ருத ஜங்கம சிரஸ்தாயி ஸௌதாமிநீ ஸங்காங்குரே !
17. கனகரஸநா கிங்கிணீ கலநாதிநீ !
18. நிஜஜனதா குண நிஜபதி நிகட நிவேதிநீ !
19. நிகில ஜனாமோதி நீ !
20. நிஜபதி ஸம்மோதி நீ !
21. மந்தர தரமேநீ !
22. மந்த மிம மவேஹீ !
23. மயி மன ஆதேஹீ !
24. மம சுப மவதேஹீ !
25. மங்க ளமயி பாஹீ !
26. அகுண்ட வைகுண்ட மஹா விபூதி நாயகீ !
27. அகிலாண்ட கோடி ப்ரஹ்மாண்ட நாயகீ !
28. ஸ்ரீவேங்கடநாயகீ !
29. ஸ்ரீமதி பத் மாவதீ !
30. ஜய விஜயீபவ !

VI. **ஜீயாச்ச்ரீ வேங்கடாத் ரி ப்ரபு வரமஹிஷீ நாம பத் மாவதீ ஸ்ரீ:**
ஜீயாச்சாஸ்யா: கடாக்ஷாம்ருத ரஸரஸிகோ வேங்கடாத் ரே ரதீஸ: !
ஜீயாச்ச்ரீ வைஷ்ணவாளீ ஹ்ருதகுமதகதா வீக்ஷணை ரேததீ யை:
ஜீயாச்சஸ்ரீ ஸுகர்ஷே: புர மநவரதம் ஸர்வ ஸம்பத் ஸம்ருத் தம் !!

VII. **ஸ்ரீரங்க ஸூரிணேத ம் ஸ்ரீசைலாநந்த ஸூரிவம்ஸ்யேன !**
பக்த்யா ரசிதம் கத்யம் லக்ஷ்மீ: பத்மாவதீ ஸமாத த்தாம் !!

சது:சாஸ்த்ர மஹாவித்வான், உ வே ஸ்ரீமான் அனந்தாண்பிள்ளை புரிசை ஸ்ரீரங்காசார்ய ஸ்வாமி வித்வத்வரேண்யரால் இயற்றப்பட்டது.

ஸ்ரீநிவாச கத்யம்

I. **ஸ்ரீவேங்கடாத்ரி நிலய: கமலாகாமுக: புமான் !**
அபங்குரவிபூதிர்னஸ்தரங்க யது மங்களம் !!

1. ஸ்ரீமதகில மஹீ மண்டலமண்டன தரணீதர மண்டலாகண்டலஸ்ய,
2. நிகில ஸுராஸுர வந்தித வராஹ க்ஷேத்ர விபூஷணஸ்ய,
3. சேஷாசல கருடாசல ஸிம்ஹாசல வ்ருஷபாசல நாராயணாசலாஞ்சனாசலாதி சிகரி மாலா குலஸ்ய,
4. நாகமுக போதநிதி வீதிகுண ஸாபரண ஸத்த்வநிதி தத்த்வநிதி பக்திகுணபூர்ண ஸ்ரீசைலபூர்ண குணவஸம்வத பரம புருஷ க்ருபாபூர விப்ர மததுங்க ஸ்ருங்க கலத்ககன கங்கா ஸமாலிங்கிதஸ்ய,
5. ஸீமாதிகுண ராமானுஜமுனி நாமாங்கித பஹு பூமாஸ்ரய ஸுரதாமாலய வன ராமாயத வனஸீமா பரிவ்ருத விசங்கடதட நிரந்தர விஜ்ரும்பித பக்திரஸ நிர்கரானந் தார்யா ஹார்ய ப்ரஸ்ரவண தாராபூர விப்ரமத ஸலிலபர பரித மஹாதடாக மண்டிதஸ்ய,
6. கலிகர்தம மலமர்தன கலிதோத்ய மவில ஸத்ய மனியமாதிம முனிகண நிஷேவ்ய மாண ப்ரத்யக்ஷீ பவன்னி ஜஸலில ஸமஜ்ஜன நமஜ்ஜன நிகில பாபநாஸன பாபனாமஸன தீர்தாத்யாஸிதஸ்ய,

அனந்தாழ்வான் திவ்ய சரிதம் 157

7. முராரிஸேவக ஜராதிபீடித நிரார்தி ஜீவன நிராஸ பூஸுர வராதி ஸுந்தர ஸுராங்கனா ரதிகராங்க ஸௌஷ்டவ குமாரதாக்ருதி குமாரதாரக ஸமாபனோதித தமானபாதக மஹாபதாமய விஹாபனோதித ஸகலபுவன விதித குமார தாராபிதான தீர்தாதிஷ்டிதஸ்ய,
8. தரணிதலகத ஸகலஹதி கலிலசுப ஸலிலகத பஹுளவிவித மலஹதி சதுர ருசிரதரவி லோகமாத்ர விதளித விவித மஹாபாதக ஸ்வாமிபுஷ்கரிணீ ஸமேதஸ்ய,
9. பஹுஸங்கட நரகாவட பததுத்கட கலிகங்கட கலுஷோத்பட ஜனபாதக வினிபாதக ருசிநாடக கரஹாடக கலஸாஹ்ருத கமலாரத சுபமஞ்ஜன ஜலஸஞ்ஜன பரத நிஜதுரித ஹதிநிரத ஜனஸதத நிரர்கள பேஹீயமான ஸலில ஸம்ப்ருத விசங்கட கடாஹதீர்த விபூஷிதஸ்ய,
10. ஏவமாதிம பூரிமஞ்ஜிம ஸர்வபாதக கர்வஹாபக ஸிந்தும்பர ஹாரிம்பர விவிதவிபுல புண்யதீர்த நிவஹ நிவாஸஸ்ய,
11. ஸ்ரீமதோ வேம்கடாசலஸ்ய,
12. சிகரசேகர மஹா கல்பஸாகீ,
13. கர்வீபவததி கர்வீக்ருத குருமேர்வீ ஸகரி முகோர்வீ தர குலதர்வீ கர தயிதோர்வீ தர சிகரோர்வீ ஸதத ஸதுர்வீ க்ருதிச ணநவகன கர்வசர்வணனிபுண தனுகிரண மஸ்ருணித கிரிசிகர சேகர தருனிகர திமிர:,
14. வாணீபதி ஸர்வாணீ தயிதேந்த்ராணீஸ்வர முகநாணீ யோர ஸவேணீ நிப சுபவாணீ நுதமஹிமாணீ யஸ்தன கோணீ பவதகில புவன பவனோதர:,
15. வைமானிக குரு பூமாதிக குண ராமானுஜ க்ருத தாமாகர கரதாமாரிதர லலாமாச்ச கனக தாமாயித நிஜராமாலய நவ கிஸலய மய தோரண மாலாயித வனமாலாதர:,
16. காலாம்புத மாலானிப நீலாலக ஜாலாவ்ருத பாலாப்ஜ ஸலீலாமல பாலாங்க ஸமூலாம்ருத தாராத்வயாவதீரண தீரலலிததர விஸததர கனகன ஸார மயோர்த்வ புண்ட்ர ரேகாத்வய ருசிர:,
17. சுவிகஸ்வர தளபாஸ்வர கமலோதர கதமேதுர நவகேஸர ததிபாசுர பரிபிஞ்ஜர கனகாம்பர கலிதாதர லலிதோதர ததாலம்ப ஜம்ப ரிபு மணி ஸ்தம்ப கம்பீர மதம்ப ஸ்தம்பன ஸமுஞ்ஜ்ரும்ப மாண பீவரோரு யுகள ததாலம்ப ப்ருதுல கதலீ முகுள மதஹரண ஜங்கால ஜங்காயுகள:,
18. நவ்யதள பவ்யகல பீதமல ஸோணிமல ஸன்ம்ருதுல ஸத்கிஸல யாஸ்ருஜல காரி பல ஸோணதல பதகமல நிஜாஸ்ரய பலபம்தீக்ருத ஸரதிந்து மண்டலீ விப்ரம தாத ப்ரசுப்ர புனர்பவாதிஷ்டி தாங்குளீ காடனி பீடித பத்மாதன:,
19. ஜானுதலாவதி லம்பி விடம்பித வாரணசுண்டா தண்ட விஜ்ரும்பித நீலமணி மய கல்பகஸாகா விப்ரமதாயி ம்ருணாள லதாயித ஸமுஞ்ஜ்வல தர கனக வலய வேல்லிதைக தர பாஹுதண்டயுகள:,
20. யுகபதுதித கோடி கரகர ஹிமகர மண்டல ஜாஜ்வல்யமான ஸுதர்ஸன பாஞ்சஜன்ய ஸமுத்துங்கித ஸ்ருங்காபர பாஹுயுகள:,
21. அபினவஸாண ஸமுத்தேஜித மஹாமஹா நீலகண்ட மதகமண்டன நிபுண நவீன

பரிதப்த கார்தஸ்வர கவசித மஹனீய ப்ருதுல ஸாலக்ராம பரம்பரா கும்பித நாபி மண்டல பர்யம்த லம்பமான ப்ராலம்ப தீப்தி ஸமாலம்பித விசால வக்ஷ:ஸ்தல:,

22. கங்காஜர துங்கா க்ருதி பங்காவலி பங்காவஹ ஸௌதாவஹ பாதாவஹ தாராநிப ஹாராவளி தூராஹத கேஹாந்தர மோஹாவஹ மஹிம மஸ்ருணித மஹாதிமி:,

23. பிம்காக்ருதி ப்ருங்காருணிபாங்கார தளாங்காமல நிஷ்காஸித துஷ்கார்யக நிஷ்காவளி தீபப்ரப நீபச்சவி தாபப்ரத கனக மாலிகா பிஸங்கித ஸர்வாங்க:,

24. நவதளித தளவலித ம்ருது லலித கமலததி மதவிஹதி சதுரதர ப்ருதுலதர ஸரஸதர கனகஸர மயருசிர கண்டிகா கமனீயகண்ட:,

25. வாதாஸனாதிபதி ஸயன கமன பரிசரண ரதிஸமேதாகில பணதரததி மதிகர கனகமய நாகாபரண பரிவீதாகிலாங்கா வகமித ஸயன பூதாஹிராஜ ஜாதாதிஸய:,

26. ரவிகோடீ பரிபாடீ தரகோடீ ரவராடீ கிதவாடீ ரஸதாடீ தரமணிகண கிரண விஸரண ஸதத விதுத திமிர மோஹ கர்ப கேஹ:,

27. அபரிமித விவித புவன பரிதாகண்ட ப்ரஹ்மாண்ட மண்டல பிசண்டில:,

28. ஆர்ய துர்யா நன்தார்ய பவித்ர கனித்ரபாத பாத்ரீக்ருத நிஜசுபுககத வ்ரணகிண விபூஷண வஹன சுசித ஸ்ரித ஜன வத்ஸல தாதிஸய:,

29. மட்டுடிண்டிம டமரு ஜர்ஜர காஹளீ படஹாவளீ ம்ருது மத்தலாலி ம்ருதம்க தும்துபி டக்கிகாமுக ஹ்ருத்ய வாத்யக மதுர மங்கள நாதமேதுர விஸ்ருமர ஸரஸ கான ரஸருசிர சந்தத சந்தன்யமான நித்யோத்ஸவ பக்ஷோத்ஸவ மாஸோத்ஸவ சம்வத்ஸரோத்ஸவாதி விவிதோத்ஸவ க்ருதானந்த:,

30. ஶ்ரீமதானந்த நிலய விமானஸ:,

31. சதத பத்மாலயா பதபத்மரேணு சஞ்சித வக்ஷ:ஸ்தலபடவாஸ:,

32. ஶ்ரீ ஶ்ரீனிவாச: சுப்ரீத: சுப்ரசன்னோ விஜயதாம் !!
ஶ்ரீரங்க சூரிணேதம் ஶ்ரீசைலானந்த சூரிவம்ஸ்யேன !!
பக்த்யா ரசிதம் ஹ்ருத்யம் கத்யம் க்ருஹ்ணாது வேங்கடேசான: !!

ஸ்ரீமான் அனந்தாழ்வான் அஷ்டோத்தர சதநாமாவளி

1. ஓம் ஸ்ரீமான் அனந்தாழ்வான் நாம்னே நம:
2. ஓம் அனந்த பாரிஜாத புஷ்ப ஸ்வரூபாய நம:
3. ஓம் ஸ்ரீ கேசவாசார்ய சுபுத்ராய நம:
4. ஓம் ஸ்ரீ பரத்வாஜ கோத்ரோத்பவாய நம:
5. ஓம் சித்ரா நட்சத்ர சம்பவாய நம:
6. ஓம் அனந்தன் நாம்னே நம:
7. ஓம் ஸ்ரீ அனந்தாழ்வான் நாம்னே நம:
8. ஓம் அனந்த நாமனே நம:
9. ஓம் ஸ்ரீ ராமானுஜ ஆஸ்ரிதாய நம:
10. ஓம் ஸ்ரீ ராமானுஜ சேவகாய நம:
11. ஓம் ஸ்ரீ ராமானுஜ நிரந்தர பூஜகாய நம:
12. ஓம் ஸ்ரீ ராமானுஜ நாம நிரந்தர படனாய நம:
13. ஓம் ஸ்ரீ ராமானுஜ ப்ரிய சிஷ்யாய நம:
14. ஓம் ஸ்ரீ ராமானுஜ முக்ய அநுசராய நம:
15. ஓம் ஸ்ரீ ராமானுஜ பாத நித்யசேவகாய நம:

16. ஓம் ஸ்ரீ ராமானுஜ திருமல அதிரோஹண காரகாய நம:
17. ஓம் ராமானுஜாசார்ய கைங்கர்ய ஸ்ரத்தா மூர்த்தயே நம:
18. ஓம் ஸ்ரீ ராமானுஜ ஆக்ஞா பாலகாய நம:
19. ஓம் ஸ்ரீ ராமானுஜ ஆக்ஞா சிரோதாரிணே நம:
20. ஓம் ஸ்ரீ ஆண்பிள்ளை பிருதாங்கிதாய நம:
21. ஓம் மதுர கவிதாஸ பிருதாங்கிதாய நம:
22. ஓம் ஆசார்ய கைங்கர்ய பிருதாங்கிதாய நம:
23. ஓம் திருமல நந்தனவன நிர்மாத்ரே நம:
24. ஓம் புஷ்பவன போஷகாய நம:
25. ஓம் புஷ்பவன நிர்மாத்ரே நம:
26. ஓம் புஷ்போத்யான காரகாய நம:
27. ஓம் புஷ்ப மண்டப நிவாசினே நம:
28. ஓம் புஷ்ப மண்டப, புஷ்போத்யான காரகாய நம:
29. ஓம் ஸ்ரீநிவாஸ புஷ்பகைங்கர்ய ப்ரியாய நம:
30. ஓம் ஸ்ரீ விஷ்ணு பூஜகாய நம:
31. ஓம் ஸ்ரீ ராமானுஜ புஷ்கரிணி நிர்மாத்ரே நம:
32. ஓம் ஸ்ரீ குனபாயுத தாரிணே நம:
33. ஓம் ஸ்ரீ வேங்கடேச தண்டகாய நம:
34. ஓம் ஸ்ரீ வேங்கடேச சுபுககாய காரகாய நம:
35. ஓம் ஸ்ரீ வேங்கடேச சுபுககாய கற்பூர சந்தன லேபகாய நம:
36. ஓம் ஸ்ரீ கோவிந்த அநுஸாரிணே நம:
37. ஓம் வடுரூப ஸ்ரீநிவாஸ ப்ரார்தகாய நம:
38. ஓம் ஸ்ரீ தேவதேவ குண்டல, பீதாம்பர ஸ்வீகராய நம:
39. ஓம் ஸ்ரீதேவ ஆக்ஞா உல்லங்கனாய நம:
40. ஓம் ஸ்ரீ வேங்கடேச சதுர சம்பாஷணகாரிணே நம:
41. ஓம் ஸ்ரீநிவாஸ மாலாலங்க்ருத காரகாய நம:
42. ஓம் புஷ்பமாலிகா க்ரதனாய நம:
43. ஓம் ஸ்ரீனிவாச வர ஸ்வீகர்தினே நம:
44. ஓம் பிபீலிகா நிர்பந்த விமோசனாய நம:
45. ஓம் வ்யாக்ரேஸ்வர மோக்ஷகாரகாய நம:
46. ஓம் ஆஸ்ரித சிஷ்ய பாப ஹராய நம:
47. ஓம் ஆஸ்ரித சிஷ்ய ப்ரபோதகாய நம:
48. ஓம் அஸ்ரித சிஷ்ய பவபந்த விமோசனாய நம:
49. ஓம் அஸ்ரித சிஷ்யஞான போதகாய நம:
50. ஓம் வைஷ்ணவ தாச ப்ரியாய நம:
51. ஓம் வைஷ்ணவ பாவ ப்ரசாரகாய நம:
52. ஓம் வைஷ்ணவீய அர்த விவரண விவர்தகாய நம:
53. ஓம் வைஷ்ணவ விவர்த காரகாய நம:
54. ஓம் ஸ்ரீ குரு ஆக்ஞா பாலகாய நம:

55. ஓம் ஆதிசேஷாம்ஸ ஸம்பூதாய நம:
56. ஓம் சேஷாம்ச ஸஞ்ஜாதாய நம:
57. ஓம் வினய ஸம்பன்னாய நம:
58. ஓம் பகவத் புஷ்பகைங்கர்ய பராயணாய நம:
59. ஓம் ம்ருது ஸீதள கடாக்ஷ சரீர பாத்ராய நம:
60. ஓம் சர்ப விஷ வினாசகாய நம:
61. ஓம் அனந்த ஹரிநாம்நே நம:
62. ஓம் சம்பங்கி ப்ராகார நிர்விக்ர நிர்மாத்ரே நம:
63. ஓம் யதுகிரி ப்ரபு பூஜகாய நம:
64. ஓம் ஸ்ரீ வைஷ்ணவ லக்ஷண ப்ரபோதகாய நம:
65. ஓம் ஸ்ரீ பராசர பட்டாசார்ய சிஷ்ய அனுக்ரஹ ப்ரதாய நம:
66. ஓம் ஸ்ரீ ராமானுஜ ஆத்மவிக்ரஹ ஸ்வீகாராய நம:
67. ஓம் ஸ்ரீ ராமானுஜ விக்ரஹ ப்ரதிஷ்டாத்ரே நம:
68. ஓம் ஸ்ரீ ராமானுஜ கைங்கர்ய ப்ரியாய நம:
69. ஓம் வினய ஸீலாய நம:
70. ஓம் தூஷண, பூஷண ஸமஸ்வீகாராய நம:
71. ஓம் திவ்யப்ரபந்த படன சந்துஷ்டாய நம:
72. ஓம் திவ்யப்ரபந்த படன ஸமுத்ஸுகாய நம:
73. ஓம் திவ்யப்ரபந்த விரசிதாய நம:
74. ஓம் அனந்த பாரிஜாத ஆத்மபுஷ்ப சுகந்த விராஜிதாய நம:
75. ஓம் ஸ்ரீ மஹாலக்ஷ்மீ பந்தகாய நம:
76. ஓம் ஸ்ரீ வேங்கடேஸ்வர கன்யாப்ரதாத்ரே நம:
77. ஓம் புஷ்போத்யான பிருந்தாவன நிவாசினே நம:
78. ஓம் ஸ்ரீ ஸ்ரீநிவாஸாய நித்ய புஷ்ப கைங்கர்ய ப்ரியாயனே நம:
79. ஓம் விசேஷ வைஷ்ணவ குண விராஜிதாய நம:
80. ஓம் விவித புஷ்பமாலா விஷ்ணு பூஜகாய நம:
81. ஓம் ஸ்ரீ வேங்கடேஸ்வர ப்ரிய சிஷ்ய ப்ரகீர்த்திதாய நம:
82. ஓம் ஸ்ரீ வேங்கடேஸ்வர வாக்யுத்த ஜயினே நம:
83. ஓம் ஸ்ரீ ஸ்ரீநிவாஸ ப்ரிய பக்தாய நம:
84. ஓம் ஸ்ரீ வைஷ்ணவ பக்தாக்ரேஸ்வராய நம:
85. ஓம் ஸ்ரீ விஷ்ணு க்ருபாகடாக்ஷ பாத்ராய நம:
86. ஓம் வைஷ்ணவ ப்ரஜ்ஞாய நம:
87. ஓம் ஸ்ரீ வேங்கடாசல இதிஹாஸமால கும்பிதாய நம:
88. ஓம் ஸ்ரீ பூருஷ பிருதாங்கிதாய நம:
89. ஓம் ஸ்ரீ பூவராஹ சேவகாய நம:
90. ஓம் ஸ்ரீ ஆதிவராஹ வர பரிக்ரஹாய நம:
91. ஓம் ஸ்திர சித்தாய நம:
92. ஓம் ஸ்ரீ சைலநாத சேவகாய நம:
93. ஓம் ஆஸ்ரித சிஷ்ய ஜன்ம சாபல்யகராய நம:

94. ஓம் சிஷ்யவத்சலாய நம:|
95. ஓம் வினாய ஸம்பன்னாய நம:
96. ஓம் ஶ்ரீ வைஷ்ணவ சிஷ்ய பரிக்ரஹாய நம:
97. ஓம் ஶ்ரீ சிஷ்ய அஜ்ஞான நிர்மூலகாய நம:
98. ஓம் நிகிலாத்மகுண நிவாசஸ்தானாய நம:
99. ஓம் ஶ்ரீ ராமானுஜ ஆஸ்ரித போஷிதாயை நம:
100. ஓம் ஶ்ரீ வேங்கடேச ப்ரியசகாய நம:
101. ஓம் ஶ்ரீமத்ராமனுஜ ஶ்ரீ சரண கமல பூஜகாயை நம:
102. ஓம் அத்யயநோத்சவ ப்ரியாய நம:
103. ஓம் ஶ்ரீ ராமானுஜ ஆத்மபந்தவே நம:
104. ஓம் பொகடமானு ஸ்வரூபாய நம:
105. ஓம் பொகடமானு ஸ்வரூப ஶ்ரீ வேங்கடேஸ்வர சேவகாய நம:
106. ஓம் பாக் சவாரி காரகாய நம:
107. ஓம் புஷ்ப மண்டப நிர்மிதாய நம:
108. ஓம் ஶ்ரீ திருவாடி பூரம் சம்ப்ரமாய நம:

இதி: ஸ்ரீமான், அனந்தாழ்வான்
அஷ்டோத்தர சதநாமாவளி சம்பூர்ணம்
ஸ்ரீமான் புரிசை டிஏபி ரங்காச்சாரி அவர்களின்
தெய்வீக ஆசீர்வாதத்துடன்
வேங்கடராம விரசிதம் பி.வி. ராமிரெட்டி
செல்: 7780199619.

ஸ்ரீ பத்மாவதீ தேவி அஷ்டோத்தர சதநாமாவளி

1. ஓம் ஸ்ரீ அலமேலு மங்காயை நம:
2. ஓம் அந்த:கரண சதுஷ்டாயை நம:
3. ஓம் அஷ்டதல பத்மபூஜிதாயை நம:
4. ஓம் அஷ்டலக்ஷ்மி ஸ்வரூபிண்யை நம:
5. ஓம் அஷ்டைஸ்வர்ய ப்ரதாயின்யை நம:
6. ஓம் அபய ப்ரதாயின்யை நம:
7. ஓம் அஸ்வாரூடாயை நம:
8. ஓம் ஆகாசராஜ வரபுத்ரிகாயை நம:
9. ஓம் ஆகாசராஜ வரப்ரதாயை நம:
10. ஓம் ஆனந்த நிலயாயை நம: (10)
11. ஓம் இந்திராயை நம.
12. ஓம் ஈப்சிதார்தபலப்ரதாயிந்யை நம:
13. ஓம் ஈதிபாத நிவாரிண்யை நம:
14. ஓம் உஜ்வல பிரகாசரூபிண்யை நம:

15. ஓம் விராஜிதாயை நம:
16. ஓம் ரிஷி பூஜிதாயை நம:
17. ஓம் ஓம்கார ஸ்வரூபிண்யை நம:
18. ஓம் ஓஜஸ்விந்யை நம:
19. ஓம் ஔனத்ய குணரூபிண்யை நம:
20. ஓம் ஐஸ்வர்ய ப்ரதாயின்யை நம: (20)
21. ஓம் ஐஸ்வர்ய ரூபிணே நம:
22. ஓம் ஐஸ்வர்ய நாயிகாயை நம:
23. ஓம் கமலாலயாயை நம:
24. ஓம் கமலோத்பவாயை நம:
25. ஓம் கமலதளாக்ஷிண்யை நம:
26. ஓம் கம்யார்தசித்தி ப்ரதாயின்யை நம:
27. ஓம் கனகாம்பர சோபிதாயை நம:
28. ஓம் கனகாம்பர ப்ரியாயை நம:
29. ஓம் கிருஷ்ணப்ரியாயை நம:
30. ஓம் குங்குமார்ச்சன ப்ரியாயை நம: (30)
31. ஓம் குங்கும பூஜிதாயை நம:
32. ஓம் குங்கும சுஸோபிதாயை நம:
33. ஓம் ஸ்ரீ கஜலக்ஷ்மியை நம:
34. ஓம் கஜ கமனாயை நம:
35. ஓம் கஜாரோஹிண்யை நம:
36. ஓம் கஜ த்வஜாயை நம:|
37. ஓம் கஜ விஹாரிண்யை நம:
38. ஓம் கானப்ரியாயை நம:
39. ஓம் ஞானரூபிண்யை நம:
40. ஓம் சந்த்ர ஸஹோதர்யை நம: (40)
41. ஓம் ஸ்ரீசக்ரிண்யை நம:
42. ஓம் ஸ்ரீசக்ரவிராஜிதாயை நம:
43. ஓம் சின்மயானந்த ரூபிண்யை நம:
44. ஓம் சந்தனோத்ஸவ ப்ரியாயை நம:
45. ஓம் ஜலஜாக்ஷிண்யை நம:
46. ஓம் ஜலஜாயை நம:
47. ஓம் ஜலஜஸம்பவாயை நம:
48. ஓம் ஜனார்தந ப்ரியாயை நம:
49. ஓம் ஜகத்ஸம்பவ காரகாயை நம:
50. ஓம் ஜலஜ சரோவர விஹாரப்ரியாயை நம: (50)
51. ஓம் புவி தனூஜாயை நம:
52. ஓம் திவ்யமங்கள ஸ்வரூபிண்யை நம:

53. ஓம் தாரித்ர்ய நாஸிந்யை நம:
54. ஓம் தயாஸ்வரூபிண்யை நம:
55. ஓம் தாமோதர ப்ரியாயை நம:
56. ஓம் ஸ்ரீ தனலட்சுமியை நம:
57. ஓம் ஸ்ரீ தான்ய லக்ஷ்ம்யை நம:
58. ஓம் தனதான்ய ப்ரதாயின்யை நம:
59. ஓம் ஸ்ரீ தைர்யலக்ஷ்ம்யை நம:
60. ஓம் தரணீஸ்வரூபாயை நம: (60)
61. ஓம் பத்மோத்பவாயை நம:
62. ஓம் பத்மாக்ஷிண்யை நம:
63. ஓம் பத்மஹஸ்தாயை நம"
64. ஓம் பத்மசித்தாயை நம:
65. ஓம் பத்மாஸனாயை நம:
66. ஓம் பத்மதராயை நம:
67. ஓம் பத்மமுக்யை நம:
68. ஓம் பத்மபாதிந்யை நம:
69. ஓம் பத்மஹாசின்யை நம:
70. ஓம் பத்ம மாலாலங்க்ரு:தாயை நம: (70)
71. ஓம் பத்மநாபப்ரியாயை நம:
72. ஓம் பஞ்சமி தீர்தோத்ஸவ காரிண்யை நம:
73. ஓம் பலப்ரதாயின்யை நம:
74. ஓம் பயாபஹாரிண்யை நம:
75. ஓம் ஸ்ரீ பாக்யலக்ஷ்ம்யை நம:
76. ஓம் ஸ்ரீ மஹாலக்ஷ்மை நம:
77. ஓம் பக்த ஸௌக்யவிவர்தகாயை நம:
78. ஓம் மாங்கல்ய ப்ரதாயை நம:
79. ஓம் மாங்கல்ய சௌபாக்ய பரிரக்ஷிண்யை நம:
80. ஓம் நூபுர ரவளி விராஜிதாயை நம: (80)
81. ஓம் ஸ்ரீ ரஞ்சன்யை நம:
82. ஓம் ஸ்ரீ ராஜ்யலக்ஷ்ம்யை நம:
83. ஓம் ஸ்ரீ ராஜ்ய ப்ரதாயின்யை நம:
84. ஓம் ஸ்ரீ ராகிண்யை நம:
85. ஓம் ஸ்ரீலக்ஷ்ம்யை நம:
86. ஓம் ஸ்ரீவரலக்ஷ்ம்யை நம:
87. ஓம் ஸ்ரீவிஜயலக்ஷ்ம்யை நம:
88. ஓம் ஸ்ரீ வீரலக்ஷ்ம்யை நம:
89. ஓம் ஸ்ரீ வீர்யலக்ஷ்ம்யை நம:
90. ஓம் ஸ்ரீவிஷ்ணுப்ரிய பத்ன்யை நம: (90)
91. ஓம் ஸ்ரீவிஜயப்ரதாயின்யை நம:

92. ஓம் ஸ்ரீவைஷ்ணவிதேவ்யை நம:
93. ஓம் ஸுஹாஸிந்யை நம:
94. ஓம் ஸுமதுர கண்டாயை நம:
95. ஓம் ஸுஸ்வரூபிண்யை நம:
96. ஓம் ஸங்கல்பமாத்ரேண ஐஸ்வர்யப்ரதாயகாயை நம:
97. ஓம் ஸுசோபிதாயை நம:
98. ஓம் சன்மங்கள கார்ய கர்த்ரின்யை நம:
99. ஓம் ஸ்ரீ சந்தானலக்ஷ்ம்யை நம:
100. ஓம் ஸத்ஸந்தான ப்ரதாயின்யை நம: (100)
101. ஓம் ஸர்வ மங்கள காரிண்யை நம:
102. ஓம் ஸர்வ ஸம்பந்நிலயாயை நம:
103. ஓம் ஸ்ரீ சௌபாக்ய லக்ஷ்ம்யை நம:
104. ஓம் ஸ்ரீசௌர்ய லக்ஷ்ம்யை நம:
105. ஓம் ஸ்ரீ ஹரிப்ரியபத்ன்யை நம:
106. ஓம் ஸ்ரீஹரி திவ்யசரண சம்சேவகாயை நம:
107. ஓம் ஸ்ரீ ஸ்ரீநிவாஸ ஹ்ருதய நிவாஸின்யை நம:
108. ஓம் ஸ்ரீ பத்மாவதி தேவ்யை நம: (108)

இதி: ஸ்ரீமான் அனந்தாழ்வான் அஷ்டோத்தர சதநாமாவளி சம்பூர்ணம்

ஸ்ரீமான் புரிசை டிஏபி ரங்காச்சாரியின்
தெய்வீக ஆசீர்வாதத்துடன்
வேங்கடராம விரசிதம் பி.வி. ராமிரெட்டி
செல்: 7780199619.

ANANTHALWAR THOTA
ஸ்ரீ அனந்தாழ்வான் தோட்டம்

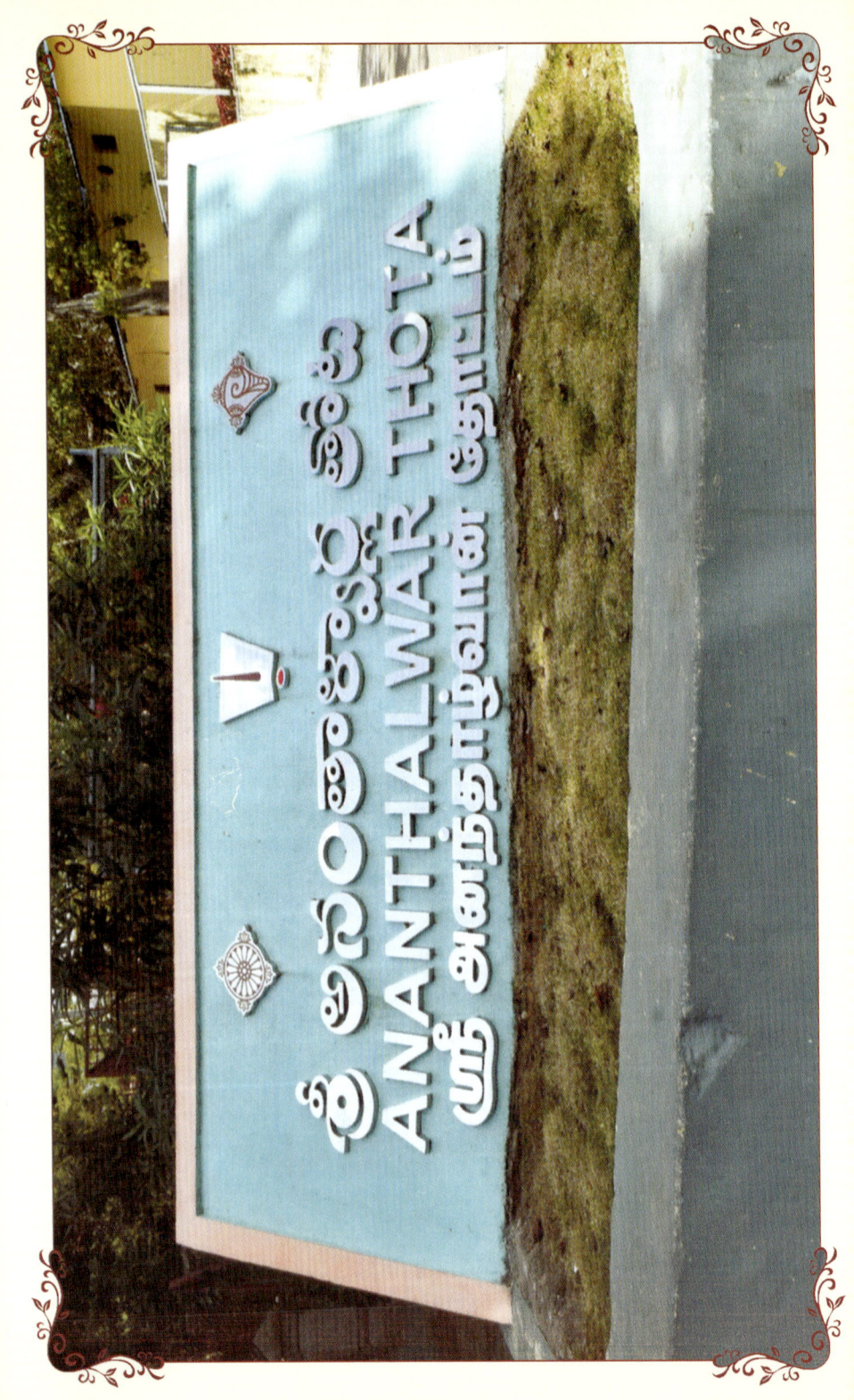

ஸ்ரீமான் அனந்தாழ்வான் அமைத்த ஸ்ரீராமானுஜர் புஷ்கரிணி

ஸ்ரீமான் அனந்தாழ்வானின் பிருந்தாவனம்
(புரிசைவாரி தோட்டம்)
SRI ANANDALVAR BRINDAVANAM

ஸ்ரீமான் அனந்தாழ்வானின் பிருந்தாவனத்தில் நடைபெறும் திவ்யபிரபந்த கோஷ்டி

ஸ்ரீமான் அனந்தாழ்வான் பிருந்தாவனம், திருமலை

ஸ்ரீமான் அனந்தாழ்வான் திவ்ய சரிதம் (தெலுங்கு) 4வது பதிப்பு வெளியீடு, 22 ஜூலை 2023 அனந்தாழ்வான் தோட்டம், திருமலை

ஸ்ரீமான் அனந்தாழ்வான் தோட்டம், துளசி பிருந்தாவனத்தில் ஸ்ரீ கிருஷ்ணன்